அன்பு:

ஒரு பின்நவீனத்துவவாதியின் மறுசீராய்வு மனு

அன்பு:

ஒரு பின்நவீனத்துவவாதியின் மறுசீராய்வு மனு

சாரு நிவேதிதா

எழுத்து பிரசுரம்

Title: Anbu - Oru Pinnaveenathuvavaathiyin Maruseerayvu Manu
Author's Name: Charu Nivedita

Published by Ezutthu Prachuram

Ezutthu Prachuram
(An imprint of Zero Degree Publishing)
No. 55(7), R Block, 6th Avenue,
Anna Nagar,
Chennai - 600 040

Website: www.zerodegreepublishing.com
E Mail id: zerodegreepublishing@gmail.com
Phone: 89250 61999

Ezutthu Prachuram First Edition: January 2023
ISBN: 978-93-90053-41-4
TITLE NO EP: 417

Cover Design: Manivannan
Layout: Vijayan, Creative Studio

ஒளி முருகவேளுக்கு...

நாவலில் வரும் பெயர்கள் மற்றும் சம்பவங்கள் அனைத்தும்
கற்பனையே. யாரையும் எதையும் குறிப்பிடுவன அல்ல.
அப்படி ஏதேனும் சாயல் தெரிந்தால்
அது தற்செயலானதே என்று உறுதியளிக்கப்படுகிறது.

நல்லவனா? கெட்டவனா?

ஸ்ரீ பேசினாள். கொக்கரக்கோவை ஏன் உங்கள் நண்பர்களில் பலரும் வெறுக்கிறார்கள், அவர் என்ன கெட்டவரா?

ஆமாம், கெட்டவர்.

ஐயோ, கெட்டவரா!!!!!

அவள் போட்ட ஆச்சரியக் குறிகளைப் பார்த்ததும் என் வாக்கில் எனக்கு சந்தேகம் வந்து விட்டது.

இல்லை, கெட்டவராகவும் இருக்கலாம்.

எதை வைத்துச் சொல்கிறீர்கள் கெட்டவர் என்று?

தினந்தோறும் வைதேகி சொல்கிறாள், கொக்கரக்கோ கெட்டவன், அவனோடு சேராதே என்று.

வைதேகி அப்படி சொல்லி விட்டால் ஒருத்தர் கெட்டவர் ஆகி விடுவாரா?

மாட்டார், என் நண்பர்கள் அத்தனை பேரையுமே வைதேகி கெட்டவர்கள் என்றுதான் சொல்கிறாள். அவளைப் பொருத்தவரை யாரெல்லாம் குடிக்கவில்லையோ அவர்களெல்லாம் நல்லவர்கள். இல்லை, இல்லை. வினித் குடிக்க மாட்டான். ஆனால் அவன் அவளைப் பெயர் சொல்லி அழைத்து விட்டதால் அவனும் கெட்டவன்தான். உனக்கு ஒன்று தெரியுமா? ஸ்ரீராமும் கெட்டவர்தான்.

ஏன்? ஸ்ரீராம் குடிக்க மாட்டாரே?

குடிப்பவன் எல்லோருமே மிருகம். குடிப்பவர்கள் எல்லோரையும்

உலகத்தை விட்டே தூக்க வேண்டும். இதுதான் வைதேகியின் வலுவான கருத்து. சரியா. ஆனால் குடிக்காதவர்களும் அவளுடைய கெட்டவர் பட்டியலில் உண்டு. அந்தப் பட்டியலில் சேர பலவித காரணங்கள் இருக்கலாம். ஒருநாள் எனக்கு லேசாக வயிற்று வலி. பொதுவாக எனக்கு எந்த உடல் உபாதையும் வராது. ஆனால் இரவு நேரத்தில் வேர்க்கடலையோ முட்டையோ சாப்பிட்டு விட்டால் வாய்வு சேர்ந்து வயிற்று வலி வரும். அந்த மாதிரி அன்றைக்கு வந்தது. ஸ்ரீராமோடு இனிமேல் சேராதே என்றாள் வைதேகி. ஏன் என்றேன். "அவர் ரொம்பத் திங்கிறார். அவரோடு சேர்ந்து நீயும் திங்கிறே. அதனால்தான் இந்த வயிற்று வலி" என்றாள். "அவர் ரொம்பத் திங்கிறார்னு உனக்கு எப்படித் தெரியும்?" என்றேன். "இவ்ளோ பெரிய ஒடம்பு வச்சிருக்கார்ல. அதுக்குக் காரணம் அளவுக்கு அதிகமான தீனிதானே?"

அடப்பாவி, ஸ்ரீராமை நான் பார்த்தே ஒரு வருடம் இருக்குமே?

நான் யார் யாரோடு எல்லாம் பழகலாம் என்று அவ்வப்போது ஒரு பட்டியல் கொடுப்பாள் வைதேகி. அதில் செல்வகுமார், குமரேசன் போன்ற பெயர்கள் இருக்கும். செல்வகுமார் பேசவே மாட்டார். குமரேசன்?

ஒரு ஞாயிற்றுக்கிழமை மாலை எனக்கு எங்காவது வெளியே போய் ஒரு காஃபியாவது சாப்பிட வேண்டும் போல் இருந்தது. அதற்காக ப்ரூ ரூமுக்குத் தனியாகவா போக முடியும்? அப்படியா ஆகி விட்டது வாழ்க்கை? கொக்கரக்கோ வெளியூரில் இருக்கிறான். வினித்தும் ஊருக்குப் போயிருக்கிறான். சரி, வைதேகிதான் சொல்லிக் கொண்டே இருக்கிறாளே, குமரேசனோடு பழகு, குமரேசனோடு பழகு என்று, அதனால் குமரேசனை அழைத்தேன். உடனே வந்தார். அவர் மனைவி ஒரு தெய்வப் பிறவியாகத்தான் இருக்க வேண்டும். எப்படி அனுமதித்தார், அதுவும் ஒரு ஞாயிற்றுக்கிழமை மாலை நேரத்தில்? ஏற்கனவே நான் இடத்துக்கு முன்பதிவு செய்திருந்ததால் ப்ரூ ரூமின் புல்வெளியில் இடம் இருந்தது. இருவருமே கேப்பச்சினோ அருந்தினோம். குமரேசன் புகைக்க மாட்டார். அங்கே கல்லூரி மாணவிகள் அமர்ந்திருந்த இடத்திலிருந்து கஞ்ஜா புகை வந்து கொண்டிருந்தது. கஞ்ஜாவின் மணமே மணம். ஒரு மணி நேரம்

இருந்திருப்போம். குமரேசனும் நானும் ஒரு வார்த்தை பேசிக் கொள்ளவில்லை. பிறகு அவர் தன் காரிலேயே என்னை வீட்டில் விட்டு விட்டு முகப்பேர் கிளம்பினார். ஒரு காஃபிக்காக முகப்பேரிலிருந்து மைலாப்பூர் வந்திருக்கிறார். இருந்தாலும் எனக்கு செல்வகுமார் மற்றும் குமரேசனுடனான நட்பு பூனைகளுடனான நட்பையே நினைவூட்டுகிறது.

ஆனால் பிரச்சினை இது அல்ல. நாம் யாரோடு பழகலாம், பழகக் கூடாது என்பதை நம்முடைய மனைவியா தீர்மானிப்பது? அதைவிடக் கேவலம் எதாவது இருக்கிறதா? அதிலும் நூறு புத்தகங்களுக்கு மேல் எழுதியிருக்கும் நான் என்னுடைய நண்பர்களைத் தேர்ந்தெடுக்கும் உரிமையை என் மனைவிக்கா கொடுப்பேன்?

சரி விடுங்கள். ஸ்ரீயின் கேள்விக்கு வருவோம். கொக்கரக்கோ கெட்டவன் கொக்கரக்கோ கெட்டவன் கொக்கரக்கோ கெட்டவன் என்று தினந்தோறும் சொல்லிச் சொல்லி ஒரு கட்டத்தில் ஒரு பேச்சுக்காகவாவது அதை ஒப்புக் கொண்டு விவாதத்தை அடுத்த கட்டத்துக்கு நகர்த்துவோம் என்று எனக்குத் தெரிந்த வாதத்திறமையோடு, சரிம்மா, கொக்கரக்கோ கெட்டவன்தான், ஆனால் அவனாலதான் எனக்குக் காரியம் ஆகிறது, அதனால் என்னால் கொக்கரக்கோவை விட முடியாது என்றேன்.

அப்போ நான் அவனை அடுத்த முறை பார்த்தால் சும்மா விட மாட்டேன்.

என்ன செய்வே?

என்ன செய்வேன்னு எனக்கே தெரியாது. ஆனா சும்மா விட மாட்டேன்.

இப்படியாக தினந்தினம் நடக்கும் வாக்குவாதத்தை ஸ்ரீயிடம் சொன்னேன். உடனே ஸ்ரீ சொன்னாள், இதனால் எல்லாம் கொக்கரக்கோ கெட்டவர் என்று சொல்லி விட முடியாதே? வைதேகி சொல்வதாலேயே கொக்கரக்கோ கெட்டவரா?

கொக்கரக்கோவுக்குப் பணிவு கிடையாது. அதனால் அவன் கெட்டவன்னு நினைக்கிறேன். இதை நான் அவனிடமே சொல்லியும் இருக்கிறேன். அதற்கு அவன் “நான் என்ன

தாய்லாந்து செக்ஸ் ஒர்க்கரா? எல்லார்ட்டயும் பணிவா இருக்கிறதுக்கு?" என்று கேட்கிறான். இன்னொன்றும் சொன்னான்...

என்ன?

நான் என்ன ஏர் ஹோஸ்டஸா, எல்லாரையும் பாத்து இளிக்கிறதுக்குங்கிறான்.

கடைசியில் கொக்கரக்கோ நல்லவனா கெட்டவனா என்று முடிவு செய்யாமலேயே அன்றைய தினம் ஸ்ரீயுடனான உரையாடலை முடித்துக் கொண்டேன்.

(இந்த அத்தியாயத்துக்குப் பிறகு இந்த நாவலில் ஸ்ரீ நேரடியாக வர மாட்டாள். ஒரே ஒரு அத்தியாயத்தில் வெறும் பெயராக மட்டுமே வருவாள். அதனால் அவளை நாம் இந்த அத்தியாயத்தோடு மறந்து விடலாம். ஆனால் அது கொஞ்சம் வருத்தமாகத்தான் இருக்கிறது. ஏனென்றால், என்னோடு பழகிய பெண்களில் ஸ்ரீ ஒருத்திதான் என் மீது நிபந்தனையற்ற அன்பு வைத்தவள். அது என்ன நிபந்தனையற்ற அன்பு என்கிறீர்களா? போன வாரம் ஸ்ரீயிடம் "சமீபத்தில் நான் இரண்டு பெண்களிடம் காதலில் விழுந்திருக்கிறேன் கண்ணே" என்றேன். எஞ்ஜாய் எஞ்ஜாய் என்கிறாள். என்னடி இது, கொஞ்சம் கூட பொஸஸிவ்னெஸே இல்லாமல் இப்படிச் சொல்கிறாய் என்றேன். சீச்சி, உன் மகிழ்ச்சிதான் என் மகிழ்ச்சி என்று நான் சொன்னது சும்மா விளையாட்டுக்கு அல்ல, நிஜமாகத்தான் என்றாள்.

"அதெல்லாம் சரி பெருமாள், ஸ்ரீயை குஷிப்படுத்துவதற்காக ஸ்ரீ ஒருத்திதான் உன் மீது நிபந்தனையற்ற அன்பு வைத்தவள் என்கிறாயே? அன்னபூர்ணியை மறந்து விட்டாயே? பதினைந்து ஆண்டுகளாக உன் மீது கொஞ்சமும் பொஸஸிவ்னெஸ் இல்லாமல் பழகுபவள்தானே அவள்?" - கொக்கரக்கோ.

சரி, இது என்ன பெரிய கொலைக்குற்றமா? அவளுக்காகத்தான் தனியாக ஒரு நாவலே எழுதியிருக்கிறேனே? வேண்டுமானால் இப்போது ஸ்ரீயோடு அன்னபூர்ணியையும் சேர்த்துப் படித்துக் கொள். பிரச்சினை தீர்ந்தது.)

★

ஸ்ட்ரெஸ்

என் வாழ்வில் நடப்பதை நான் எழுதுவது பத்து சதவிகிதம்தான். மீது தொண்ணூறும் எழுதப்படாமலேதான் கிடக்கிறது. ஆனால் நூற்றுக்கு நூறு கதைகளையும் நான் உலகளந்தானிடம் தினந்தோறும் நடைப் பயிற்சியின் போது சுடச் சுட சொல்லி விடுவது வழக்கம். என்னுடைய பத்து சதவிகிதக் கதையைக் கேட்பவர்களே பலரும் கல்யாண ஆசையை விட்டு விட்டார்கள். நான் எப்படிப்பட்ட சூழலில் இருந்து கொண்டு எழுதுகிறேன் என்று புரிந்து கொள்கிறார்கள். ஆனால் நூறு சதவிகிதத்தையும் கேட்டுத் திளைத்திருக்கும் உலகளந்தான் என் பத்தினி வைதேகியின் பிரதி பிம்பத்தைப் போல் பேசினால் என்ன அர்த்தம்?

நான் எப்படிப்பட்ட சூழலில் வாழ்கிறேன்?

கஸ்தூரி ரங்கன் வைதேகியின் தமையன். கல்யாணமாகி இரண்டு ஆண்டுகளிலேயே மனைவி சாலை விபத்தில் இறந்து விட்டாள். ஒரு பெண் குழந்தை. நான்கு தங்கைகள். மூத்த தங்கை யசோதாவின் கணவர் ஒரு தொழிற்சாலை விபத்தில் இறந்து விட்டார். உடல் கிடைக்கவில்லை. ஒரு மகன். வைதேகி கஸ்தூரி ரங்கனின் இரண்டாவது தங்கை. வைதேகியின்

முதல் கணவன் கல்யாணமாகி ஒரு ஆண்டு முடிவதற்குள் மூளைக் காய்ச்சலில் இறந்து விட்டான். இறக்கும்போது மோகன் கர்ப்பத்தில் இருந்தான். வைதேகியின் மற்ற இரண்டு தங்கைகளுக்கும் கல்யாணம் ஆகி விட்டது. ஒரு மாப்பிள்ளை துபாயில். ஒரு மாப்பிள்ளை வீட்டோடு. ஆக, கஸ்தூரி ரங்கன் தன் மகளோடும் மூன்று தங்கைகளோடும் ஒரே வீட்டில் கூட்டுக் குடும்பமாக வாழ்ந்து வந்தார். வைதேகிக்கு யாரோடும் ஒத்து வராது. அதனால் அவள் மட்டும் இவர்களோடு வசிக்காமல் தனிக் குடித்தனம். பிறகு என்னைக் கல்யாணம் செய்த பிறகு... அந்தக் கதை இப்போதே வேண்டாம். போகப் போகப் பார்க்கலாம். ஏனென்றால், நாம் இப்போது அன்பு பற்றி விவாதிக்கப் போகிறோம்.

கஸ்தூரி ரங்கனுக்கு மூன்று ஆண்டுகளுக்கு முன்பு மூளையில் ரத்தக் கசிவு ஏற்பட்டு அதிர்ஷ்டவசமாகப் பிழைத்துக் கொண்டார். ஆனால் ஆறு மாதங்கள் அவருக்கு ஞாபக சக்தி இல்லை. பேச முடியவில்லை. உடம்பின் வலப்பக்கத்தில் அசைவே இல்லை. கழிப்பறைக்குக் கூட செல்ல முடியாமல் ஒரு உதவியாளரை வைத்துக் கொண்டார்கள். ஆறு மாதங்களுக்குப் பிறகுதான் எக்கச்சக்கமான மருந்துகள் மற்றும் ஃபிஸியோதெரபி சிகிச்சையின் விளைவாக ஓரளவுக்குப் பேச்சும் ஓரளவுக்கு நடமாட்டமும் திரும்பியது. ஆனாலும் ஞாபக சக்தியில் கொஞ்சம் தடுமாற்றம்தான். உங்கள் அப்பா எங்கோ நிலம் வாங்கி, அதை அரசாங்கம் எடுத்துக் கொண்டு விட்டதே, அது எங்கே என்று கேட்டால் மறந்து விட்டது என்பார். ஆனால் என் பெயர் ஞாபகம் இருக்கும். மெதுமெதுவாக ரொம்பவும் மெதுமெதுவாக நடந்தார்.

அற்புதமான மனிதர். மிக இளம் வயதிலேயே மனைவியை இழந்தும் மகளுக்காக மறுமணம் செய்து கொள்ளவில்லை. மது அருந்த மாட்டார். ஆனால் வெற்றிலை போடுவார், புகையிலையோடு. நண்பர்களே கிடையாது. ஒரு நண்பர் கூடக் கிடையாது. வேலை முடிந்ததும் வீட்டுக்கு வந்து விடுவார். கை நிறைய சம்பளம் கிடைக்கும் பெரிய வேலையில்

இருந்தார். வீட்டில் பெரியதொரு பெண் பட்டாளமே இருந்தும் அலுவலகத்திலிருந்து வீட்டுக்குத் திரும்பியதும் வீட்டுப் பாத்திரங்களை அவர்தான் தேய்ப்பார். (இந்தப் பட்டியலில் கஸ்தூரி ரங்கனின் அம்மாவை சேர்க்க முடியாது. அவருக்கு இளம் வயதிலேயே மனச்சிதைவு ஏற்பட்டு அவர் ஒரு தனிமையான வாழ்க்கையை வாழ்ந்து கொண்டிருந்தார். அவரால் யாருக்கும் எந்தப் பிரச்சினையும் இல்லை. அவர் தனக்கு வேண்டியதைத் தானே சமைத்துக் கொள்கிறார். எப்போதும் தனக்குத்தானே அமைதியாகப் பேசிக் கொண்டிருப்பார். ஏதாவது கேட்டால் நம்மை நிமிர்ந்து பார்த்து விட்டுப் பேசாமல் போய் விடுவார்.)

வைதேகி போல் பேரழகியைப் பார்த்ததில்லை. ஆனால் வைதேகியின் அம்மாவைப் போன்ற அழகியை தேவலோகத்தில்தான் காண முடியும்.

அம்மாவுக்கு மனச்சிதைவு ஏற்பட்டதிலிருந்து அவர் வீட்டை விட்டு வெளியிலேயே சென்றதில்லை. வீட்டில் நடந்த பிள்ளைகளின் கல்யாணம், உறவுக்காரர்களின் விசேஷம் துக்கம் எதற்கும் வெளியே சென்றதில்லை. உடம்புக்கு வந்தால் மருத்துவமனையும் சென்றதில்லை. தானே கை வைத்தியமாகச் செய்து சரி பண்ணிக் கொள்வார். இருபத்தைந்து வயதில் மனச்சிதைவு ஏற்பட்டது. எண்பது வயதில் இறந்தார். ஆக, ஐம்பத்தைந்து ஆண்டுகளாக அவர் வீட்டை விட்டு வெளியே போனதில்லை. உயிர் போனபின் உடம்பு மட்டுமே வெளியே போனது.

அதுவும் அந்த வீட்டில் வாஷ் பேஸின் கிடையாது. குத்துக்காலிட்டு அமர்ந்துதான் பாத்திரம் தேய்க்க வேண்டும். கஸ்தூரி ரங்கன் தரையில் குத்துக்காலிட்டு அமர்ந்து பாத்திரம் தேய்த்துக் கொண்டிருப்பார்.

கஸ்தூரி ரங்கனை சமீபத்தில் சந்திக்க நேர்ந்தது. சௌகரியம் விசாரித்து விட்டு, இது (மூளையில் ரத்தக் கசிவு) ஏன் வந்தது என்று கேட்டேன்.

ஸ்ட்ரெஸ்.

ஆஃபீஸா.

சேச்சே. ஆஃபீஸில் ஒரு ஸ்ட்ரெஸ்ஸும் இல்லை. வீடுதான்.

வீட்டில் என்ன ஸ்ட்ரெஸ் என்று இரண்டொரு சம்பவங்களைப் பார்ப்போம்.

அந்த வீட்டில் மாப்பிள்ளையாக வந்த ஆடவர்கள் மற்றும் கஸ்தூரி ரங்கனைத் தவிர மற்ற எல்லா பெண்களுமே கொஞ்சம் அல்லது அதிகம் மனச்சிதைவுக்கு ஆட்பட்டவர்கள் என்பது என் அவதானம்.

வைதேகியுடன் வாழும் இந்த முப்பது ஆண்டுகளில் நான் அவள் வீட்டுக்கு நாலைந்து முறை மட்டுமே சென்றிருக்கிறேன்.

ஒருமுறை வைதேகியின் தங்கை சுப்ரஜா தன் கணவன் ராஜகோபாலிடம் நாலு தெருவுக்குக் கேட்கும் குரலில் கேட்டாள்.

குப்பைக் கூடையை ஏன் குப்பைத்தொட்டிக்காரன் வந்த போது கொடுக்கலை?

மறந்துட்டேன், நீ குடுத்துருக்கலாம்ல?

என்ன பேச்சு பேசறேள்? கொஞ்சமாவது காமன்சென்ஸோடதான் பேசறேளா? உடம்புக்கு முடியாம தம் கட்டிண்டு நானும் காத்தாலேர்ந்து எத்தனை வேலை செய்யறேன்? இந்தக் குப்பைக்கூடையைக் கூட எடுத்துப் போட முடியாது? ஆம்பளேன்னு திமிரு?

ஏய், நிறுத்துடி. இப்போ குப்பைக் கூடையைக் குடுக்கலேன்னா என்ன குடியா மூழ்கிப் போய்டுத்து? எதிர்த்தாப்போலதானே குப்பைத்தொட்டி இருக்கு? கொண்டு போய் போட்டுரப் போறேன். நான் என்ன காலா ஆட்டிண்டு ஒக்காண்டிருக்கேன்? நானும்தான் வேலை செஞ்சிண்டே இருக்கேன். காத்தால மில்க் பூத் வரை போய் பால் பாக்கெட் வாங்கிண்டு வந்து காய்ச்சி வச்சேன். கிரியின் யூனிஃபார்ம்லாம் துவைச்சேன். காஞ்ச துணியெல்லாம் அயன் பண்ணி வச்சேன். இன்னம் என்னாடி பண்ணணும்?

இதற்கு அவள் “ஏன்...? கக்கூஸ் போனேன், ஸ்நானம் பண்ணினேன்னு அதையும் சேர்த்துக்க வேண்டியதுதானே? இதெல்லாம் ஒரு வேலைன்னுட்டு... தூ... வெக்கமா இல்லே, ஆம்பளேன்னு சொல்லிக்கிறதுக்கு?” என்றாள்.

இரண்டு பதில்களுக்குள் இரண்டு முறை ராஜகோபாலின் பாலின அடையாளத்தைக் குறி வைத்துத் தாக்கி விட்டாள் சுப்ரஜா.

இந்தப்படியாக குப்பைக்கூடைச் சண்டை நான் அந்த வீட்டில் இருக்கும் வரை - சுமார் பதினைந்து நிமிடங்கள் - தொடர்ந்து கொண்டிருந்தது. இருவரின் சண்டையையும் பார்த்த போது எனக்குத் தெருநாய்களின் சண்டை ஞாபகம் வந்தது. தெருநாய்கள் எல்லாம் ஒன்றாகச் சேர்ந்து, ஆனால் ஒரு குறிப்பிட்ட தூரத்தில் நின்றபடியே குரைக்கும். நெருங்கிப் போய் ஒன்றையொன்று குதறிக் கொள்ளாது. அதேபோல் சுப்ரஜாவும் அவள் கணவன் ராஜகோபாலனும் வாய்ச் சண்டையாகவே போட்டுக் கொண்டிருந்தார்கள். சுப்ரஜாவுக்குக் கீச்சுக் குரல். ராஜகோபாலனுக்கு கன சாரீரம். ஹிந்துஸ்தானி சங்கீதம் தெரிந்தவர். பாடினால் அமிர்த தாரை. ஆனால் இப்போது கீச்சுக் குரலோடு மல்லுக்கு நின்றதில் நாராசமாய் ஒலித்தது. மாமியார் கொடுத்த காஃபியை அவசரம் அவசரமாகக் குடித்து விட்டு ஓடி வந்து விட்டேன். சண்டையின் போக்கைப் பார்த்தால் இன்னும் கூட ஒரு பதினைந்து நிமிடம ஓடியிருக்கும் என்று நினைக்கிறேன்.

இதே மாதிரிதான் அந்த வீட்டில் இருந்த எல்லோருமே எப்போதுமே தங்களுக்குள் சண்டையிட்டுக் கொண்டிருந்தார்கள். எல்லாமே ஒரு நயாபைசா பெறாத சண்டை. மேலே விவரித்த குப்பைக்கூடை சண்டை மாதிரி. இதுதான் கஸ்தூரி ரங்கன் குறிப்பிட்ட ஸ்ட்ரெஸ்.

உங்களுக்குப் புரிகிறாற்போல் சொல்லி விட்டேனா இல்லையா? யசோதாவின் ஒரே புதல்வன் பாஷ்யத்துக்குக் கல்யாணம் நடந்தது. சும்மாவா நடந்தது. அவன் ஒரு குஜராத்திப் பெண்ணைக் காதலித்து விட்டான். அடப்பாவி, எப்படித்தான்

காதலித்தானோ? அம்மா உட்கார் என்றால் உட்காருவான், நில் என்றால் நிற்பான். இருபத்து இரண்டு வயதில் கூட யசோதா அவனை அடிப்பாள் என்றால் பார்த்துக் கொள்ளுங்கள். நான் ஒன்றும் கதைக்காகச் சொல்லவில்லை. நிஜமாகவே அடிப்பாள். கையால் அல்ல. கையில் கிடைக்கும் ஏதாவது ஒன்றினால் அடிப்பாள். வீடு என்று இருந்தால் ஹேங்கர், குடை மாதிரி ஒரு பொருள் கிடைக்காதா என்ன? விசிறி இப்போது பயன்பாட்டில் இல்லாததால் விசிறி மட்டை அடி இல்லை.

ஆனால் காதல் வந்து விட்டால் அது எதையும் பார்க்காது, எதற்கும் அஞ்சாது இல்லையா, அம்மாவுக்கு அடங்கின பையன் அம்மாவை மீறி விட்டான். பாஷ்யமும் அவன் காதலியும் யசோதாவின் அனுமதிக்காக எட்டு ஆண்டுகள் காத்திருந்தார்கள். அவர்கள் இருவரின் எட்டு ஆண்டுப் பொறுமை யசோதாவைக் கலைத்து விட்டது. பையனும் சளைக்கவில்லை. எனக்குக் கல்யாணமே வேண்டாம், இப்படியே இருந்து விடுகிறேன் என்று சொல்லி விட்டான். யசோதா பயந்து விட்டாள். ஏற்கனவே இரண்டு வாழாவெட்டிகள். தமையன் கஸ்தூரி ரங்கனுக்கு மனைவி இல்லை. தனக்குக் கணவன் இல்லை. போதும், தன் பிள்ளையும் வாழாவெட்டியாகப் போய் விடுவானோ எனப் பயந்து குஜராத்திப் பெண்ணுக்கு ஒத்துக் கொண்டு விட்டாள் யசோதா.

கல்யாணம் ஆன பிறகு பையனும் பெண்ணும் தனிக்குடித்தனம் போகவில்லை. யசோதாவுடனேயே இருந்து கொண்டார்கள். யசோதாவின் கதையை நான் இங்கே சொல்ல வேண்டிய அவசியமே இல்லை. யாரைப் பற்றியும் நாம் பொல்லாங்கு சொல்லக் கூடாது. ஆனாலும் நான் எப்பேர்ப்பட்ட மனிதர்களின் மத்தியில் வாழ்ந்து கொண்டிருக்கிறேன் என்பதற்காக என் மைத்துனியின் கதையைச் சொல்லத் துணிந்தேன்.

சுருக்கமாக முடித்து விடுகிறேன். பாஷ்யத்துக்குக் கல்யாணமாகி ஒரு வாரம் ஆகியிருக்கும். யசோதா எங்கள் வீட்டுக்கு வந்திருந்தாள். அவர்கள் வீடு எங்கள் வீட்டிலிருந்து நாலு வீடு தள்ளி இருக்கிறது.

வந்து சோஃபாவில் அமர்ந்தவள் பாஷ்யத்தை ஃபோனில் அழைத்தாள். குரலும் தோரணையும் எப்படி இருக்கும் தெரியுமா? நோ நோ நோ நோ, உங்களிடமும் என்னிடமும் பேசும்போது அவளைப் போல் பவ்யமாக யாராலும் பேச முடியாது. ஆனால் வைதேகி, பாஷ்யம், மற்றும் மருமகளிடம் பேசும் போது ஒரு ராணி தன் அடிமைகளிடம் பேசுவதுபோல் இருக்கும்.

“டேய், எப்படிடா உனக்கு இப்படிச் செய்ய மனசு வந்துது? சொல்டா. கல்யாணம் ஆகி ஒரே வாரத்துல நீ இப்டி எனக்கு துரோகம் பண்ணுவேன்னு நான் எதிர்பார்க்கவே இல்லடா பாஷ்யம்... எதிர்பார்க்கவே இல்ல...

ம்? ம்ஹூம்... எனக்குத் தெரியும் பாஷ்யம். எல்லாத்துக்கும் உன் பொண்டாட்டிதான்டா காரணம். நீ ஒண்ணும் சப்பைக்கட்டு கட்ட வேணாம்...

ஏன்டா நான் கேட்கிறேன். ஒரு வார்த்தை... ஒரே ஒரு வார்த்தை என்னண்ட கேட்டயாடா நீ? என்னடா இப்போ வந்து இல்லம்மா நொல்லம்மான்னு பசப்பறே? பச்சைத் துரோகிடா நீ... உன்னை நான் பெத்திருக்கவே படாது...

என்னது, ஏன் பெத்தியா? கேப்பேடா கேப்பே... ஏன் கேட்க மாட்டே? ஒங்கப்பன் புத்திதானேடா உனக்கும் இருக்கும்? உனக்காக நான் என லைஃபையே தியாகம் பண்ணியிருக்கேன்டா பாஷ்யம். இப்போ இப்படிச் சொல்லும் போது என் ஒடம்பு கூசுது... சரிடா நீ நன்னா இரு... நான் ஃபோனை வைக்கிறேன்... ஆனா ஒண்ணு தெரிஞ்சுக்கோ... நான் உன்னை என்னிக்குமே மன்னிக்க மாட்டேன்...”

இவ்வளவையும் என் எதிரேதான் பேசினாள் யசோதா. எனக்கு மண்டை வெடித்து விடும்போல் இருந்தது. இந்த பாஷ்யம் பயல் என்ன பண்ணினான்? அது என்ன நம்பிக்கைத் துரோகம்? அதுவும் கல்யாணம் ஆகி ஒரே வாரத்துக்குள்? அதுவும் ஒரு பையன் தன் அம்மாவுக்கு நம்பிக்கைத் துரோகம் செய்ய முடியுமா? ஏற்கனவே ஒரு காதலி இருந்து அவளை ஏமாற்றி

விட்டு இப்படி ஒரு கல்யாணம் செய்திருந்தால் அவள் இப்படிச் சொல்லலாம்? ஒரு அம்மாக்காரிக்கு ஒரு பையன் என்ன நம்பிக்கைத் துரோகம் செய்ய முடியும்? ஏதாவது சொத்து கித்தை மனைவி பெயருக்கு எழுதி வைத்து விட்டானா? அப்படி இருக்காதே. அந்தப் பயலுக்கு சொத்து கிடையாதே?

யசோதா கிளம்பிய பிறகு வைதேகியிடம் நைஸாக என்ன விஷயம் என்று கேட்டேன். என் பிரியத்துக்குரிய வாசகர்களே, எப்பேர்ப்பட்ட ஸைக்கோ கும்பலிடம் மாட்டிக் கொண்டிருக்கிறேன் என்று நான் உணர்ந்த தருணம் அது. வைதேகி சொன்னாள். பாஷ்யம் தன் பெண்டாட்டியை அழைத்துக் கொண்டு யசோதாவிடம் சொல்லாமல் சினிமாவுக்குப் போய் விட்டான். இன்னும் சினிமா ஆரம்பிக்கவில்லை. இடையிலேயே பிடித்து விட்டாள் யசோதா. ஏன் இரண்டு பேரும் இவளிடம் சொல்லாமல் சினிமாவுக்குப் போய்த் தொலைந்தார்கள்? காரணம், இரண்டு பேரும் ஒரே அலுவலகம். வீட்டுக்கு வந்து யசோதாவையும் அழைத்துக் கொண்டு போனால் படம் ஆரம்பித்து விடும் என்று தனியாகப் போயிருக்கிறார்கள்.

இப்போது சொல்லப் போகும் சம்பவம் பாஷ்யத்துக்குக் கல்யாணம் நடந்து ஒரு வருடம் ஆன பின் நடந்தது:

ஒருநாள் மூவரும் வெளியே செல்கிறார்கள். யசோதா முன் இருக்கை. பாஷ்யத்தின் மனைவி அனுஜா பின் இருக்கை. காரை பாஷ்யம் ஓட்டிக் கொண்டிருக்கிறான். எப்போதும் இதுதான் ஏற்பாடு. பாஷ்யமும் அனுஜாவும் அலுவலகத்துக்குப் போகும்போது மட்டும் இருவரும் முன்னிருக்கையில் அமருவார்கள். பாஷ்யம் நன்றாகத்தான் கார் ஓட்டுவான். ஆனால் யசோதா முன்னிருக்கையில் அமர்ந்து கொண்டு ஏகப்பட்ட கலாட்டா பண்ணுவதாக அனுஜா அடிக்கடி என்னிடம் சொல்வாள். என்ன கலாட்டா? சிவப்பு சிக்னலைப் பார்த்த உடனேயே அலற ஆரம்பித்து விடுவாள். “டேய் டேய், ரெட் சிக்னல்டா. ரெட் சிக்னல்டா” என்று ஊரையே கூப்பிடுவது போல் அலறினால் வண்டி ஓட்டுபவன் என்ன

செய்வான்? யாராவது முன்னே போனால், டேய் டேய் பாத்து ஓட்றா கொலகாரப் பாவி. இந்நேரம் அவனைக் கொல்லப் பாத்தேடா.

ரோட் ரேஜ் என்று உங்களுக்குத் தெரியும் இல்லையா? அந்த அளவுக்கு பாஷ்யத்தை வெறுப்பேற்றுவது.

பொறுத்துப் பொறுத்துப் பார்த்த பாஷ்யம் ஒருநாள் திருப்பிக் கொடுத்திருக்கிறான்.

"அம்மா, நீங்க இப்படிப் பண்றதுனாலதான் நான் காரை எவன் மேலயாவது ஏத்தப் போறேன். கொஞ்சம் சத்தம் போடாம வர்றீங்களா இல்லையா?"

அதைக் கூட மிகவும் மென்மையாகத்தான் கேட்டானாம்.

வேகமாகப் போய்க் கொண்டிருக்கும் காரின் கதவைத் திறந்து கொண்டு வெளியே குதிக்கப் பார்த்திருக்கிறாள் யசோதா. பாஷ்யம்தான் சட்டென்று அவள் கையைப் பிடித்து இழுத்து உள்ளே போட்டிருக்கிறான்.

பிறகு அவன் கனடா போய் இந்தப் பைத்தியக்காரக் கும்பலிலிருந்து தப்பி விட்டான். கஸ்தூரி ரங்கன் மாட்டிக் கொண்டார்.

எனக்கும் கஸ்தூரி ரங்கன் மாதிரிதான் ஆகியிருக்கும். ஆனால் அந்த ஸ்ட்ரெஸ்ஸை நான் இரண்டே வார்த்தைகளின் மூலம் என்னிடமிருந்து அப்புறப்படுத்தி விடுகிறேன். போடீ சுன்னி... ஓ மை காட். அதற்குள் உங்கள் கற்பனைக் குதிரையைத் தட்டி விட்டு விடாதீர்கள். மனசுக்குள்ளேயேதான் சொல்லிக் கொள்வேன். அதாவது, எதிலுமே பட்டுக் கொள்ளாமல் இருக்க அந்த இரண்டு வார்த்தைகளும் மந்திரம் போல் எனக்கு உதவி செய்தன.

உதாரணமாக, சுப்ரஜாவுக்கும் ராஜகோபாலனுக்கும் ஏற்பட்ட குப்பைக்கூடை யுத்தம் மாதிரியே இன்று காலையில் என் வீட்டிலும் ஏற்பட இருந்தது. வரிசைக் கிரமமாகச் சொல்கிறேன்.

காலையில் நான்கு மணிக்கு எழுந்தேன். எழுந்தவுடன் என்

யோகா குரு சௌந்தரின் குரலில் ம்ருத்யுஞ்ஜெய மந்திரத்தைக் கேட்டேன். ஒன்பது தடவைகள். பிறகு, காயத்ரி மந்திரம். பிறகு, துர்கா பத்தீஸ் நாமாவளி. எல்லாம் சேர்ந்து ஒரு பத்து நிமிடம். காலையிலும் இரவில் உறங்கச் செல்லும் முன்பும் கேட்டால் மனதின் உளைச்சலும் உக்கிரமும் கொஞ்சம் சமன்படும். சௌந்தர் சொன்னது உண்மைதான். போடூ சுன்னி மந்திரத்தைப் போலவே இந்த மந்திர உச்சாடனங்களும் என் மனதின் சமநிலையைப் பேண நன்றாக வேலை செய்கின்றன. ஆனால் என்ன, போடூ சுன்னி அலோபதி மருந்து மாதிரி உடனே வேலை செய்யும். சௌந்தர் சொன்ன மந்திரங்கள் ஆயுர்வேதம், சித்தா மாதிரி நோயின் வேரையே அறுத்து அதற்கடுத்து நோயே வராத அளவுக்குச் செய்யும் போலும். அதனால் உடனடி நிவாரணத்தை எதிர்பார்க்க முடியாது.

பிறகு வீட்டில் இருக்கும் பத்து பூனைகளுக்கான வேலைகளை முடித்தேன். எல்லாம் மலஜலத் துப்புரவுப் பணிகள். பூனைகளுக்கு சாப்பாடு கலந்து கொடுத்தேன். பிறகு யோகா, தியானம். பிறகு காஃபி குடித்து விட்டு பாரதீய வித்யா பவனுக்குக் கிளம்பினேன்.

ஆராவமுதாச்சாரியாரின் திருப்பாவை உபந்நியாசம் நடந்து கொண்டிருக்கிறது. அன்று பன்னிரண்டாவது நாள். பெரியவர் ஒரு அறிவுக் கடல். 'ஊற்றமுடையாய்! பெரியாய்' என்ற வார்த்தைகளுக்கு மட்டும் ஒன்றரை மணி நேரம் அனுபவம் செய்தார். அதுவே சுருக்கமாகத்தான் செய்கிறாராம். அடிக்கடி சொல்கிறார். வாஸ்தவம்தான். இதையெல்லாம் காலம் நேரம் பற்றிய பிரக்ஞையின்றிக் கேட்டுக் கொண்டே இருக்க வேண்டும். ஊற்றமுடையாய் என்றால் உடனடியாகப் பெரியாழ்வாரைப் பிடித்து நம்மாழ்வாருக்குப் போய், அங்கிருந்து கம்பன், வேதாந்த தேசிகன், ரிக், யஜுர், பெரியவாச்சான் பிள்ளை என்று அலையலையாய்ப் பரவிப் பெருகிப் பிரவாகமாய் ஓடிக் கொண்டிருந்தது ஆராவமுதாச்சாரியாரின் உபந்நியாசம்.

ஏழு மணிக்கு ஆரம்பித்து எட்டரைக்கு முடியும். அங்கேயே சிற்றுண்டியும் உண்டு. சிற்றுண்டி தரமாகத்தான் இருந்தது.

ஒருநாள் பொங்கல், ஒருநாள் உப்புமா, ஒருநாள் சேவை என்று மாற்றி மாற்றித் தருகிறார்கள். கூடவே தரமான ஒரு இனிப்பு. ஆனால் வரிசையில் நிற்க வேண்டும். எனக்கு வரிசையில் நிற்கப் பிடிக்காது. நான் வரிசையில் நிற்கும் ஒரே இடம் விமான நிலையம்தான். மற்றபடி எங்கெல்லாம் வரிசை இருக்கிறதோ அதையெல்லாம் தவிர்த்து விடுவது வழக்கம்.

சிற்றுண்டி வரிசையின் போதுதான் தெரியும், சுமார் எழுபது பேர் வருகிறார்கள். சமயங்களில் நூறு பேர். அரங்கத்தின் கொள்ளளவு நானூறு. ஆச்சாரியாருக்கு தைரியம்தான். ஆட்களே இல்லாவிட்டாலும் வெறும் அரங்கத்திலேயே உபந்நியாசம் செய்யக் கூடிய அளவுக்கு மனோதிடம் கொண்டவராகத் தெரிந்தார்.

ஒரே ஒரு நாளைத் தவிர மற்ற பதினான்கு நாட்களிலும் உபந்நியாசம் கேட்டு விட்டேன். இத்தனை நாட்களிலும் உபந்நியாசம் தொடங்கும் போது ஐந்து பேர். முடியும் போது எழுபது எண்பது பேர். ஏழிலிருந்து எட்டரை வரைக்கும் வந்து கொண்டே இருந்தார்கள். ஐந்து பேரைத் தவிர வேறு அத்தனை பேருமே கால் மணி நேரமோ அரை மணி நேரமோ முக்கால் மணி நேரமோ ஒரு மணி நேரமோ தாமதமாகத்தான் வருகிறார்கள். எண்பத்தைந்து வயது ஆசாமி நேரத்துக்கு வந்து விடுகிறார். அவருடைய ஞானத்தை இலவசமாகப் பெற்றுக் கொள்ள வருபவர்கள் அத்தனை பேரும் தாமதமாக வருகிறார்கள். அது பற்றி அவர்களுக்குக் கொஞ்சம் கூட கூச்சமில்லை. இதுதான் அவர்கள் ஆண்டாளுக்கும் அவர்கள் நம்பும் ஆன்மீகத்துக்கும் தரும் மரியாதை. எனக்குத் தோன்றியது, இங்கே ஏழரை மணிக்குக் கிருஷ்ண பரமாத்மாவே வந்து தர்சனம் தருகிறார் என்றாலும் கூட மனிதர்கள் தாமதமாகத்தான் வருவார்கள்.

பதினெட்டு வயதிலிருந்து நான் பிராமணர்களோடு அனுபவம் கொள்கிறேன். இப்போது என் வயது அறுபத்தொன்பது. அவர்களோடு அனுபவம் கொள்வது கொஞ்சம் வித்தியாசமாகத்தான் இருக்கிறது. பதினெட்டு வயதில் சம்ஸ்கிருத

வகுப்பு. அங்கே நான் ஒருவன்தான் அபிராமணன். இங்கே இந்த பாரதீய வித்யா பவனில் என்னைத் தவிர இன்னும் இரண்டொரு பேர் இருக்கலாம். அதில் ஒருவர் இந்து மக்கள் கட்சியைச் சேர்ந்தவர். அவரே வந்து அறிமுகப்படுத்திக் கொண்டார். அவரைத் தவிர வேறு யாருக்குமே அங்கே என்னை அடையாளம் தெரியவில்லை. தினமும் காலையில் ஏழு மணிக்கு வந்து ஆராவதுமாச்சாரியார் அள்ளி அள்ளித் தரும் பேரின்பத்தைப் பெற்றுச் செல்பவர்களில் முக்கால்வாசி அய்யங்கார் சமூகம். நெற்றியில் தெரிந்தது. நாலைந்து பேர் அய்யர்.

கட்சிக்காரரும் என்னிடம் வந்து “நீங்கள் முன்பு போல் இல்லை; இப்போது நிறைய மாறி விட்டீர்கள்” என்று அனுசரணையாகச் சொன்னார். அதாவது, முன்பு நான் நாஸ்திகன். இப்போது நம்பிக்கையாளன். கட்சிக்காரர் என்றதும் வேறு மாதிரி அர்த்தமாகிறது. இவர் அந்த மாதிரி கட்சிக்காரர் இல்லை. இவரது கட்சிப் பெயரிலேயே கட்சி இருப்பதால் கட்சிக்காரர். அந்தக் காலத்தில் தேசபக்தர்களின் கண்களில் தெரியுமே ஒருவித கொள்கைப் பிடிப்பும் ஆவேசமும், அது அவரது கண்களில் தெரிந்தது. அதனால்தான் எனக்கு எந்தக் கொள்கை என்றாலும் அச்சமாக இருக்கிறது. கொள்கைகளே இல்லாத இடம் இந்த உலகில் எங்கே இருக்கிறது சொல்லுங்கள், அங்கே போய் வசிக்க ஆரம்பிக்கலாம் என்று ஆசையாக இருக்கிறது.

அது போகட்டும், எனக்கு என்னவோ தேடியபோதும் சரி, இப்போது கிடைத்து விட்ட நிலையிலும் சரி, என்னிடம் எந்த வித்தியாசமும் தெரியவில்லை. முன்பு தேடினேன். கிடைத்தது. இப்போது அனுபவிக்கிறேன். அவ்வளவுதான். தேடியதும் அற்புதம். அனுபவம் கொள்வதும் அற்புதம்தான்.

சிற்றுண்டியின் போது ஒருநாள் ஒரு சம்பவம். சிற்றுண்டி தரும் பொறுப்பாளரிடம் இரண்டு பேர் வெங்காயம் இல்லாமல் சமைக்கச் சொல்லும்படி அறிவுறுத்திக் கொண்டிருந்தார்கள். இரண்டு பேருமே என் நண்பர்கள். ஒருவர் ரமணன். சினிமா நடிகர். இன்னொருவர் புவனேஸ்வரி. சினிமா பிரபலம்

என்றாலே நம்மவர்கள் பயந்து நெளிவார்கள் இல்லையா? அதேபோல் அந்தப் பொறுப்பாளர் பெண்மணியும் கூசி நெளிந்தபடி "நிச்சயம் நீங்கள் சொல்கிறாற்போல் செய்கிறோம் சார்" என்றார்.

ரமணன் மிகவும் நல்ல மனிதர். யாரையும் ஒருபோதும் புண்படுத்த மாட்டார். மிகுந்த பணிவும் அடுத்தவரை மதிக்கும் பண்பும் மிக்கவர். அதனால் அவர் அந்தப் பொறுப்பாளரிடம் சொன்னார், "எனக்காகச் செய்ய வேண்டாம். நேற்று ஒரு முதிய தம்பதி வந்து நின்று உப்புமா வாங்கினார்கள். வெங்காயம் போட்டிருந்ததைப் பார்த்து விட்டு அப்படியே வைத்து விட்டுப் பசியோடு திரும்பினார்கள். வருத்தமாக இருந்தது."

இதுதான் எனக்கு பெரிய பிரச்சினையாகவே இருக்கிறது. 1971இல் தஞ்சாவூர் அக்ரஹாரத்தில் நான் சம்ஸ்கிருதம் கற்றுக் கொண்ட போது ஒருநாள் சம்ஸ்கிருத ஆசிரியர் எங்களையெல்லாம் பார்த்து என்ன சாப்பிட்டீர்கள் என்று கேட்டார். முக்கால்வாசிப் பையன்கள் தயிர் சாதம் என்றும், சிலர் இட்லி என்றும் தோசை என்றும் சொன்னார்கள். நான் மட்டும் ஆப்பம் பாயா என்றேன். தஞ்சாவூர் அக்ரஹாரத்தில் ஐம்பது ஆண்டுகளுக்கு முன்பு பாயா என்றால் யாருக்குப் புரியும்? நீங்கள் தஞ்சை ப்ரகாஷ் என்ற எழுத்தாளரைப் படித்திருந்தால் நான் சொல்வதை விளங்கிக் கொள்ளலாம். நான் இருந்தது வெங்கடேச பெருமாள் கோவில் வீதி. சம்ஸ்கிருத ஆசிரியர் வீடு அந்தக் கோவிலை ஒட்டி இருந்தது. தஞ்சை ப்ரகாஷின் தஞ்சாவூர் வடக்கு வீதியில் இருக்கிறது. முழுக்கவும் முஸ்லிம்கள் வாழும் பகுதி. நீண்ட நாட்களாக நான் பாயா வேண்டும் என்று கேட்டுக் கொண்டிருந்ததால் பெரியம்மா அன்றைய தினம் எனக்காகப் பாயா செய்தார்கள். எனக்குப் பாயா ஏன் பிடிக்கும் என்றால் நான் நாகூரைச் சேர்ந்தவன். இஸ்லாமியக் கலாச்சாரத்தில் வளர்ந்தவன்.

பாயா என்றால் என்ன என்று கேட்டார் சம்ஸ்கிருத வாத்தியார்.

நான் ஆட்டுக் காலில் செய்வது என்றேன்.

அதைக் கேட்ட அவரும் சரி, அங்கிருந்த பையன்களும் சரி, என்னை ஏதோ ஒரு துஷ்ட மிருகம் போல் பார்த்தார்கள்.

வெங்காயம் கூடாது என்று சொன்னதும் எனக்குத் தஞ்சாவூர் சம்பவம் ஞாபகம் வந்தது. அப்போது என் மனதில் எழுந்த எண்ணங்கள்:

உங்களுடைய உணவுப் பழக்கத்தை ஏன் அடுத்தவர் மீது திணிக்கிறீர்கள்? அதற்கு உங்களுக்கு என்ன அதிகாரம் இருக்கிறது? இது என்ன ஜெயின் கோவிலா? ஜெயின் கோவில் என்றால் எனக்கு எந்த ஆட்சேபணையும் இல்லை. அல்லது, இது என்ன பிராமணருக்கு மட்டுமான உபந்நியாசமா? எல்லோருக்கும் பொதுவானதுதானே? ஹிந்து மதம் என்பது பூண்டு வெங்காயம் சாப்பிடாதவர்களுக்கு மட்டும்தானா? இந்த விஷயத்தை சிற்றுண்டிப் பொறுப்பாளரிடம் சொன்ன ரமணன் அ-பிராமணர். ஆனாலும் வெங்காயம் இல்லாமல் சாப்பிடுவது பிராமணர் வழக்கம். அதிலும் எல்லா பிராமணரும் அல்ல; ஒரு சிலர்தான். ஹிந்து மதத்துக்கு என்று தனியாக மதக் கட்டுப்பாடுகள் இல்லை. மாட்டுக் கறி உண்பவனும் ஹிந்து, மாட்டை வணங்குபவனும் ஹிந்து. சொல்லப்போனால் புத்தர் அசோகர் காலத்தில் பிராமண மதத்தில் (அப்போதெல்லாம் ஹிந்து என்ற பெயர் இல்லை) வேள்வி என்ற பெயரில் எல்லாவித பிராணிகளையும் அக்னியில் போட்டார்கள். அந்த ஒரே காரணத்தால்தான் பௌத்தம் அரசர்களிடையே பிரபலம் ஆனது.

அந்த வரலாற்றுக்கெல்லாம் நான் போக விரும்பவில்லை. என்னுடைய எளிமையான கேள்வி: நீங்கள் சாப்பிடும் உணவு முறையை ஏன் எல்லோரிடத்திலும் திணிக்கிறீர்கள்? இதேதான் மற்ற எல்லா விஷயங்களிலும் நடக்கிறது. குடிப் பழக்கம் இல்லாதவர்கள் அதை மற்றவர் மீது திணிப்பதும் இதே ஃபாஸிஸம்தான். நான் குடிப்பதில்லை. எனவே நீயும் குடிக்காதே. நான் வெங்காயம் சாப்பிட மாட்டேன். நீயும் சாப்பிடாதே.

வெங்காயத்திலும் பூண்டிலும் காமத்தைத் தூண்டக் கூடிய வஸ்துக்கள் உள்ளன. அதனால்தான் நம் முன்னோர் அதைத் தடை செய்தனர். இந்தக் காலத்தில் நாம் சாப்பிடும் வண்டி வண்டியான அலோபதி மருந்துகள் நம்மை நபும்ஸகனாக்கும் தன்மை கொண்டவை. இந்த நிலையில் பூண்டும் வெங்காயமும் நாம் சாப்பிட்டே ஆக வேண்டும். இல்லாவிட்டால் சிறுகச் சிறுக ஹிந்து மதமே அழிந்து போகும். பாருங்கள், *Urimax D* என்ற மருந்து சாப்பிடுவதால் நான் முழுமையாக என் விரைப்புத்தன்மையை இழந்து விட்டேன். இந்த மருந்தை உட்கொண்டால் ஆண் தன்மை இழப்பு நிச்சயம் என்று அந்த மருந்திலேயே கொட்டை எழுத்தில் எழுதி இருக்கிறான். சிகரெட்டில் எழுதியிருக்கும் அல்லவா, இதைப் புகைத்தால் புற்றுநோய் வரும் என்று, அப்படி. இந்த நிலையில் 4000 ஆண்டுகளுக்கு முன் கீதையில் சொல்லியிருக்கும் உணவுப் பழக்கத்தை இப்போதும் பின்பற்ற வேண்டுமா? சரி, பின்பற்றுங்கள். புகார் இல்லை. அதைப் பிறர் மீது ஏன் திணிக்கிறீர்கள்?

கர்மாவின் காரணமாக, நான் இந்த மானுடக் கூட்டத்தில் பிறந்து விட்டாலும் கூட இவர்களின் காரியங்களில் குறுக்கிடுவதில்லை என்பதால் அந்த வெங்காயப் பிரச்சினை நடந்து கொண்டிருந்த போது வெறுமனே வேடிக்கைதான் பார்த்துக் கொண்டிருந்தேன்.

மேற்கண்ட கருத்துக்களை நான் என்னுடைய இணைய தளத்தில் எழுதியிருந்தேன். உடனே புவனேஸ்வரி கோபித்துக் கொண்டாள். “ரமணன் மிகவும் வருத்தப்பட்டிருப்பார். எப்படி நீங்கள் ஃபாஸிஸ்ட் அது இது என்று எழுதலாம்? முஸ்லிம்கள் ரமலான் மாதத்தில் ஒரு மாதம் பூராவும் பகலில் சாப்பிடுவதில்லை. இங்கே நம்மிடையே கூட அசைவம் சாப்பிடுபவர்கள் புரட்டாசி மாதம் முழுவதும் அசைவம் சாப்பிடுவதில்லை. அதேபோல்தான் பிராமணர்களும் மார்கழி முழுவதும் வெங்காயம் சாப்பிடுவதில்லை” என்று ஆக்ரோஷமாக வாதிட்டாள். நான் உடனே அவளிடம் சரணடைந்து விட்டேன். “ஆமாம், நீ சொல்வதுதான் சரி,

நாளையே போய் வெங்காயத்துக்கு எதிராக எழுதி விடுகிறேன்” என்றேன்.

“என்ன இருந்தாலும் ரமணன் வருத்தப்பட்டிருப்பார். ஃபாஸிஸ்ட் என்று எழுதி விட்டீர்களே?”

உடனடியாக வீட்டுக்குப் போய் ரமணனுக்கு ஒரு மன்னிப்பு வாய்ஸ் மெஸேஜ் அனுப்பினேன்.

மறுநாள் வந்த ரமணன் என்னிடம் “நீங்கள்தான் என்னை மன்னிக்க வேண்டும்; நானேதான் ஆயிடுக” என்றார். நானே எல்லாப் பழியையும் ஏற்றுக் கொள்கிறேன். நீங்களே வெற்றி அடைந்தவராக இருக்கட்டும்.

இரண்டு பேரிடமும் மன்னிப்புக் கேட்டு விட்டாலும், அந்த வெங்காய விஷயம் என்னைத் துரத்திக் கொண்டே இருந்தது. ஏன் துரத்தாது?

தபால் துறையில் ஸ்டெனோவாக வேலை செய்த போது ஒரு சமயம் சீனிவாச ராகவன் என்ற பீயெம்ஜீயிடம் மாட்டினேன். பொதுவாக அம்மாதிரி அதிகாரிகளிடம் அறிவழகன் என்ற பெயர் கொண்ட திராவிட இனத்தவரை அனுப்ப மாட்டார்கள். ஆனால் சீனிவாச ராகவனின் ஸ்டெனோ அழகிய மணவாளன் விடுப்பில் சென்று விட்டதாலும், ’ஸ்டெனோஸ் பூல்’ என்ற இட்த்தில் அப்போது நான் மட்டுமே கிடந்ததாலும் என்னை ஒரு வாரம் அங்கே அனுப்பினார்கள். அப்போது சீனிவாச ராகவனிடம் ஃபைலைக் கொண்டு வந்தார் பெரியசாமி என்ற ஹெட் கிளார்க். பெரியசாமி பட்டியல் இனத்தைச் சேர்ந்தவர். சீனிவாச ராகவன் தனக்குக் கீழே உள்ள ஊழியர்களிடம் சகஜமாகப் பேசி ஜோக்கடித்துப் பழகக் கூடியவர் என்று பேர் எடுத்தவர். அப்போது மதியம் மூன்று மணி இருக்கும். டிக்டேஷன் எடுத்துக் கொண்டிருக்கும்போதே எனக்குத் தூக்கம் தூக்கமாக வந்தது.

எனக்குத் தூக்கம் ஒரு வாழ்நாள் பிரச்சினை. யாராவது மேடையில் பேசிக் கொண்டிருப்பதைக் கேட்டால் தூக்கம் வரும். பேச்சாளர் எத்தனை ஆவேசமாகப் பேசினாலும் தூங்கி

விடுவேன். முன்பு சரி, இப்போதெல்லாம் நானே மேடையில் அமர வைக்கப்படும் நிலைக்கு உயர்ந்து விட்டதால் அது பெரிய லஜ்ஜையாக இருக்கிறது. நான் பாட்டுக்கு எந்தக் குற்ற உணர்ச்சியும் இல்லாமல் தூங்கியிருப்பேன். ஆனால் மேடையில் தூங்கிப் பிரபலம் ஆன பிரதமர் தேவ கௌடா காரணமாக மேடையில் தூங்குவது ஒரு பெரிய பிரச்சினையாகி விட்டது. சில சமயங்களில் கையில் ஒரு கிராம்பை எடுத்துக் கொண்டு போவேன். தூக்கம் வரும் சமயங்களில் கிராம்பை எடுத்து வாயில் போட்டால் அதன் காரத்தில் தூக்கம் போய் விடும். ஆனால் கூட்டத்துக்குப் போகும் போது மறக்காமல் கிராம்பை எடுத்துச் செல்ல வேண்டுமே? பல சமயங்களில் மறந்து விடுவேன்.

ஆட்டோவில், காரில் போகும்போது தூங்காமல் இருந்தால்தான் ஆச்சரியம்.

இசைக் கச்சேரிகள் கேட்கும் போதும் தூங்கி விடுவேன். ஆனால் கொடுமை என்னவென்றால், குறட்டை வேறு வந்து விடும். அதனால் நான் வெளியில் கச்சேரிகளுக்கே செல்வதில்லை. இன்று பாருங்கள், காலையில் நன்றாகக் குளித்து விட்டு ஆராவமுதாச்சாரியாரின் உபந்நியாசம் கேட்டுக் கொண்டிருக்கும்போது தூக்கம் பிய்த்துக் கொண்டு வந்தது. இதற்கிடையில், தூங்காமல் உபந்நியாசம் கேட்க வேண்டும் என்றே ஏழு மணி நேரம் தூங்கி விட்டுத்தான் சென்றிருந்தேன்.

ஒருநாள் வீட்டில் பாத்திரம் தேய்த்துக் கொண்டிருக்கும்போதே தூங்கி விழுந்து விட்டேன்.

இப்படி சொல்லிக் கொண்டே போகலாம்.

நான் தூங்கித் தூங்கி விழுவதை சீனிவாச ராகவன் கவனிக்கவில்லை.

“வாய்யா பெரியசாமி, என்ன லஞ்ச்?” என்று கேட்டார்.

அதற்கு பெரியசாமி “ஆனியன் ஃப்ரைட் ரைஸ் சார்” என்றார்.

“என்னய்யா இது ஆனியன் ஃப்ரைட் ரைஸ், நான் கேள்விப்பட்டதே இல்லையே?”

"அது ரொம்ப சிம்பிள் சார், வெங்காயத்தையும் பூண்டையும் நறுக்கி எண்ணெயில் போட்டு வதக்கி அதில் ரைஸை எடுத்துப் போட்டு கொஞ்சம் உப்பையும் சேர்த்துக் கிளறினால் ஆனியன் ரைஸ் சார்."

"ஐயோ பெரியசாமி... நிறுத்தும் உம் ஆனியன் ரைஸ் புராணத்தை. மனிதப் பிறவிகள் பூண்டும் வெங்காயமும் சாப்பிடவே கூடாது. சாங்கியா தத்துவம் என்ன சொல்றதுன்னா மனுஷாளுக்கு மூணு குணம் இருக்கு. சாத்வீக குணம், ராஜஸ குணம், தாமஸ குணம். சாத்வீகம்ங்கிறது, நற்காரியங்களில் மனதை ஈடுபடுத்துவது. மன அடக்கம், புலனடக்கத்தின் மூலம் அதை சாதிக்கலாம். அடுத்தது, ரஜோ குணம். ராஜஸம்னும் சொல்லலாம். அதீதமாக புலனின்பத்தில் ஈடுபடுதல். தமோ குணம்னா, மிருகத் தன்மை, ராக்ஷஸத் தன்மை. இந்த குணத்தில் இருக்கறவாள்ளாம்தான் அடுத்த ஜென்மாவிலே மிருகமாகப் பொறக்கிறா. இப்போ நீ சொல்லு பெரியசாமி, நீ எந்த குணம்?"

"அநேகமா நடுூல இருக்கிற ராட்சச குணம்னு நினைக்கிறேன் சார்..."

"அது ராக்ஷஸ குணம் இல்லே பெரியசாமி. ராஜஸ குணம். நீ ரஜோ குணம்னே சொல்லிக்கலாம். ஆனா நீ இப்படி பூண்டையும் வெங்காயத்தையும் போட்டு அடிச்சேன்னா மூணாவது இடத்துக்கு வந்திடுவே, ஜாக்கிரதை. இன்னிலேர்ந்து பூண்டையும் வெங்காயத்தையும் விட்ரூ..."

"நிச்சயமா சார், நிச்சயமா சார்..." என்று இளித்தார் பெரியசாமி. வேறு என்ன செய்ய முடியும்? சொல்பவர் பீயெம்ஜி. மறு பேச்சு பேச முடியுமா?

இதைத்தான் ஃபாஸிஸம் என்கிறேன். தனக்குக் கீழே வேலை பார்க்கும் ஒரு எலிக்குஞ்சிடம் அதிகாரத்தைக் காண்பித்துத் தன்னுடைய கருத்தைத் திணிப்பது.

சரி, ரமலானுக்கு வருவோம். முஸ்லிம்கள் அத்தனை பேரும் எந்த சாதி வித்தியாசமும் இல்லாமல் நோன்பு பிடிக்கிறார்கள். அதாவது, நூற்றுக்கு நூறு பேரும் நோன்பு பிடிக்கிறார்களோ

இல்லையோ, நோன்பு பிடிப்பது ஒவ்வொரு முஸ்லிமின் கடமை. ஆனால் மார்கழியில் வெங்காயம் சாப்பிடக் கூடாது என்பது எல்லா ஹிந்துக்களின் கடமையா? எங்கே அப்படி எழுதப்பட்டிருக்கிறது? நமக்குத்தான் புனித நூல் என்ற ஒன்றே கிடையாதே? இன்னதுதான் சட்டம், நியமம் என்று இல்லையே? நீ மாட்டை வணங்கினால் இன்னொருத்தன் மாட்டைத் தன் கடவுளுக்கு பலி கொடுக்கிறான். நீ புலால் உண்ணாமை என்று சொன்னால் இன்னொருத்தன் ஆட்டுக் கிடாயை அப்படியே பல்லால் கடித்து ரத்தத்தை உறிஞ்சுகிறான். அவன்தான் அந்த இனத்தின் பூசாரி. சரி, எத்தனை பேர் மார்கழியில் பூண்டு உண்ணாமல் இருக்கிறார்கள்? என்னுடைய இந்த அறுபத்தொன்பது வயதிலும் மார்கழியில் வெங்காயம் சாப்பிட மாட்டார்கள் என்ற விஷயமே எனக்குத் தெரியாதே ஐயா? அது மட்டும் அல்ல, நான் இந்த பாரதீய வித்யா பவனுக்குப் போகாமல் இருந்திருந்தால் இந்த வெங்காயத் தடை பற்றி நான் சாகும் வரை எனக்குத் தெரியாமல் இருந்திருக்குமே? அப்படியானால் நான் ஹிந்து இல்லையா? இதோ பாருங்கள். சமத்காரமாக ரமலான், புரட்டாசி சைவ விரதம் என்பதையெல்லாம் இழுக்காதீர்கள். நீங்கள் எத்தனை பேர் மார்கழியில் வெங்காயம் சாப்பிடாமல் இருக்கிறீர்கள்? நீங்கள் எப்படி வேண்டுமானாலும் சாப்பிட்டுக் கொள்ளுங்கள். அது உங்கள் விருப்பம். ஒரு சிறுபான்மையின் உணவுப் பழக்கத்தை ஏன் பொதுவெளியில் வைத்து மற்றவர்களின் மீது திணிக்கிறீர்கள்? அந்த அதிகாரத்தை உங்களுடைய சாதி என்ற அடையாளம்தானே கொடுக்கிறது? புரட்டாசியில் அசைவம் சாப்பிடாதவர்களை உதாரணம் காட்டுகிறீர்கள். அவர்கள் இப்படித்தான் பொதுவெளியில் வந்து "யாரும் மாமிசம் சாப்பிடாதீர்கள், இது புரட்டாசி மாதம்" என்று சொல்கிறார்களா? இல்லையே? ரமலான் மாதத்தில் யாரும் பகலில் சாப்பிடக் கூடாது என்று முஸ்லிம்கள் சொல்கிறார்களா? அப்படியிருக்கும்போது ஏன் நீங்கள் பாரதீய வித்யா பவனில் வந்து வெங்காயம் கூடாது என்கிறீர்கள்? பாரதீய வித்யா பவன் என்ன வெங்காயம் சாப்பிடாத சாதியினருக்கு மட்டுமே

உரியதா? அங்கே உணவு தயாரிப்பவர்கள் அபிராமணர்கள். உணவைப் பரிமாறுபவர்கள் அபிராமணர்கள். இந்த உபந்நியாசத்துக்கு நிதியுதவி அளித்தவர்களில் முக்கால்வாசிப் பேர் அபிராமணர்கள். அரங்க நிர்வாகி அபிராமணர். அவர் ஆராவமுதாச்சாரியாரையே ஐயா என்றுதான் அழைக்கிறார். ஸ்வாமி என்று அவருக்கு அழைக்கத் தெரியாது. அது அவர் கலாச்சாரத்தில் இல்லை. ஆனால் நீங்கள் வந்து வெங்காயம் வேண்டாம் என்கிறீர்கள். நான் ரமணனைச் சொல்லவில்லை. அவர் மறுநாளே வந்து நானேதான் ஆயிடுக என்று சொல்லி விட்டார். நான் கேட்பது புவனேஸ்வரியை.

புவனேஸ்வரியும் ரமேஷும் நானும் கோயம்பத்தூரிலிருந்து சென்னைக்கு ரமேஷின் காரில் வந்து கொண்டிருந்தோம். கார் சேலத்தை நெருங்கும்போது எங்கே சாப்பிடலாம் ரமேஷ் என்று கேட்டேன். செல்வி மெஸ் என்றார் ரமேஷ். அந்த மெஸ் பற்றி நான் ஏற்கனவே கேள்விப்பட்டிருக்கிறேன். அசைவ உணவின் உச்சங்களில் ஒன்று. எனக்கு நாக்கு ஊறியது. ஏனென்றால், என் வீட்டில் பேரன் வந்ததிலிருந்து அசைவமே காணாமல் போய் விட்டது. ஐந்து மாதம் ஆகிறது. ஆகையினால் நான் அசைவ உணவின் மீது பெரும் வெறியுடன் இருந்தேன்.

வேண்டாம் என்ற குரல் புவனேஸ்வரியிடமிருந்து வந்தது. அந்த வேண்டாம் கர்ண கடூரமான குரலில் வந்ததுதான் முகத்தில் குத்து வாங்கியது போல் இருந்தது. சரி புவி, வேண்டாம் என்று பதுங்கி விட்டேன் நான். ஏனென்றால், இந்த அசைவ விஷயத்தில் புவனேஸ்வரி ஒரு தீவிரவாதி. வீட்டில் கூட யாரும் ஸ்விக்கி மூலம் வெளியிலிருந்து வாங்கி அசைவம் சாப்பிட அனுமதி கிடையாது.

ரமேஷ் கொஞ்சம் தணிந்த குரலில் “அங்கே சைவமும் உண்டு புவி, மட்டுமல்லாமல் சைவத்துக்கு என்று தனிக் கிச்சனே இருக்கிறது. இதற்கும் அதற்கும் சம்பந்தமே இல்லை, நீயே உள்ளே வந்து பார்த்துக் கொள்ளலாம்” என்றார்.

மீண்டும் படு கடினமான குரலில் வேண்டாம் என்ற குரல் வந்தது புவனேஸ்வரியிடமிருந்து. இப்போது கேட்டால்,

“நான் சாதாரணமாகத்தான் சொன்னேன், உங்களுக்குத்தான் நான் சொல்வதெல்லாம் தப்பாகத் தெரிகிறது, சொன்னால் உங்களுக்குக் கோபம் வரும், எல்லாம் அந்த நெகட்டிவ் வைபின் பாதிப்புதான்” என்பாள்.

பிறகு மூவரும் ஏதோ ஒரு சைவ ஓட்டலில் ஏதோ ஒரு பாடாவதி சாப்பாட்டைச் சாப்பிட்டோம். புவனேஸ்வரிக்கு அது உகந்ததுதான். ஆனால் எனக்கு அம்மாதிரி சைவ உணவகங்களில் சாப்பிட்டால் கடுமையான வயிற்று வலி வந்து விடுகிறது. அன்றும் வந்தது. ஆனால் வெளியில் காண்பித்துக் கொள்ளவில்லை.

இங்கேதான் வைதேகி நிற்கிறாள். எவ்வளவுதான் மண்டைக் குடைச்சல் கொடுத்தாலும் எனக்காக அசைவம் சமைப்பதில் மும்முரமாக நிற்பாள். கொரோனா சமயத்தில் ஒருமுறை எனக்கு நண்டு சாப்பிட ஆசையாக இருக்கிறது என்று சொன்னேன். போரூரிலிருந்த அவளுக்குத் தெரிந்த ஒருவரிடம் சொல்லி பச்சை நண்டைத் தருவித்து விட்டாள். அது ஒரு மனிதத் தலை அளவுக்கு இருந்தது. மட்டுமல்லாமல் உயிரோடு வேறு இருந்தது. அந்த நண்டுகளை என்னால் கொல்ல முடியவில்லை. உடனே அவளே முன்வந்து அந்த நண்டுகளிடம் பேசி, மன்னிப்புக் கேட்டுக் கொண்டு (“என் புருஷனுக்கு உங்கள் கறி பிடிக்கும் என்பதால் உங்களை சமைக்கப் போகிறேன் செல்லக் குட்டிகளா, மன்னித்துக் கொள்ளுங்கள்”) அவைகளைக் கொன்றாள். எனக்கே ஒரு மாதிரி ஆகி விட்டது. ஏதோ ஒரு கடவுள் தன் பக்தனிடம் பிள்ளைக் கறி கேட்டானாமே, அந்த மாதிரியெல்லாம் தோன்றி விட்டது. அப்போதுதான், இனிமேல் உயிரோடு இருக்கும் எந்த ஜந்துவையும் உணவுக்காகக் கொல்வதில்லை என்ற பிரதிக்ஞை எடுத்துக் கொண்டேன்.

இதுவே வைதேகி காரில் வந்திருந்தால் “நீங்கள் போய் சாப்பிட்டு வாருங்கள், நான் காத்திருக்கிறேன்” என்றோ, அல்லது வேறு ஏதாவது ஏற்பாடோதான் சொல்லியிருப்பாள். இப்படி புவனேஸ்வரி போல் காட்டடியாக அடித்து நொறுக்கியிருக்க மாட்டாள். இப்போதும் எனக்கு ‘இனிமேல் எப்போது நாம்

செல்வி மெஸ்ஸில் சாப்பிடப் போகிறோம்' என்ற ஏக்கமாகவே இருக்கிறது. இனி எப்போதுமே அங்கே சாப்பிடுவதற்கு எனக்கு வாய்ப்பு வரப் போவதில்லை. ஏனென்றால், கோயம்பத்தூருக்கு நான் எப்போதும் விமானத்தில்தான் போய் வருவது வழக்கம். காரில் போனால்தானே செல்வி மெஸ்ஸில் சாப்பிட முடியும்? அநேகமாக இனி என் வாழ்வில் செல்வி மெஸ் இல்லை என்றே தோன்றுகிறது.

இந்தப் பின்னணியில்தான் பாரதீய வித்யா பவனில் நடந்த வெங்காய சம்பவத்தைப் பற்றி எழுதினேன். உங்களுக்குத் தெரியும்தானே, இஸ்கான் அமைப்பினர் தமிழ்நாட்டுப் பள்ளிச் சிறார்களின் மதிய உணவுத் திட்டத்தில் புகுந்து முட்டை போடுவதைத் தடை செய்தது? பணம் கொடுப்பது அரசாங்கம். அதாவது, மக்கள். இந்த ஆன்மீக அமைப்பினர் அதில் புகுந்து முட்டை என்ற அசைவத்தை நிறுத்துவார்கள். எப்படி இருக்கிறது கதை?

ரமணன் சொன்னார், வருஷம் பூராவும் வெங்காயம் சாப்பிடுகிறோம். ஒரு மாதம் அதை நிறுத்தி வைத்தால் என்ன? சரி, வருஷம் பூராவுமே நிறுத்திக் கொள்ளுங்கள். அதை ஏன் பொதுவெளியில் வைத்து எல்லோருக்கும் நிர்ப்பந்தப்படுத்துகிறீர்கள் என்பதுதான் என் கேள்வி. ஒரு விஷயம் சொல்ல மறந்து போனேன். புவனேஸ்வரி பிறந்ததிலிருந்தே நோ ஆனியன் நோ கார்லிக் உணவுப் பழக்கத்தைச் சேர்ந்தவள். அவள் காரணம் அல்ல. அவள் பெற்றோர் ஈடுபட்டுள்ள ஆன்மீக அமைப்பு பூண்டையும் வெங்காயத்தையும் தடை செய்கிறது. ஆகவேதான் நான் முடிவுக்கு வந்தேன், இம்மாதிரி ஹிந்து ஆன்மீக அமைப்புகள்தான் ஹிந்து மதத்தைக் கருவறுக்கின்றன என்று. பூண்டையும் வெங்காயத்தையும் தடை செய்து காமத்தை ஒடுக்கினால் என்ன ஆகும்? இது கருவறுக்கும் விஷயம் இல்லாமல் வேறு என்ன?

இப்படிப்பட்ட கூட்டத்திலிருந்து தப்பி வந்த புவனேஸ்வரி உண்மையில் எப்படி இருந்திருக்க வேண்டும்? அதற்காக பூண்டு வெங்காயம் சாப்பிடச் சொல்லவில்லை. உணவுப்

பழக்கத்தை மாற்ற முடியாது. ஆனால் கொள்கை ரீதியாக பூண்டு வெங்காயத்துக்கு அல்லவா ஆதரவாளராக இருந்திருக்க வேண்டும்? ஏதோ இவளும் அந்த ஆன்மீக அமைப்பைச் சேர்ந்தவள் மாதிரி அல்லவா பூண்டு வெங்காயத்தை வெறுத்து ஒதுக்குகிறாள்? மட்டுமல்லாமல் ஊருக்கும் வேறு உபதேசிக்கத் துணிந்து விட்டாள்?

இப்படி எதையெதையோ யோசித்தபடி பாரதீய வித்யா பவனிலிருந்து வெளியே வந்து ஆட்டோவை விசாரித்தேன். அறுபது ரூபாய். இரண்டு ஃபர்லாங் தூரம் இருக்கும். பவனிலிருந்து வலது பக்கம் சித்திரைக் குளம். அங்கிருந்து இடது. நேராக நடந்தால் அப்பு முதலித் தெரு. அங்கே வலப்பக்கம் திரும்பி பத்து தப்படி போட்டு இடப்பக்கம் திரும்பினால் சாந்தோம் நெடுஞ்சாலை. எல்லாமே சேர்த்து ரெண்டு ஃபர்லாங் தூரம் இருக்கும். இதற்கு அறுபது ரூபாய்.

வேண்டாம் என்று சொல்லி விட்டு நடக்க ஆரம்பித்தேன். ஆனால் மூத்திரம் அடைத்தது. இருந்தாலும் அடக்கிக் கொண்டு வீட்டுக்குப் போய் விட வேண்டியதுதான். இதற்காக இனிமேல் பாரதீய வித்யா பவனுக்குத் திரும்பிப் போக முடியாது. அங்கேயே தோன்றியது. ஆனால் ரமணன் பேசிக் கொண்டிருந்ததால் போகவில்லை. இதோ, ஆட்டோவைப் பிடித்தால் ரெண்டு நிமிஷத்தில் வீடு, ஏன் ரமணனைக் காக்க வைக்க வேண்டும் என்று நினைத்தேன். தவறாகப் போயிற்று. சென்னை நகரின் கொடூரங்களில் ஒன்று ஆட்டோ என்பதையும் மறந்து போனேன்.

ஆட்டோ மட்டுமா, சென்னையில் எதுவுமே எனக்குப் பிடிக்கவில்லை. ஆனால் ஆச்சரியம் என்னவென்றால், சென்னை பற்றி எழுதும் எழுத்தாளர்கள் அனைவருமே ஆஹா ஓஹோ என்றுதான் எழுதுகிறார்கள். அது அவர்களின் ஸ்டாக்ஹோம் ஸிண்ட்ரம் என்றுதான் எடுத்துக் கொள்ள வேண்டியிருக்கிறது. சாக்கடையில் வசிக்கும் எலிகளுக்கு அந்த சாக்கடை சொர்க்கமாகத்தானே தெரியும்?

சென்னை ஒரு நரகம். இந்த ஊர் மக்கள் மரியாதை என்றால் வீசை என்ன விலை என்று கேட்பவர்கள். யாருக்காவது உதவி செய்தால், பதிலுக்கு உங்கள் சொத்தையே எழுதிக் கேட்பார்கள். காசுக்காக எதையும் செய்யத் தயாராக இருப்பார்கள். முழு மூடர்கள். ஆனால் தங்களை அறிவாளிகளாக நினைத்துக் கொண்டிருக்கிறார்கள். எந்த வேலையையும் ஒழுங்காக செய்யத் தெரியாதவர்கள். சமையல்காரனுக்கு சமைக்கத் தெரியாது. ஆட்டோ, டாக்ஸி டிரைவருக்கு வழியே தெரியாது. என்னதான் சொன்னாலும் புரிந்து கொள்ளாமல் திரும்பத் திரும்ப வழி கேட்டு உயிரை எடுப்பார்கள். மீன்காரர் அழுகிய மீனைக் கொடுப்பார். கெட்டுப் போன மீனை கடல் மணலில் புரட்டி எடுத்து, இப்போதுதான் வலையிலிருந்து எடுத்தது என்று கூசாமல் பொய் சொல்வார்கள். எந்த ஊரிலாவது முடி வெட்டுவதற்கு *300* ரூ. வாங்கிக் கேள்விப்பட்டிருக்கிறீர்களா? பெரிய கம்பெனிகளாக இருந்தால் கூடப் பரவாயில்லை. அங்கே குளிர்சாதனம் அது இது என்று ஏகப்பட்ட வசதிகள் உண்டு. ஒன்றுமில்லாத பெட்டிக்கடை மாதிரியான முடிதிருத்தும் நிலையத்திலேயே முந்நூறு ரூபாய் வாங்குகிறார்கள். இங்கே மயிலாப்பூர் அப்பு முதலித் தெருவில் ஒரு அய்யர் முடி வெட்டுகிறார். கடைக்குள் உடம்பைக் காட்டும் பெண்களின் படங்களுக்குப் பதிலாக மஹா பெரியவரின் பெரிய படம் மாட்டியிருக்கும். ஸ்பீக்கரில் அபிராமி அந்தாதி ஒலிக்கும். அய்யர் கெட்டிக்காரர். எனக்கு இரண்டரை நிமிடத்தில் முடி வெட்டி விடுவார். முந்நூறு ரூபாய். இவராவது நல்லபடியாக முடி வெட்டி கொள்ளை லாபம் அடிக்கிறார். மற்ற துறைகளில் வேலையே செய்யத் தெரியாமல் கொள்ளை அடிக்கிறார்கள்.

இந்த ஊர்க்காரர்கள் ஒரே நாளில் அம்பானியாகி விட வேண்டும் என்று நினைக்கிறார்கள் போல.

ஈகை குணம் என்றால் என்னவென்று கேட்பார்கள். நாயைக் கண்டால் கல்லால் அடிக்கிறார்கள். சீச்சீ என்று துரத்துகிறார்கள். பூனைகளை ஜென்ம விரோதிகளாகக் கருதுகிறார்கள். கர்ப்பிணிப் பூனைகளைக் கூட காலால் அடித்துத் துரத்துகிறார்கள். பூனைகளைப் பிடித்துக்

குறவர்களிடம் கொடுத்துத் தின்னச் செய்கிறார்கள், பாவிகள். இங்கே உள்ள பிரியாணி கடைகளில் நாய்களைக் கொன்று அதன் கறியை ஆட்டுக் கறியில் கலக்கிறார்கள். காகங்கள், பூனகளின் கறியையும் பிரியாணியில் கலக்கிறார்கள்.

ஓட்டல்களில் உள்ள சமையல் அறைகள் அசல் சாக்கடையாகவே இருக்கின்றன. இந்த ஊரில் கிடைக்கும் தேநீர் கழுதை மூத்திரத்துக்குச் சமானம். இந்த ஊரில் கிடைக்கும் பிரியாணி நோய் பீடித்த குரங்கின் மலத்துக்குச் சமானம்.

இங்கே உள்ள வேசிகளிடம் போவதை விட ஆண்குறிகளை அறுத்துப் போட்டு விடுவது உசிதம். அத்தனை துர்நாற்றம். அத்தனை அசிங்கம். உவ்வே.

ஆட்டோக்காரர்களின் அராஜகத்தை சொல்லி மாளாது. கால் டாக்ஸிக்காரர்கள் செய்யும் அட்டூழியங்கள் பற்றி ஆயிரம் பக்கத்துக்கு ட்ராஜடி நாவல் எழுதலாம்.

பணக்காரர்கள் பண்ணும் சின்னத்தனங்களை இங்கே உள்ள பப்களில் எக்கச்சக்கமாகக் காணலாம்.

எதற்குமே லாயக்கு இல்லாத, கருணையோ ஈகையோ இல்லாத, அறம் சார்ந்த எந்த மதிப்பீடுகளுமே இல்லாத வெறும் சக்கைக் கூட்டமே சென்னை வாழ் மனிதர்கள்.

ஆனாலும் நீ ஏன் இங்கே வாழ்கிறாய் என்று என்னைக் கேட்டால், என் மனைவிக்காக என்றே சொல்வேன். அவளுக்காக நான் செய்யும் தியாகம் இது. நான் தனியாளாக இருந்தால் பாண்டிச்சேரியிலோ, கோவாவிலோ அல்லது ஹைதராபாதிலோதான் வாழ்வேன். சென்னை, மனிதர் வாழ்வதற்கான குறைந்த பட்சத் தகுதி கூட இல்லாத நரகம்.

சரி, சென்னையைப் பற்றி ஒரு நல்ல விஷயம் இருக்கிறது, சொல்லவா? அது இந்த ஊரில் உள்ள போலீஸ்காரர்கள். வண்டியைத் தாறுமாறாக ஓட்டிக் கொண்டு போகிறான் ஒருத்தன். பிடித்தால் அவன் செக்ரடேரியட்டில் செக்ரடரியின் டிரைவராக இருப்பான். இன்னொருத்தன், இரவில் குடித்து விட்டு ஸ்கூட்டரில் போகிறான். பிடித்தால் சேல்ஸ் டாக்ஸ்

கமிஷனரின் டிரைவராக இருப்பான். இப்படி எவனைப் பிடித்துக் கேட்டாலும் அவன் விஐபியாகவோ விஐபியின் வலது கரமாகவோ இருப்பான். அதனால் சென்னை போலீஸ்காரர்கள் பல் இல்லாத பாம்பைப் போன்றவர்கள். சீருடைதான் இருக்குமே ஒழிய அவர்களால் எதுவுமே செய்ய முடியாது. காலை நேரத்தில் ஓட்டலில் வந்து ஓசியில் சாப்பிட்டு விட்டு ஓட்டல் மேனேஜரிடம் ஈ என்று இளித்துக் கொண்டிருக்கும் ட்ராஃபிக் போலீஸ்காரர்களைப் பார்த்தால் நமக்கே பாவமாக இருக்கும்.

சென்னை பற்றிய மேற்கண்ட விஷயத்தை என் இணைய தளத்தில் எழுதியதும் அதற்கு எக்கச்சக்கமான எதிர்ப்பு வந்தது. வடசென்னையில் சிலர் கண்ணாயிரம் பெருமாளைக் கைது செய் என்று போஸ்டர் ஒட்டும் அளவுக்குப் போய் விட்டது நிலைமை. அவ்வளவுக்குத் தங்கள் நகரத்தை நேசிக்கிறார்கள் சென்னைவாசிகள். ஆனால் மயிலாப்பூர் அய்யரின் சலூன் கடைக்கு வக்காலத்து வாங்கி வடசென்னை ஆசாமிகள் போஸ்டர் ஒட்டியதுதான் கொஞ்சம் வேடிக்கையாக இருந்தது.

ஒரு நண்பர் கேட்டார், ஏன் உங்கள் மனைவிக்கு மட்டும் சென்னை பிடிக்கிறது என்று. காரணம், அவளுக்கு சென்னை தவிர வேறு எந்த ஊரும் தெரியாது. மேலும், இங்கேதான் அவளுடைய உற்றம் சுற்றம் எல்லாம் இருக்கிறது. இதுதான் அவள் பிறந்து வளர்ந்த ஊர். இதை விட்டுவிட்டு அவள் கோயம்பத்தூர் சென்றால், நீரிலிருந்து எடுத்த மீனைப் போல் ஆகி விடுவாள். எனக்குப் பிரச்சினை இல்லை. எனக்கு எல்லா ஊர்களிலும் நண்பர்கள் உண்டு. எல்லா ஊரும் என்னுடைய ஊர்தான். ஆனால் சென்னைதான் ஏமாற்றுப் பேர்வழிகளின் ஊராக இருக்கிறது. அறம் இழந்த ஊராக இருக்கிறது.

இந்தப் பின்னணியில்தான் சித்திரைக் குளத்துக்கு அருகில் புதிதாக ஒரு சலூன் வந்திருந்ததைக் கண்டதும் சென்ற மாதம் அங்கே ஆர்வத்துடன் சென்றேன். இந்த சலூன் உண்மையிலேயே எனக்குக் கிடைத்த அதிர்ஷ்டம்தான். தம்மாத்தூண்டு பெட்டிக்கடை மாதிரிதான் இருந்தது. ஆனால்

அங்கே இருந்த ஹிந்திக்காரன் பிரமாதமாக வெட்டினான். சலூன் பூராவும் பழைய ஹிந்திப் பாடல்கள் ஒலித்தன. எந்த ஊர் என்று ஹிந்தியில் கேட்டேன். பெங்கால் என்றான். ஆனால் அவனைப் பார்த்தால் வங்காளி மாதிரி தெரியவில்லை. ஹிந்திப் பாடல் வேறு கேட்கிறான். பெயர் என்ன என்று கேட்டேன். சந்தீப் ஷர்மா என்று சொல்லி, தன் கதையைச் சொன்னான். உத்தரப் பிரதேசத்தைச் சேர்ந்த அவன் பெற்றோர் கல்கத்தாவில் போய்க் குடியேறினார்களாம். கல்கத்தாவில் பிறந்து வளர்ந்தவனாக இருந்தாலும் வீட்டில் ஹிந்திதான் பேசுவதாம். ஆக, இந்தப் பையனும் பிராமணன்.

அடுத்து ஒரு நாற்காலிதான் இருந்தது. அங்கே இருந்த பையன் தலையை முழுமையாக மொட்டையடித்து உச்சி மண்டையில் குடுமி வைத்திருந்தான். அவர் பெயர் என்ன என்று கேட்டேன். ஜக்தீஷ் புரோஹித் என்றான். அவனும் உத்தரப் பிரதேசம்தான்.

அந்த சலூனில்தான் முடி வெட்டுவதற்கு நியாயமான கூலி நிர்ணயித்திருந்தார்கள். நூறு ரூபாய்தான். ஆனால் இன்று அங்கே போக முடியாது. மூத்திரம் அடைக்கிறது. நடந்தே வந்தேன். அப்பு முதலித் தெருவில் ஒரு தெரிந்த ஆட்டோக்காரர் இருந்தார். நாளையாவது முடி வெட்டிக் கொள்ள வேண்டியதுதான் என்ற நினைவுடன் அவர் ஆட்டோவில் வீடு வந்து சேர்ந்தேன். ஐம்பது ரூபாய் கொடுத்தேன். வாங்கிக் கொண்டு கிளம்பினார். பரவாயில்லை, தெரிந்த மனிதர்.

வீட்டின் உள்ளே நுழைந்தவுடன் கழிப்பறைக்குள் போனேன். அதற்குள்ளாகவே "பெருமாள், குப்பைக் கவரை எடுத்து வெளியே வை, குப்பைக்காரப் பெண் வரும் நேரம்" என்றாள் வைதேகி. உடனே ஓடிப் போய் குப்பைக் கவரைக் கட்டி, இன்னொரு கவரில் போட்டுக் கட்டி எடுத்துக் கொண்டு போனேன்.

போகும் போதே "கவரைக் கட்டி எடுத்துட்டுப் போ" என்று மிரட்டும் தொனியில் சத்தமாகச் சொன்னாள்.

எனக்கு ரத்த அழுத்தம் ஏறியது. சுமார் பத்து ஆண்டுகளாக

நான்தான் குப்பைக் கவரைக் கட்டி குப்பைக்காரப் பெண்ணிடம் கொடுத்துக் கொண்டிருக்கிறேன். அப்படிப்பட்டவனிடம் இம்மாதிரி அறிவுறுத்தல்களைச் சொன்னால் எப்படி இருக்கும்?

“ஏம்மா எனக்குத் தெரியாதா? ம்? எத்தனை வருஷமா நான் குப்பைக் கவரைக் கொடுத்துட்டுருக்கேன்?”

“அதுக்கு ஏன் இப்படிக் கத்துறே? நான் என்ன சொல்லிட்டேன் இப்போ? இப்டி எடுத்ததுக்கெல்லாம் கத்திக்கிட்டே இருந்தா அக்கம்பக்கத்துல என்ன நினைப்பாங்க? நான் ரொம்ப நாகரீகமா வாழற ஆளு… மத்தவங்க மாதிரி குப்பம் இல்ல நான்… இனிமே நான் ஒன்னோட பேசவே போறதில்லை. எதுக்கெடுத்தாலும் இப்படிக் கத்துனா ஒருநாள் நான் பைத்தியம்தான் பிடிச்சு சாகப் போறேன். எல்லாத்துக்கும் காரணம் அந்தக் கொக்கரக்கோ கம்மனாட்டிதான். அவன் என் லைஃப்ல எப்போ புகுந்தானோ அப்பவே என் நிம்மதி போய்டுச்சு… அவன் நல்லாவே இருக்க மாட்டான்…அவன் உருப்படவே மாட்டான்… என் வயித்தெரிச்சலை இப்படிக் கொட்டிக்கிறவன் எப்டி நல்லா இருப்பான்?”

மன்னிக்க வேண்டும் வாசகர்களே, என்னதான் நான் ஒரு ட்ரான்ஸ்கிரவ் ரைட்டர் என்றும் எதற்கும் துணிந்தவன் என்றும் பேர் எடுத்திருந்தாலும் வைதேகி கொக்கரக்கோவைத் திட்டும் வசை வார்த்தைகளை, கொடுக்கும் சாபங்களை என்னால் இங்கே எழுத முடியவில்லை.

வைத்துக் கொள்ளுங்கள், சுமாராக அரை மணி நேரம் ஓடும் அந்த வசையும் சாபமும்.

நான் என்ன செய்வேன் பதிலுக்கு? ஏதாவது பாத்திரத்தை எடுத்துப் போட்டு உடைப்பேன்.

இல்லை, இப்படித்தான் கடந்த பதினைந்து ஆண்டுகளாக நடந்து வந்தது. ஆனால் இப்போது என் யோகா குரு சௌந்தரின் உபகாரத்தினால் மனம் கொஞ்சம் சாந்தமாகி இருக்கிறது. நான் சௌந்தரிடம் சொன்னேன், எப்போதும் சாந்தமாகவே இருந்தாலும், எதிலும் பட்டுக் கொள்ளாமலே இருந்தாலும்

சில சமயங்களில் வெடித்து விடுகிறேன். என்ன செய்யலாம்?

சில பிராணாயாமப் பயிற்சிகளைக் கற்பித்தார் சௌந்தர். அதோடு காலையிலும் இரவிலும் கேட்கும் காயத்ரி மந்திரம், துர்கா பத்தீஸ் நாமாவளி இரண்டையும் சொல்லிக் கொடுத்தார். காயத்ரி மந்த்ரம் எல்லோருக்கும் தெரியும். துர்கா பத்தீஸ் நாமாவளி, தேவி பாகவதத்தில் வரும் துர்கையின் முப்பத்து இரண்டு நாமங்கள்.

துர்கா
துர்கர்த்திஷமநீ
துர்காபத்விநிவாரிணீ
துர்கமச்சேதினீ
துர்கஸாதிநீ
துர்கநாஷிநீ
துர்கதோத்தாரிணீ
துர்கநிஹந்த்ரீ
துர்கமாபஹா
துர்கமஜ்ஞாநதா
துர்கதைத்யலோகதவாநலா
துர்கமா
துர்கமாலோகா
துர்கமாத்மஸ்வரூபிணீ
துர்கமார்கப்ரதா
துர்கமவித்யா
துர்கமாஷ்ரிதா
துர்கமஜ்ஞாநஸம்ஸ்தாநா
துர்கமத்யாநபாஸிநீ
துர்கமோஹா
துர்கமகா
துர்கமார்த்தஸ்வரூபிணீ
துர்கமாஸுரஸம்ஹந்த்ரீ
துர்கமாயுததாரிணீ
துர்கமாங்கீ

துர்கமாதா
துர்கம்யா
துர்கமேஷ்வரீ
துர்கபீமா
துர்கபாமா
துர்கபா
துர்கதாரிணீ

(இந்த நாமாவளியை ஒரு எறும்பும் மற்றொரு எறும்பும் எந்த சப்த அளவில் பேசிக் கொள்ளுமோ அந்த சப்தத்தில்தான் நான் கேட்க முடியும். ஏனென்றால், எங்கள் அமைப்பின் மந்த்ரம் மட்டுமே வீட்டில் அனுமதிக்கப்பட்டிருக்கிறது. மற்ற எல்லா மந்த்ரங்களுக்கும் வீட்டில் தடை. ஏனென்றால், எங்கள் அமைப்பின் மந்த்ரம் மட்டுமே இவ்வுலகின் மற்றும் ஏழுலகங்களின் பிரச்சினைகளுக்கும் தீர்வு என்று வைதேகி நம்புகிறாள். எங்கள் அமைப்பும் அதையே சொல்கிறது. எங்கள் அமைப்பு என்றால் என்ன என்று பிறகு சொல்கிறேன்.)

இந்த நாமங்களை காலையிலும் இரவிலும் ஒருமுறை காதால் கேட்பதனால் நம் மனம் எரிமலையாய் வெடித்து விடுவதனின்றும் தப்பிக்கிறது என்று சொன்னால் பலராலும் நம்ப முடியாது. அது பற்றிப் பிரச்சினை இல்லை.

முந்தின பத்தியில் ரத்த அழுத்தம் ஏறியது என்று எழுதினேன் அல்லவா? ஏறிய அழுத்தம் உடனே இறங்கியது. உடனே. ஆனால் முப்பத்து இரண்டு நாமங்கள் எனக்கு அறிமுகமாவதற்கு முன்னால் ரத்த அழுத்தம் ஏறினால் ஏறியதுதான். ஏதாவது பாத்திரம் உடைந்தால்தான் இறங்கும். ஆனால் அப்படி அனுதினமும் நடக்காமல் ஓரளவுக்கு என்னை சமநிலையில் வைத்திருக்க உதவியவை இரண்டு வார்த்தைகள். இரண்டே வார்த்தைகள். போடீ சுன்னி. ஆக, துர்கா பத்தீஸ் நாமாவளியும் இந்த இரண்டு வார்த்தைகளும் செயல்பாட்டு அளவில் ஒரே நன்மையைத்தான் செய்தன. ஆனால் போடீ சுன்னி சில சமயங்களில் வேலை செய்யாமல் போய் விடுவதும் உண்டு. அப்படி ஒரு தருணத்தை விளக்குகிறேன்.

சென்ற ஆண்டு ஒருநாள். கொரோனா எல்லாம் முடிந்த பிறகு நடந்தது. நானும் திருவல்லிக்கேணி கண்ணனும் உலகளந்தானும் மாதம் ஒருமுறை காலை நடைப்பயிற்சி முடிந்த பிறகு சாப்பிடுவதற்காகச் செல்வது வழக்கம். அன்றைய தினம் என் துரதிர்ஷ்டம் என் நாக்கில் அமர்ந்திருந்தது போலும். கண்ணனிடம் ஏதாவது மேற்கத்திய உணவகம் செல்லலாமா என்று கேட்டுத் தொலைத்து விட்டேன். ஆர்.ஏ. புரத்தில் உள்ள ஒரு உணவகத்துக்கு அழைத்துச் சென்றார் கண்ணன். நாங்கள் உள்ளே நுழையும் போது மணி எட்டரை. அந்த உணவகத்தைப் பார்த்ததுமே அங்கிருந்து வெளியே வர பத்து மணி ஆகும் போல் தெரிந்தது. பயம் வயிற்றில் இறங்க ஆரம்பித்தது. வைதேகிக்கு ஃபோன் பண்ணி சொல்ல முடியாது. அவள் காலையில் எட்டரை மணிக்கு எழுந்து கொள்பவள். பத்து மணி வரை எதுவுமே பேச மாட்டாள். பேசாதது மட்டும் அல்ல. கொலையோ எழவோ விழுந்த வீட்டைச் சேர்ந்தவள் போல் முகத்தை வைத்திருப்பாள். கிட்டத்தில் நெருங்கவோ ஒரு வார்த்தை கேட்கவோ பீதியாக இருக்கும். இதற்கு ஒரு சம்பவம் சொல்கிறேன், கேளுங்கள்.

நான் இருப்பது முதல் மாடி. நான், வைதேகி, செவிலிப் பெண் கோகிலா, குழந்தை கௌதம். இரண்டாவது மாடியில் மோகன், மருமகள் ராதா. ஒருநாள் மாலை ஐந்து பேரும் அமர்ந்து சிரித்துப் பேசிக் கொண்டிருந்தோம். கனவுக் குடும்பம் போல. உண்டு விட்டு உறங்கப் போனோம்.

காலை ஆறு மணிக்கு எழுந்து வைதேகி தன்னுடைய ஆன்மீக வகுப்பை ஆரம்பித்தாள். நேரில் போக வேண்டியதில்லை. எல்லாம் ஸூம்தான். லவ் லவ் லவ் லவ் லவ் லவ் லவ் லவ் லவ் ஒரே லவ் மயம். லவ் யூ. லவ் யூ. லவ் யூ. லவ் லவ் லவ் லவ். உலகமே லவ் மயம். ஆன்மீகம் என்றால் என்ன? லவ். லவ். லவ். லவ் இஸ் காட். காட் இஸ் லவ். லவ் லவ் லவ் லவ் லவ் லவ். ஏழு மணிக்கு முடிந்தது லவ். அரை மணி நேரமும் லவ் என்ற வார்த்தை தவிர வேறு வார்த்தைகளே என் காதில் விழவில்லை. ஏழேகால் மணி அளவில் வைதேகியிடம் சென்று "நேற்று நீ செய்த அப்பம் மாதிரி என் வாழ்க்கையிலேயே

சாப்பிட்டதில்லை" என்று கூறினேன். அப்படி இருந்தது அந்த அப்பம். உண்டபோதே சொல்வதற்கு வைதேகி பக்கத்தில் இல்லை.

நான் சொன்னதைக் கேட்டு பதில் எதுவும் சொல்லாமல் உர்ரென்று முகத்தை வைத்துக் கொண்டாள். எனக்குப் பொளேர் என்று கன்னத்தில் வாங்கியது போலவோ செருப்பால் அடி பட்டது போலவோ இருந்தது. சரி, இனிமேல் எது எப்படி இருந்தாலும் சொல்லக் கூடாது என்று வன்மத்துடன் நினைத்துக் கொண்டேன். ஆனால் அது சாத்தியம் இல்லை. எது சமைத்தாலும் அது எப்படி இருந்தது என்று கேட்பவள் வைதேகி. நானும் அவளைக் கேட்க வைக்காமல் நன்றாக இருந்தது என்று சொல்லி விடுவேன். உண்மைதான். நன்றாக இல்லாமல் அவள் சுமாராக சமைத்ததே இல்லை. அது ஒரு அதிசயம்.

பிறகு ஏழரை மணிக்கு அதே உறுமலுடன் "இனிமேல் நான் காலையில் யாரோடும் பேசக் கூடாது என்று இருக்கிறேன்" என்றாள்.

நான் அகன்று விட்டேன். குடும்பங்களில் ஏன் வன்முறை நிகழ்கிறது என்பதை மட்டும் அப்போது புரிந்து கொள்ள முடிந்தது.

பிறகு ஏழே முக்காலுக்கு என்னிடம் வந்த வைதேகி அவளுடைய மொழிபெயர்ப்பு விஷயங்களைப் பற்றி பதினைந்து நிமிடம் சந்தேகம் கேட்டாள். புன்சிரிப்புடன் சொன்னேன். கடுகடுப்புடன் பேசும் லக்ஷுரி எனக்கு இல்லை.

இந்தச் சம்பவத்தை நான் அனுபவித்த அதே அழுத்தத்துடன் எழுத முடிந்ததா என்று தெரியவில்லை. உங்களிடம் கற்பனா சக்தி இருந்தால் அந்தக் காட்சியை யூகம் செய்து கொள்ளுங்கள்.

என் வீட்டில் ஒரு நாளின் பதினெட்டு மணி நேரமும் இப்படித்தான் இருக்கும்.

இப்படிப்பட்டவளிடம் எப்படி நான் தாமதமாக வீட்டுக்கு வருவேன் என்று ஃபோனில் தெரிவிப்பது? உலகளந்தானும்

கண்ணனும் ஜாலியாக சிரித்துப் பேசிக் கொண்டு உணவுக்காகக் காத்திருந்தார்கள். எனக்கு பயத்தில் இதயம் வேகமாகத் துடிக்க ஆரம்பித்தது. என்னென்னவோ நினைவுகள் மனதை வாட்டி எடுத்தன. இப்படியெல்லாம் கஷ்டப்பட்டுக் கொண்டு, பயந்து கொண்டு ஒரு குடும்ப வாழ்க்கையை நீட்டிக்க வேண்டுமா? அறுபத்தொன்பது வயதில் இப்படி ஒரு மனித ஜீவியைக் கண்டு அஞ்ச வேண்டுமா? நாம் என்ன தவறு செய்தோம்? ஏதோ ஒருநாள் மேற்கத்திய உணவுக்கு ஆசைப்பட்டது தவறா?

சுதந்திரமாக வாழ வேண்டுமானால் வைதேகியைப் பிரிய வேண்டும். வேறு வழி என்ன? வைதேகியைப் பிரிந்து விட்டால் அவள் நடுத்தெருவுக்கு வந்து விடுவாள். அவளை என்னைத் தவிர வேறு யாராலும் சகித்துக் கொள்ள முடியாது. என்னுடைய சௌகரியத்துக்காக ஒரு உயிரை பலி கொடுக்க எனக்கு விருப்பம் இல்லை. குடும்பத்தைக் கலைக்காமல் இருக்க இது ஒன்றுதான் காரணம்.

கண்ணனும் உலகளந்தானும் படு ஜாலியாக ஏதோ மணமாகாத இளைஞர்கள் போல் பேசிக் கொண்டிருந்தார்கள். கண்ணன் அவர் மனைவிக்கு ஃபோன் செய்து நான் பெருமாளோடு இருக்கிறேன் என்று சொல்லி விட்டார். ஒரு சில நொடிகள்தான் பேசினார். உலகளந்தானும் வீட்டுக்கு ஃபோன் செய்து கண்ணனோடும் பெருமாளோடும் சாப்பிட வந்து விட்டேன், எனக்காக எதிர்பார்க்காமல் நீ சாப்பிட்டு விடு என்று சொல்லி விட்டார். அதுவும் ஒருசில வினாடிகள்தான். என்னால் ஃபோன் செய்ய முடியாது. வைதேகி எடுக்க மாட்டாள். இருந்தாலும் இரண்டு மூன்று முறை ஃபோன் செய்தேன். எடுக்கவில்லை. சரி, இருக்கட்டும் என்று வாய்ஸ் மெஸேஜில் செய்தியைச் சொன்னேன்.

முள்ளில் நிற்பது போல் இருந்தது. ஏன்டா இந்த மேற்கத்திய உணவுக்கு ஆசைப்பட்டோம் என்று தோன்றியது. அவர்கள் பேசிய அரட்டையிலும் கலந்து கொள்ள முடியவில்லை. ஏதோ பேசினேன். என்ன பேசினேன் என்றே தெரியவில்லை. எட்டரைக்குக் கொடுத்த ஆர்டருக்கு உணவு ஒன்பதரைக்குத்தான்

வந்தது. அவதி அவதியாய்ச் சாப்பிட்டு விட்டு மற்ற இருவரும் எப்போதடா முடிப்பார்கள் என்று காத்திருந்தேன். இனிமேல் அடுத்த மாதம் இப்படி சாப்பிடப் போக வேண்டியிருந்தால் நாங்கள் நடைப் பயிற்சி செய்யும் பார்க்குக்கு அருகில் இருக்கும் சங்கீதா ரெஸ்டாரண்டிலேயே ரெண்டு இட்லியை விழுங்கி விட்டுப் போய் விட வேண்டியதுதான் என்று நினைத்துக் கொண்டேன்.

வழக்கம் போல் கண்ணன்தான் பில்லுக்குப் பணம் கொடுத்தார். வழக்கம் போல் கண்ணனே தன் ஸ்கூட்டரில் என்னைக் கொண்டு வந்து வீட்டு வாசலில் விட்டார். வீட்டு வாசலிலிருந்து வீட்டுக்கு ஓடி வந்தேன். ஆம், ஓடித்தான் வந்தேன். மணி பத்து. எட்டரைக்கு வர வேண்டியது.

பெரும் குற்ற உணர்ச்சியுடன், “ஒரு ரெஸ்டாரண்ட்டில் மாட்டிக்கிட்டேம்மா” என்றேன்.

கடுமையான தொனியில், “இங்க பாரு, நீ எங்க வேணா போ, எங்க வேணா வா, ஏங்கிட்ட ஏன் சொல்றே? நான் என்ன உன்னைக் கேட்டனா? ஆள் ஆளுக்கு எப்படி வேணா இருங்க. எப்படி வேணா போங்க. ஏங்கிட்ட ஏன் சொல்றீங்க? ஏ(ங்) தலையெழுத்து, இப்டி வேலைக்காரியா மாடு மாதிரி ஒழச்சிக்கிட்டு கெடக்கேன்... நீங்கள்ளாம் ஜாலியா இருங்க... எங்க வேணா போங்க... எங்க வேணா வாங்க... சுயநலம் பிடிச்சவனுங்க... மனுஷ ஜென்மத்துல எல்லாப் பயலும் சுயநலம் பிடிச்சவனுங்கதான்... தன் வயிறு ரொம்பினா போதும். மத்தவங்க இருந்தா என்ன, செத்தா என்ன? எவனுக்குக் கவலை?” என்று வெறிநாயைப் போல் விழுந்து பிடுங்கினாள்.

ஆனால் அதற்கு முதல் நாள்தான் நான் பெருங்குடி வரை செல்கிறேன் என்று சொன்னதற்கு போகக் கூடாது என்று அனுமதி மறுத்திருந்தாள். இத்தாலியில் இருக்கும் ப்ராதா *(Prada)* நிறுவனத்திலிருந்து வந்திருந்த ஒருவரைச் சந்திக்க வேண்டுமாக இருந்தது. அவருடைய அன்னையும் என் தீவிர வாசகர், ஆனால் படுத்த படுக்கையில் இருக்கிறார் என்பதால் நானே வருகிறேன் என்றேன். ஆனால் நான் எங்கே போனாலும் திருப்பதியில் அங்கப் பிரதட்சணம் செய்வது போல கடும்

முயற்சி செய்துதான் கிளம்ப வேண்டும். காரணம், அன்பு. காரணம், குடும்பம். நான் எப்போதும் வீட்டிலேயே இருக்க வேண்டும். வெளியே கிளம்பினால் தகராறு.

நான் இதுவரை வைதேகியிடம் உண்மையே பேசியதில்லை என்று சொன்னால் உங்களால் நம்ப முடிகிறதா? ஆமாம், உண்மையே பேசியதில்லை. ஒருசில தருணங்களில் என்னையறியாமல் உண்மை பேசி விடுவேன். அம்மாதிரி தருணங்களில் ஒன்றுதான், பெருங்குடி.

ராணுவ நீதிமன்றத்தில் விசாரணையின்போது கேட்கும் தோரணையில் கேட்டாள். ஏன், பெருங்குடி வரைக்கும் போறே?

விஷயத்தை விலாவாரியாக விளக்கினேன்.

பார்க்கப் போறது பொண்ணா ஆணா?

பொண்ணுதான், ஏன்?

எத்தனை வயசு?

அந்தப் பெண்ணுக்கு இருபத்து இரண்டு இருக்கும். ஆனால் நான் அறுபத்து இரண்டு என்றேன்.

நீ யாரையுமே போய்ப் பார்க்க மாட்டியே? இப்போ மட்டும் ஏன் போகணும்? அதுவும் பெருங்குடி வரைக்கும்? அவங்களை வந்து உன்னைப் பார்க்கச் சொல்லு...

சரி விடு, நான் பார்க்கல.

பிறகு இரண்டு மூன்று தினங்கள் சென்று வீட்டுக்கு அருகிலேயே உள்ள சவேரா ஓட்டலில் இருக்கும் ப்ரூ ரூம் போய் வருகிறேன் என்று சொல்லி விட்டுப் பெருங்குடி போய் அந்தப் பெண்ணை சந்தித்து விட்டு வந்தேன். ப்ரூ ரூம் செல்வதற்கு அனுமதி கிடைக்கும். ஆனால் சரியான காரணம் சொல்ல வேண்டும். செல்வகுமாரைப் பார்க்கப் போகிறேன், குமரேசனைப் பார்க்கப் போகிறேன் என்று ஏதாவது. செல்வகுமார், குமரேசன் எல்லாம் வீட்டுக்கு வேண்டப்பட்டவர்கள். ஆனால் ப்ரூ ரூம் செல்வதற்கு வீட்டிலிருந்து ஏழு நிமிடம்தான் ஆகும்; பெருங்குடிக்கு அரை மணி நேரம் ஆகும். இப்போது ஒரு

கணக்குப் போடுங்கள். நான் வீட்டிலிருந்து கிளம்பி கால் மணி நேரம் கழித்து வைதேகியிடமிருந்து ஃபோன் வருகிறது. நான் காரில் போய்க் கொண்டிருப்பேன். ப்ரூ ரூம் என்றால் கால் மணி நேரமும் காரில் செல்ல வாய்ப்பு இல்லை அல்லவா? அப்படி ஃபோன் வந்தால் காரை ஒரு ஓரமாக நிறுத்தச் சொல்லி விட்டு பேச வேண்டும். இதையெல்லாம் மனதில் திட்டமிட்டபடியேதான் பெருங்குடி போய் வந்தேன்.

இதை விட பெருங்குடி என்ற பெயரையே எடுக்காமல், கிண்டியில் ஒரு இலக்கியக் கூட்டம், நான் போயே ஆக வேண்டும் என்று சொல்லியிருந்தால் பிரச்சினையே இல்லை. பெருங்குடி, ப்ராதா என்று உண்மையைச் சொன்னதால்தான் அனுமதி கிடைக்காமல் போனது. அதன் பிறகு பெரும் திட்டங்கள் போட்டு பொய்க்கு மேல் பொய் சொல்லி பெருங்குடி போக முடிந்தது.

இது நடந்து ஒரு வாரம் கழித்து, வைதேகி கொஞ்சம் ஜாலியான மனநிலையில் இருந்த போது “நீ பாட்டுக்கு வர்றே, போறே, ஏதோ இந்த வீட்டை லாட்ஜ் மாதிரி பயன்படுத்தறே” என்று என்னைப் பார்த்து சொன்னாள். அப்போது நான் “இந்த வீட்டில் ஒரு சிறைக் கைதி போல் வாழ்கிறேன்” என்று சொல்லி பெருங்குடி சம்பவத்தைக் குறிப்பிட்டேன். கேட்டு விட்டு, “நான் அப்படியெல்லாம் சொல்லவே இல்லை, அப்படி ஒரு சம்பவமே நடக்கவில்லை, மட்டுமல்லாமல் நீ எதுக்கு என் கிட்ட அனுமதி கேட்கிறே? நான் பெருங்குடி போறேம்மான்னு சொல்லிட்டு நீ பாட்டுக்குப் போக வேண்டியதுதானே?” என்றாள். ஆஹா, மாதம் மும்மாரி பொழிகிறது மன்னா என்ற கதையாக அல்லவா இருக்கிறது? அந்த நேரத்திலும் போடீ சுன்னி என்ற மந்திரத்தின் மூலம்தான் என்னை அடக்கிக் கொண்டேன்.

அவளுடைய வசை வார்த்தைகளைக் கேட்டு எனக்கு அழுகை வந்து விட்டது. நெஞ்சம் பதைபதைக்க ஓடி வந்தேன். ஒரு மணி நேரமாக நெருப்பில் அமர்ந்திருந்தது போல் அமர்ந்திருந்தேன். அறுபத்தொன்பது வயதில் ஒரு நண்பரோடு ரெஸ்டாரண்டு போனதில் ஒரு மணி நேரம் அதிகமாகி விட்டால் இப்படியா

பேச்சு வாங்க வேண்டும்? எனக்கு எங்கே வேண்டுமானாலும் போகவோ வரவோ என்ன சுதந்திரம் இருக்கிறது? ஏன் இப்படி நெருப்பை வார்த்தைகளாக்கி உமிழ்கிறாள்? நாம் என்ன தப்பு செய்தோம்? அழுது முடித்து விட்டு சொன்னேன். இல்லை, கத்தினேன். மேலே நான் நினைத்ததையெல்லாம் பெருங்குரலெடுத்துக் கத்தினேன்.

கத்தியிருக்கக் கூடாது. காதுகளைப் பொத்தியபடி "நான் பாட்டுக்கு சிவனேன்னு உள்ளுக்குள்ள மந்திரத்தை ஜெபித்தபடி வீட்டு வேலை செஞ்சுக்கிட்டிருந்தேன், ஏன் இப்படிக் கத்தி என் உயிரை எடுக்கிறே? அந்தத் தேவ்டியாப் பய கொக்கரக்கோதான் எல்லாத்துக்கும் காரணம். நேரில் கண்டா அவனை நான் கண்டதுண்டமா வெட்டிப் போடுவேன். அவன் மனைவியோட ஃபோன் நம்பரைக் குடு. அவன் எத்தனை பொண்ணுங்களை வச்சிருக்கான்னு அவ கிட்ட போட்டுக் குடுக்குறேன்..."

சொல்லிக் கொண்டே இருந்தவள் சுவரில் தலையை மோதிக் கொள்ள ஆரம்பித்தாள். மோதிக் கொண்டே இருந்தாள்.

என் வெறி அதிகமாயிற்று.

அடப் பாவி. என்ன பிரச்சினை? எட்டரைக்கு வர வேண்டியவன் பத்து மணிக்கு வந்தால் அதற்காக இப்படி மண்டையை உடைத்துக் கொள்ள வேண்டுமா? என்ன அபத்தம் இது? நானும் சுவரில் மண்டையை மோதிக் கொண்டேன்.

இப்படியாக இரண்டு மணி நேரம் ஒரு போராட்டம் நடந்து முடிந்தது.

இதை விட, அவள் கொட்டிய நெருப்பு வார்த்தைகளை போடீ சுன்னி என்று மனசுக்குள் சொல்லியபடி அப்படியே முழுங்கி விட்டுப் போயிருந்தால் எங்கள் இரண்டு பேருக்குமே எந்தப் பிரச்சினையும் இருந்திருக்காதே? அப்படித்தான் இருக்க முயற்சிக்கிறேன். இருந்தாலும் மூன்று மாதத்திற்கு ஒருமுறை அல்லது ஆறு மாதத்திற்கு ஒருமுறை இப்படி ஆகி விடுகிறது.

ஒருநாள் நான் நடைப் பயிற்சியில் இருந்த போது வைதேகியின் ஃபோன். கர்ண கடூரமான குரலில் "பெருமாள்... வீட்டை

வெளியே பூட்டி விட்டு சாவியை எடுத்துக் கொண்டு போய் விட்டால் நான் எப்படி வெளியே வருவது? அறிவில்லையா உனக்கு?" என்றாள். அப்போது காலை ஏழு மணி இருக்கும்.

வைதேகி எழுந்து கொள்ளும் நேரம் எட்டரை. எட்டரை மணி வரை ஈ காக்காய் கூட வீட்டு வாசலில் வந்து அழைப்பு மணியை அழுத்தக் கூடாது என்று செக்யூரிட்டி ஆட்களிடம் உத்தரவு போட்டிருக்கிறேன்.

"ஏம்மா, என்ன பிரச்சினை? நீ ஏன் வெளியே வர வேண்டும்? இன்னொரு சாவிதான் வீட்டுக்குள்ளேயே இருக்கே?"

"எங்க இருக்கு? அதை மோகன் எடுத்துக்கிட்டுப் போய்ட்டான் போலருக்கு. இப்டி ரெண்டு பேரும் ரெண்டு சாவியை எடுத்துக்கிட்டு வீட்டைப் பூட்டிட்டுப் போனா நான் என்ன செய்றது? சாவுறதா?"

"இதோ வீட்டுக்கு எதிரே பார்க்கில்தான் இருக்கேன். அஞ்சு நிமிஷத்துக்குள்ள வந்துட்றேன். ஆமா, நீ ஏன் வெளியே வரணும்?"

"முரளிதான் வெண்ணெயைக் கொண்டு வந்து வெளியெ வச்சிருக்கார். அவர் பெல் அடிச்சுத்தான் நான் எழுந்தேன். உடனே வா."

இப்படி ஒரு பிரச்சினை வரும் என்று தெரிந்திருந்தால் நான் நடைப்பயிற்சிக்கே சென்றிருக்க மாட்டேனே? மோகனுக்கு ஃபோன் போட்டுக் கேட்டேன். அவனும் அவன் மனைவியும் நாய்களை அழைத்துக் கொண்டு கடற்கரைக்குப் போயிருக்கிறார்கள். நான் சொன்னதும் அவனும் அடித்துப் பிடித்துக் கொண்டு வீட்டுக்கு ஓடி வந்தான்.

முரளிதான் மாதாமாதம் எனக்குப் பசு வெண்ணெய் கொண்டு வந்து கொடுப்பவர். என் வாசகர். திருவல்லிக்கேணிவாசி. என் மீது கொண்ட பிரியத்தினால் மாதாமாதம் வெண்ணெய் கொண்டு வந்து தருகிறார். அலுவலகம் போகும் வழியில் கொண்டு வந்து கொடுத்தார் போல. இனிமேல் காலையில் எட்டரைக்குள் கொண்டு வர வேண்டாம், அதற்கு மேல்

எப்போது வேண்டுமானாலும் கொண்டு வாருங்கள் என்று மெஸேஜ் அனுப்பினேன். இனிமேல் மாலையிலேயே வருகிறேன் என்று பதில் கொடுத்தார். இப்படி எனக்கு மட்டுமல்லாமல் என் நண்பர்களையும் டார்ச்சர் கொடுக்கும் திறமை வாய்ந்தவள் வைதேகி.

★

முதலிலேயே சொல்லி விடுகிறேன், ரமணன் அன்பின் மொத்த வடிவம். அவரை இங்கே விமர்சிப்பது என் நோக்கமே அல்ல. அவரை நான் விமர்சிக்கவும் இல்லை. ஒருவர் என்னைப் பளார் என்று அறைந்து விட்டு, நான் இப்போது உங்களுக்குக் கொடுத்த முத்தம் பற்றியோ என்னைப் பற்றியோ எழுதாதீர்கள் என்று சொன்னால் நான் எப்படி எழுதாமல் இருக்க முடியும்? நான் உங்களைப் பற்றி எழுதவில்லை ஸ்வாமி. நான் வாங்கிய அறை பற்றியே எழுதுகிறேன்.

ஆராவமுதாச்சாரியாரின் உபந்நியாசம் முடிந்ததும் வெளியே வந்தால் ஒரு நீண்ட வரிசை இருக்கும். காலைச் சிற்றுண்டி தருவார்கள். சும்மா சொல்லக் கூடாது, நல்ல ருசி. ஆனால் எனக்கு அங்கே வரிசையில் நிற்கப் பிடிக்காது. ஏனென்றால், நான் விமான நிலையத்தைத் தவிர வேறு எங்குமே வரிசையில் நின்றதில்லை. எங்காவது வரிசை இருந்தால் அந்த வேலையை, அந்த இடத்தைத் தவிர்த்து விடுவது என் வழக்கம். இதற்கெல்லாம் தர்க்கரீதியான காரணம் கிடையாது. வரிசை பிடிக்காது, அவ்வளவுதான். ஆனால் ரமணனின் அன்பு காரணமாக நான் தினமும் வரிசையில் நின்று வாங்கிச் சாப்பிட வேண்டியிருக்கிறது. சரி, இன்னொரு நண்பர் கூட இருக்கும்போது பேசிக் கொண்டே வரிசையில் நிற்பது ஒன்றும் பெரிய விஷயம் இல்லைதான். ஆனால் ரமணன் அங்கே சாப்பிட மாட்டார். எனக்காக, எனக்குக் கம்பெனி கொடுப்பதற்காக என்னோடு வரிசையில் நிற்பார். நான் மட்டும் அவரைப் பார்க்க வைத்துக் கொண்டு சாப்பிட வேண்டும். என்ன கொடுமை இது என்று இருக்கும். அட வேண்டாம் ரமணன் என்றாலும் கேட்க மாட்டார். இங்கே தமிழ்நாட்டில் இஸ்லாம், ஹிந்து,

சமணம், பௌத்தம், கிறித்தவம் மாதிரி சினிமாவும் ஒரு மதம் என்பதால் ரமணனுக்கு மட்டும் சிற்றுண்டியை ஒரு டப்பாவில் போட்டுக் கட்டிக் கொடுத்து விடுவார்கள். அவர் வீட்டுக்குப் போய் சாவகாசமாக சாப்பிட்டுக் கொள்வார். நான் அவரைப் பார்க்க வைத்துக் கொண்டு நின்று கொண்டே அரையும் குறையுமாகச் சாப்பிட வேண்டும். ஒருவரைப் பார்க்க வைத்துக் கொண்டு சாப்பிடுவது எவ்வளவு அசூயையான காரியம் தெரியுமா? அது மட்டுமல்லாமல் நான் மிகவும் கூச்ச சுபாவம் உள்ளவன். ரயிலில் போனால் மற்றவர்கள் சாப்பிடாவிட்டால் நானும் சாப்பிட மாட்டேன், என்னிடம் சாப்பாடு இருந்தாலும், எத்தனை பசியாக இருந்தாலும். மற்றவர்கள் சாப்பிடாமல் இருக்கும்போது நான் சாப்பிட்டால் என் நாடி நரம்பெல்லாம் கூசும். ஆனால் ரமணனைப் பார்க்க வைத்துக் கொண்டுதான் சாப்பிட வேண்டியிருந்தது. நீங்களும் சாப்பிடுங்கள் என்றால், பரவாயில்லை சார், நீங்கள் சாப்பிடுங்கள் என்பார்.

ஒருநாள் நானும் அவரைப் போலவே வற்புறுத்த அவர் சாப்பிட ஆரம்பித்தார். ஆரம்பித்தாரா, ம்ஹூம். ஆரம்பித்த போதே முடித்து விட்டார். ஆஹா, இவரும் நம்முடைய உலகளந்தான் கேஸ் போலிருக்கிறதே என்று நினைத்துக் கொண்டேன். உலகளந்தான் அப்படித்தான் பத்து நாள் பட்டினி கிடந்தது போல் எடுத்து விழுங்கி விடுவார். ஏன் ஐயா இப்படிப் பரக்காவெட்டி போல் சாப்பிடுகிறீர் என்று கேட்டதற்கு ஒரு துயரமான கதையைச் சொன்னார்.

உலகளந்தானின் தாயார் அவர் பிறந்த தருணத்திலேயே இறந்து விட்டார். அதுவும் எப்படி? கார்த்திகை தீபத் திருநாளின் போது. ஊரே வெளிச்சத்தில் இருந்த போது எங்கள் வீடு மட்டும் இருளில் மூழ்கியது என்றார். பிறந்த சிசுவுக்குத் தெரிந்திருக்காது. ஆனால் இப்போதும் ஒவ்வொரு கார்த்திகை தீபத்தின் போதும் அவருக்கு அவருடைய தாயார் ஞாபகம் வந்து விடுகிறது. ஒருநாள் அதற்காக ரொம்பவும் வருத்தப்பட்டார். சீச்சீ, இதற்கா வருத்தப்படுகிறீர்? நீர்தான் கொடுத்து வைத்தவர். அம்மா என்பது ஒரு அன்புத் தளை. சுயநலத்தின் குறியீடு. அன்பு அன்பு என்று சொல்லியே

உம்மை ஒன்றுக்கும் உதவாதவனாக ஆக்கி விடுவார்கள். உம்மைப் பாரும், எதற்கும் தயாராக, எதற்கும் அஞ்சாதவராக, உம்முடைய காலில் நிற்பவராக இருக்கிறீர் அல்லவா? இதுவே உம்முடைய அம்மாவினால் வளர்க்கப்பட்டிருந்தீரானால் எதற்குமே லாயக்கில்லாதவனாகத்தான் இருந்திருப்பீர். அன்பினாலேயே கொன்று விடுவார்கள். இதை நீர் ருசுப்படுத்திக் கொள்ள வேண்டுமானால் இந்த தேசத்தில் உள்ள எல்லா மனைவிமாரிடமும் கேட்டுப் பார்க்கலாம். தன் கணவனின் தாயார் எத்தனை கொடூரமான பிறவி என்று சொல்வார்கள். ஏன், இந்த வைதேகியையே எடுத்துக் கொள்ளும். ஒருநாள் சொன்னாள், நான் மோகனைப் பெற்றிருக்கவே கூடாது, கர்ப்பத்திலேயே கலைத்திருக்க வேண்டும் என்று. ஏம்மா என்றேன். குடிக்கிறான் என்றாள். குடிக்கிற அத்தனை பேரும் அயோக்கியர்கள். குடிகாரப் பயல்கள். அவனுங்களாலதான் இந்த நாடே சீரழிஞ்சு போய்க் கிடக்கு. குடியாலதான் என் வாழ்க்கையே அழிஞ்சுது. இப்போ இவனும் குடிக்கிறான். குடிகாரப் பயலுக மூஞ்சிலயே முழிக்கக் கூடாது. அடுத்த ஜென்மத்துலயாவது குடிக்காதவங்களோட வாழணும். இந்த ஆம்பளை வர்க்கத்தையே வெறுக்கிறேன். குடிகார நாய்ங்க. தேவ்டியாப் பசங்க. குடிகார நாய்ங்க. தேவ்டியாப் பசங்க. குடிகார நாய்ங்க...

இத்தனைக்கும் நான் குடித்தால் நான் குடித்திருக்கிறேன் என்று நானே சொன்னால்தான் தெரியும். மேலும், நான் குடித்தால் வீட்டுக்கு வருவதில்லை. குடித்த இடத்திலேயே தூங்கி விட்டு மறுநாள்தான் வருவேன். மேலும், கல்யாணத்தின் போதே "நமக்குள் கல்யாணம் வேண்டாம், நாம் நல்ல நண்பர்களாக இருப்போம், ஏனென்றால், நான் குடிக்கும் வழக்கம் உள்ளவன், நாளாக நாளாக உனக்கு அதன் காரணமாகவே என்னைப் பிடிக்காமல் போகும், குடி நமக்குள் பிரச்சினையாக மாறும், வேண்டாம் கல்யாணம்" என்றேன்.

இல்லை, குடி பிரச்சினையே இல்லை, இது சத்தியம் என்று சொல்லி வற்புறுத்திக் கல்யாணம் செய்து கொண்டாள் வைதேகி. இப்போது பார்த்தால் நான் வெளியூரில் போய் குடித்தால்

கூட, திரும்பி வரும்போது லேசாகக் கண் சிவந்திருந்தால், நீ வெளியூரில் குடித்தாய், இனிமேல் குடிக்கவில்லை என்று சத்தியம் செய் என்று சொல்லி சத்தியம் வாங்கிக் கொள்கிறாள்.

அவள் எப்படி சத்தியத்தை மீறினாளோ அதேபோல் நானும் சத்தியத்தை மீறி குடிக்கிறேன். வெளியூரில். ஆனால் இப்போதெல்லாம் இன்னும் ஜாக்கிரதையாகி விட்டேன். குடித்து முடித்து இருபத்து நான்கு மணி நேரம் கழித்துத்தான் வீட்டில் அடி எடுத்து வைப்பது. அதற்குள் அந்த வைன் கண்ணிலிருந்தும் சுவாசத்திலிருந்தும் மறைந்திருக்கும்.

இதற்கும் அன்னைக்கும் என்ன சம்பந்தம் என்று கேட்பீர்கள். இதுதான் அன்னை. இதுதான் மனைவி. அன்னை என்ன காரணத்தினால் தன் குழந்தை மீது பாசத்தைப் பொழிகிறாள்? அதே அன்னை தன் மூத்தாளின் பிள்ளை மீது அன்பாக இருப்பாளா? உலகளந்தானின் சிற்றன்னை அவரை என்னவெல்லாம் கொடுமைப்படுத்தியிருக்கிறாள்? அது ஒரு தனிக் கதை. இங்கே வேண்டாம். எல்லா சிற்றன்னைகளின் கதைதான். சிற்றன்னை உங்களைக் கொடுமைப்படுத்துகிறாள். அன்னை உங்களை உருப்படாமல் ஆக்கி விடுகிறாள்.

ஒரு உதாரணம் சொல்லுகிறேன். ஆராவமுதனின் உபந்நியாசம் பதினைந்து நாட்கள் நடந்தன. ஏழிலிருந்து எட்டரை. நான் ஆறே முக்கால் மணிக்குப் போவேன். நானூறு பேர் அமரக் கூடிய அரங்கில் இரண்டு பேர் இருப்பார்கள். நான் மூன்றாவது. நான்காவதாக ஆறு ஐம்பதுக்கு ஆச்சாரியார் வருவார். பிறகு ஏழிலிருந்து ஏழரை பத்து பேர். ஏழரையிலிருந்து எட்டு இருபது பேர். எட்டிலிருந்து எட்டரை ஐம்பது அறுபது பேர்.

இப்படித்தான் பதினைந்து நாட்களும் நடந்தது. இப்படித்தான் வளர்க்கப்பட்டிருக்கிறார்கள் எல்லா இந்தியரும். ஐரோப்பிய நாடுகளில் ஒரு இசை நிகழ்ச்சி நடக்கிறது என்றால் நிகழ்ச்சி தொடங்கிய பிறகு ஒரு ஆத்மா கூட உள்ளே நுழைய முடியாது. ஐரோப்பியர் அவர்களின் அன்னையினால் வளர்க்கப்படுவதில்லை. சமூகம் வளர்க்கிறது.

அன்னையின் அன்புதான் பெரிய பிரச்சினை உலகளந்தான் என்றேன். நான் ரமணனையும் ஒரு அன்னையாகத்தான் பார்க்கிறேன். நான் பசியோடு கிளம்பக் கூடாது என்று அவர் நினைக்கிறார். எனக்கு ஆற அமர அமர்ந்து சாப்பிட வேண்டும். பாரதீய வித்யா பவனில் நின்று கொண்டே சாப்பிட வேண்டியிருக்கிறது. மட்டுமல்லாமல் நான் நிறுத்தி நிதானமாகச் சாப்பிடுவேன். தினமுமே பாதி சிற்றுண்டியை அத்தனை அருமையான ருசியுடைய சிற்றுண்டியை குப்பையில்தான் போட்டு விடுகிறேன். வேறு என்ன செய்வது, எத்தனை நேரம்தான் சாப்பிடாமல் நின்று கொண்டிருக்கும் ரமணனை காக்க வைப்பது? அதிலும் ஒரு வெள்ளிக்கிழமை எனக்கு ரொம்பவும் தர்மசங்கடமாகப் போய் விட்டது. ரமணன் ஒவ்வொரு வெள்ளிக்கிழமையும் மயிலாப்பூர் நாகாத்தம்மன் கோவிலுக்குப் போவார். அன்றைய தினமும் அப்படிப் போக வேண்டியவர் என்னோடு நின்று கொண்டிருந்தார். கேட்டேன். அங்கே எனக்காகக் காத்துக் கொண்டிருக்கும் நண்பரிடம் சொல்லி விட்டேன், இன்னும் கொஞ்ச நேரத்தில் வந்து விடுவதாக. நீங்கள் பொறுமையாகச் சாப்பிடுங்கள் சார், எந்த அவசரமும் இல்லை. நீங்கள் சாப்பிட்டால்தான் எனக்கு நிம்மதி என்றார். ஆகா, ஒருத்தர் காத்திருக்க நான் சாப்பிடுவதே லஜ்ஜை தரக் கூடிய விஷயம். இப்போது இன்னொருத்தர் வேறு நாகாத்தம்மன் கோவிலில் காத்திருக்கிறார். ரெண்டு வாய் சாப்பிடுவது போல் பாவலா பண்ணி விட்டு சாப்பாட்டை அப்படியே குப்பைக் கூடையில் போட்டு விட்டேன்.

அது மட்டுமல்லாமல் நான் காலையில் சாப்பிடும்போது அதற்கு முன் பதினெட்டு மணி நேரம் சாப்பிடாமல் இருந்திருப்பேன். தினமுமே மதியம் இரண்டு மணிக்கு சாப்பிடுவேன். இரவில் சாப்பிட மாட்டேன். காலையில் ஏழரைக்கே கொலைப்பசி. எட்டு மணிக்கு சாப்பிட்டு விட வேண்டும். அதுவும் நம் பழமொழியில் சொல்வது போல் (காலையில் ராஜ சாப்பாடு, மதியம் மத்திம சாப்பாடு, இரவில் பிச்சைக்காரனைப் போல்) சாப்பிடுவேன். இந்த தம்மாத்தூண்டு பொங்கலெல்லாம் என் பசிக்குத் தூசு. அதனால் பாரதீய வித்யா பவனில்

அரைகுறையாய் சாப்பிட்டு விட்டு மீதிக்கு வீட்டில் வைத்து சாப்பிடுவேன். இந்தப் பிரச்சினைக்கு என்ன பண்ணுவது என்று யோசித்தேன். திடீரென்று ஒரு வழி புலப்பட்டது. அரங்கத்தில் முதல் வரிசையில் உட்காருவதைத் தவிர்த்து விட்டுக் கடைசி வரிசையில் அமர ஆரம்பித்தேன். ரமணன் சரியாக ஏழு இரண்டுக்குத்தான் வருவார். நேராக முதல் வரிசைக்குப் பின்னே இரண்டாவது வரிசையில் அமர்வார். பிறகு உபந்நியாசம் முடிந்ததும் ஆச்சாரியாரை சேவிக்க மேடைக்குப் போய் விடுவார்.

எனக்கும் சேவிக்க வேண்டும் என்றுதான் தோன்றும். ஆனால் ஆச்சாரியாரை சேவிக்கும் அத்தனை பேரும் உண்மையில் பணத்தைத்தான் சேவிக்கிறார்கள். ரமணன் சினிமாத் துறையைச் சேர்ந்தவர் என்றாலும் பணத்துக்கு முக்கியத்துவம் தருபவர் அல்ல. அவரை விட்டு விடுவோம். மற்றபடி சொல்கிறேன். உதாரணமாக, நம் உலகளந்தானையே எடுத்துக் கொள்வோம். அவருடைய உண்மையான கடவுள் காசு. அதில் தப்பே இல்லை. அவருடைய வாழ்க்கையை அவர் இஷ்டம் போல் வாழ்கிறார். அது பற்றி அபிப்பிராயம் சொல்ல நான் யார்? ஆனால் காசேதான் கடவுளென வாழும் ஒருவர் எதற்கு இந்த ஆண்டாள், ஆராவமுதன், உபந்நியாசம் என்றெல்லாம் ஆஷாடபூதித்தனம் பண்ண வேண்டும்? காசைத் தூக்கி கக்கூஸில் போட்டு விட்ட என்னைப் பார்த்து பரிதாபப்பட வேண்டும்? உம்மைப் பார்த்து, உம்முடைய கீழ்மையைப் பார்த்து நீர் அல்லவா பரிதாபப்பட்டுக் கொள்ள வேண்டும் மிஸ்டர் உலகளந்தான்? காசைக் கடவுளாகக் கும்பிடும் ஒரு ஆசாமி ரமணரைப் பார்த்து “ஐயோ, கோவணத்தோடு அலைகிறாரே, பாவம்” என்று பரிதாபப்பட்டால் அவனை என்ன செய்யலாம்? உலகளந்தான் செய்திருப்பதும் அதுதான். அதற்காகத்தான் நான் இந்த நாவலையே எழுதத் துணிந்தேன். அதற்குக் கடைசியாக வருவோம். காசை என் வாழ்விலிருந்து ரத்து செய்து விட்ட நான் ஆராவமுதாச்சாரியாரின் திருப்பாவை உபந்நியாச சாரத்தில் மூழ்கி விட்டேன். காசைக் கும்பிடும் உலகளந்தான் ஆராவமுதாச்சாரியாரை அவருடைய குல வழக்கப்படி மூன்று முறை தரையில் சாஷ்டாங்கமாக விழுந்து விழுந்து சேவிக்கிறார்.

எனக்கு சிரிப்புதான் வந்தது ஓய் உலகளந்தான்!

வாழ்நாள் பூராவும் எறும்பு சேர்ப்பது போல் காசைச் சேர்த்து மடிப்பாக்கத்தில் ஒரு அபார்ட்மெண்ட் வீடு வாங்கி விட்டீர். அங்கே குடியிருக்கவும் இல்லை. விடைபெறும் வரை குடியிருக்கவும் போவதில்லை. வாடகை வருகிறது. வாழ்வின் குறிக்கோளை எட்டியாயிற்று. நான் இருபதாயிரம் புத்தகங்களைச் சுமந்து கொண்டு அவ்வப்போது வாடகை வீடு தேடி அலைந்து கொண்டிருக்கிறேன்.

சாந்தோமில் என் வீட்டுக்குப் பக்கத்தில் எம்மார்ஸி நகரில் மேயர் ராமநாதன் ஹால் உள்ளது. ஊரின் கோடீஸ்வரர்கள் வீட்டுக் கல்யாணம் நடக்கும் இடம். அங்கே புவனேஸ்வரியின் புதல்வனின் கல்யாணம். என்னால் போக முடியவில்லை. ஏன் என்று பின்னால் சொல்கிறேன். அது ஒரு தனிக்கதை. உலகளந்தானும் அவர் மனைவியும் பேத்தியும் போனார்கள்.

ஏதாவது பரிசு கொடுத்தீர்களா என்ன என்று கேட்டேன்.

ஐநூறு ரூபாய் போட்டு ஒரு கவர் கொடுத்தேன் என்றார். மேலும் சொன்னார், அந்த ராமனாதன் ஹால் வரலாற்றிலேயே ஐநூறு ரூபாய் பரிசு கொடுத்த முதல் ஆள் நானாகத்தான் இருப்பேன்.

ஆக, உலகளந்தானுக்கு தன்னைப் பற்றி நன்றாகவே தெரிந்திருக்கிறது. குழப்பம் இல்லை. ஆனால் இப்படிப்பட்ட ஒரு உலகில் வாழ்ந்து கொண்டு யாரைப் பார்த்து நக்கல்? ஐநூறு பரிசு கொடுத்தாரா? கதை அதோடு முடியவில்லை. இவர் கொடுத்த கவரைப் பார்த்து விட்டு இவர் மனைவி கேட்ட கேள்வி என்ன தெரியுமா? அதையும் உலகளந்தானே சொன்னார்.

"கவர்ல எவ்வளவு வச்சுக் குடுத்தீங்க?"

தொகையைச் சொல்கிறார் உலகளந்தான்.

"ஐயோ, ஐநூறா? இது அடுக்குமா?" இது உலகளந்தான் மனைவி.

நீங்களெல்லாம் என்ன மாதிரியான வாழ்க்கையை வாழ்ந்து கொண்டு என்னையும் என் மனைவியையும் விமர்சிக்கிறீர்கள்

கேணப்பயல்களா? இத்தனைக்கும் புவனேஸ்வரியின் கணவர் தனக்கு ஒரு டென்னிஸ் மட்டை கொடுத்தார் என்று வேறு சொன்னார் உலகளந்தான். ஒரு டென்னிஸ் மட்டையின் விலை என்ன தெரியுமா?

ஏற்கனவே கொரோனா காலத்தில் நடந்த சம்பவம் ஒன்று. உலகளந்தான் சொன்னதுதான். அப்போதெல்லாம் இஸ்திரிக்காரர்கள், ஆட்டோ ஓட்டுனர்கள் போன்ற விளிம்புநிலைத் தொழிலாளர்களுக்கு நடுத்தர வர்க்கத்து மக்கள்தான் அவ்வப்போது ஐநூறு ஆயிரம் என்று கொடுத்து உதவிக் கொண்டிருந்தார்கள். வைதேகி அப்போது கொடுத்த பண உதவிக்குக் கணக்கே இல்லை. அவளுடைய மொத்த சேமிப்பில் முக்கால்வாசியைக் கரைத்து விட்டாள். மனித சமூகமே அழிந்து விடும் போலிருக்கிறது, யாருக்காக இந்தப் பணம் என்று சொல்லிக் கொண்டே கொடுத்தாள். அந்தச் சமயத்தில் உலகளந்தான் தங்கள் தெருவில் இருந்த இஸ்திரிக்காரரை அழைத்து ஐநூறு ரூபாயைக் கொடுத்திருக்கிறார். அப்போது உலகளந்தானின் தர்ம பத்தினி அந்த இஸ்திரிக்காரரிடம் “கொரோனா போனதும் ட்ரெஸ் அயனுக்குக் குடுக்கும்போது இந்த ஐநூறையும் கழிச்சிடுவேன்” என்று ஆவேசமாகச் சொன்னாளாம்.

இப்படிப்பட்ட மலப்புழு வாழ்வில் உழன்று கொண்டிருக்கும் உலகளந்தான்தான் என்னைப் பற்றி விமர்சிக்கிறார். அதை நாம் கடைசியில் பார்ப்போம்.

ஆகவே, உலகளந்தானும் அவர் மனைவியும் ஆராவமுதாச்சாரியாரை விழுந்து விழுந்து சேவித்த போது எனக்கு சேவிக்கும் ஆசையே போய் விட்டது.

புவனேஸ்வரியின் பெரியப்பா என்று ஒரு ஆள் என் வாழ்வில் ஒரு சமயம் அறிமுகமானார். அவரை என்னால் ஒருபோதும் மறக்க முடியாது. எத்தனை ஜென்மம் எடுத்தாலும் மறக்க முடியாது. மானுட வாழ்வின் கீழ்மையின் குறியீடு அவர். அவருடைய ஒரே மகனும் மருமகளும் ஆஸ்திரேலியாவில் குடியேறி விட்டார்கள். மனைவி இறந்து விட்டாள். ஆக, பெரியப்பா

இங்கே சென்னையில் தனி ஆள். வயது அறுபத்தெட்டு. ஒரு சிநேகிதர் கிடையாது. உற்றம் சுற்றம் யாரும் பெரியப்பாவை வைத்துக் கொள்ளத் தயாராக இல்லை. அந்த நிலையில் அவர் மீது கருணை கொண்டு தன் வீட்டில் வைத்துக் கொள்ள முடிவு செய்தாள் புவனேஸ்வரி. ஆனால் அது எவ்வளவு தவறான முடிவு என்று ஒரே வாரத்தில் தெரிந்து கொண்டு விட்டாள். தூங்கும் நேரம் தவிர மற்ற எல்லா நேரமும் தொலைக்காட்சிக்கு எதிரேதான் அமர்ந்திருந்தார் பெரியப்பா. வீட்டில் ஒரு வேலை செய்வது கிடையாது. இத்தனைக்கும் அப்பாவின் அண்ணா கூட கிடையாது. அம்மாவின் தமக்கையின் கணவர். காஃபி டம்ளர் கூட புவனேஸ்வரி வந்து எடுத்து வைக்கும் வரை குடித்த இடத்திலேயே இருக்கும். இவரே எடுத்துத் தேய்க்கப் போடுவதில்லை. மற்றவர்களைத்தான் ஏவிக் கொண்டிருந்தார்.

பெரியப்பா தன் மனைவி இறந்ததும் மகனும் மருமகளும் ஆஸ்திரேலியா போகும் வரை அவர்களோடு இருந்தார் இல்லையா? அப்போது அவர் எப்படி வாழ்ந்தார் தெரியுமா? காலையில் மூன்று பேருக்கும் டிஃபன் பண்ணுவது, மகனுக்கும் மகளுக்கும் மதிய உணவு செய்து டப்பாவில் கட்டிக் கொடுப்பது என்று முழு சமையல் வேலையும் ஐயாதான். ஏனென்றால், மகனும் மருமகளும் ஆஃபீஸ் கிளம்பிக் கொண்டிருப்பார்கள். அப்படிப்பட்ட கொத்தடிமைதான் இங்கே புவனேஸ்வரி வீட்டில் வந்து ராஜதர்பார் செய்து கொண்டிருந்தது.

ஒருநாள் சாப்பாட்டு மேஜையில் சோறு, சாம்பார், ரசம், காய், ஊறுகாய் எல்லாவற்றையும் எடுத்து வைத்து விட்டு “சாப்பிடுங்கோ, நான் குளிச்சிட்டு வரேன்” என்று சொல்லி விட்டு குளியலறை போய் விட்டாள் புவனேஸ்வரியின் அம்மா. டைனிங் டேபிள் அருகேதான் அமர்ந்திருக்கிறது கிழம். அம்மையார் குளித்து விட்டு வந்து பார்த்தால் சாப்பிடாமலே இருந்திருக்கிறது. என்ன விஷயம் என்று அம்மையார் கேட்டதற்கு, கொழம்பிலேல்லாம் கரண்டி இருக்கு, சாதக் கரண்டி மட்டும் வேணும் என்றதாம். ஒரு ஐந்து அடி தூரம் இருக்கும் சமையலறைக்குப் போய் கரண்டியை எடுத்துக் கொள்ள அலுப்பு.

இப்படியே கிழத்தின் டார்ச்சர் தாங்க முடியாமல் வேறு இடத்துக்கு நகர்த்தி விட, அந்த சொந்தக்காரர்கள் கீழ் மத்திய வர்க்கம். இரண்டு சின்னக் குழந்தைகள். இளம் தம்பதிகள். ஒருத்தர் சம்பளத்தில் குடும்பம் நொண்டுகிறது. அங்கே போயும் கிழத்தின் அட்டகாசம் தாங்க முடியவில்லை. வளர்த்த விரும்பவில்லை. ஒரே ஒரு சம்பவம் மட்டும். ஆஸ்திரேலியா போன பையன் அங்கே வீடு கட்டி விட்டான். போன கையோடு இரட்டைக் குழந்தை. அப்பனுக்குப் பணம் அனுப்ப கையில் காசு இல்லை, பாவம். புவீ, கொஞ்சம் அப்பாவை கவனித்துக் கொள்ளேன் என்று புவனேஸ்வரிக்கு ஃபோன். இவளே சரியான வருமானம் இல்லாமல் எல்லா செலவுக்கும் கணவனைக் கேட்க வேண்டியிருக்கிறதே என்று புலம்பிக் கொண்டிருந்தாள். இவள் எங்கே பெரியப்பனைப் பார்த்துக் கொள்வது? வீட்டில் இருந்து சுகமாக சாப்பிட்டுக் கொண்டிருக்கலாம். கிழத்தினால் முடியவில்லை. என்னிடமெல்லாம் கேட்டது. பெருமாள், எங்கேயானும் நல்ல முதியோர் இல்லம் இருக்கிறதா, பாருங்கோளேன். பார்க்கலாம். மாசம் நாப்பதாயிரம் தர வேண்டும். முடியுமா? இந்தக் காதில் வாங்கி அந்தக் காதில் விட்டு விட்டேன்.

ஏதோ ஆயிரம் ரெண்டாயிரம் அனுப்புவான் போல ஆஸ்திரேலியாவிலிருந்து. அதில் கிழம் கொஞ்சம் பிஸ்கட் வாங்கி வைத்துக் கொண்டு ரகசியமாக சாப்பிட்டுக் கொண்டிருந்திருக்கிறது. ஒரு குழந்தை அதைப் பார்த்து விட்டுக் கேட்டிருக்கிறது. கிழம் கொடுக்கவில்லை. குழந்தை தகப்பனிடம் சொல்லி விட்டது. இந்தத் தாத்தாவைப் பாரு அப்பா. என் கிட்டேர்ந்து மட்டும் சாக்லெட் வாங்கிச் சாப்பிடறா. நான் பிஸ்கட் கேட்டா தராம ஒளிச்சு வச்சிக்கிறா.

கேள்விப்பட்ட போது இந்தக் கிழம் தன்னுடைய மோசமான அழிவைத் தானே தேடிக் கொள்கிறது என்று நினைத்தேன். கொரோனா வந்து யாருமே பார்க்காமல் காணாமல் போயிற்று கிழம். சடலம் கூட கிடைக்கவில்லை. ஈமச் சடங்குகளை அங்கே ஆஸ்திரேலியாவிலேயே செய்து கொண்டு தீர்த்துக் கொண்டான் புத்திரன்.

அந்தக் கிழம் மாதிரி ஒரு வாழ்க்கையை வாழ்ந்து கொண்டிருக்கும் உலகளந்தானே, நீர் என் வாழ்வைப் பற்றி அபிப்பிராயம் சொல்லலாமா? உலகளந்தான் இதைப் படிப்பாரா என்று எனக்குத் தெரியாது. படித்தால் நான் அபாண்டம் சொல்வதாக நினைப்பார். இல்லை ஓய், இல்லவே இல்லை. ஒரு சம்பவம் சொல்கிறேன். இதுவும் உலகளந்தானே சொன்னதுதான். உலகளந்தானும் அவர் பேத்தியும் இளநீர் வாங்கப் போனார்கள். பேத்தி வயது ஆறு. பேத்தி இளநீர்க்காரரிடம் சொன்னதாம். இளநீர்க்கார், நல்ல பெரிய எளநியா, ஸ்வீட்டா, நெறய்யா தண்ணி வர்ர மாதிரி தாங்கோ. வெலை நாப்பது ரூபா இல்லை. முப்பது ரூபாதான். (ஒவ்வொரு வண்டியிலும் நாற்பது என்று எழுதி கம்பு நட்டு வைத்திருக்கும்.) அதைக் கேட்டு இளநீர்க்காரர் உலகளந்தானிடம், "இனிமேல் இந்தக் குழந்தையை அழைத்து வராதீர்கள் சார், இது பேச்சைக் கேட்டா என் குடும்பம் நடுத்தெருவுலதான் நிய்க்கணும்" என்றாராம்.

எனக்கு நரகலை மிதித்தது போல் இருந்தது. குழந்தையின் மீது தப்பே இல்லை. வீட்டில் பெரியவர்கள் அந்த அளவுக்குப் பணம் பணம் என்று பேயாய் அலைந்திருக்கிறார்கள். ஒரு குடும்பமே எப்படி பிக்பாக்கெட் கும்பலைப் போல் யோசிக்கிறது என்றும் ஆச்சரியமாக இருந்தது.

இப்படிப்பட்ட அழுகல் குடும்பத்தைச் சேர்ந்த நீரா என்னையும் வைதேகியையும் விமர்சித்தீர்? வைதேகி மாதாமாதம் அவளுக்குக் கிடைக்கும் ஓய்வூதியம் இருபதாயிரத்தையும் தானம் செய்கிறாள். நான் வாரம் பதினேழாயிரம் ரூபாய் பூனைகளுக்கு செலவழிக்கிறேன். எழுதி எழுதிப் பிச்சை எடுத்து சேகரித்த பணம்.

இப்படி பணத்தையே பெருமாளாகக் கும்பிட்டு விட்டு ஆராவமுதாச்சாரியாரை விழுந்து விழுந்து மூன்று முறை சேவித்து என்னய்யா பயன்? இன்னும் பணம் சேர வேண்டும் என்றா?

உபந்நியாசம் முடிந்து ரமணன் ஆச்சாரியாரை சேவிக்கப் போய் விடுவதால் நான் கடைசி இருக்கையிலிருந்து நைஸாகத்

தப்பி வெளியே வந்து விடுவேன். ஒருநாள் அப்படி ஓடி வந்து எதிர்த்தாற்போல் இருக்கும் கற்பகாம்பாள் மெஸ்ஸில் ஒரு ஆனியன் ரவா சாப்பிட்டேன். ம்ஹூம். கற்பகாம்பாளும் முன்னைப் போல் இல்லை. ஆனியன் ரவாவில் ஆனியனைத் தேட வேண்டியிருந்தது. ஆனியன் ரவா என்னுடைய இஷ்ட சிற்றுண்டியானதற்குக் காரணமே அதில் கிடக்கும் பச்சை மிளகாய்தான். அந்த ஆனியன் ரவாவில் பச்சை மிளகாயையும் காணோம்.

அப்படித்தான் இறுதிப் பாசுரம் வரை ரமணனிடம் மாட்டிக் கொள்ளாமல் தப்பிக் கொண்டிருந்தேன்.

மை டியர் ரமணன், இதை நீங்கள் வாசித்தால் நிச்சயம் உங்கள் மனம் புண்படும் என்று எனக்குத் தெரியும். இருந்தாலும் நான் என்ன செய்வேன் ரமணன். என் உணர்வுகள் புண்படுகின்றன. நான் நின்று கொண்டு சாப்பிட மாட்டேன். பதினெட்டு மணி நேரம் கழித்துச் சாப்பிடுவதால் காலையில் ராஜகரமாக சாப்பிடுவேன். அதிலும் அவசரகதியில் சாப்பிட மாட்டேன். குறைந்தது இருபது நிமிடமாவது வேண்டும். வேண்டாம் ரமணன், இது வேண்டாம் என்று உங்களிடம் மன்றாடிக் கேட்டுக் கொண்டேன். நீங்கள் ஏதோ நான் சம்பிரதாயமாக மறுப்பதாக நினைத்துக் கொண்டு அன்பைப் பொழிந்தீர்கள். நான் உங்களிடமிருந்து தப்ப வேண்டியதாயிற்று. அதனால்தான் எழுதுகிறேன்.

ரமணன், நான் உங்களை விட மூத்தவன் என்பதால் ஒரு ஆலோசனை சொல்கிறேன். இரண்டு விஷயங்கள். தஸ்தயேவ்ஸ்கி எழுதிய *A dirty incident* என்ற கதையைப் படியுங்கள். மற்றவர் மீது நாம் செலுத்தும் அன்பு எத்தகைய வன்முறையாக மாறுகிறது என்று புரியும். அது எப்படியென்றால், ஒரு கொலைக்கருவியான சிலுவை இயேசு என்ற மாமனிதரால் அன்பின் குறியீடாக மாறியது. ஆனால், பல மனிதர்கள் அடுத்தவர் பால் செலுத்தும் அன்பு வன்முறையாக மாறுகிறது. எப்படி என்றுதான் சொல்லிக் கொண்டிருக்கிறேன். இரண்டாவது விஷயம், இனிமேலாவது அடுத்தவர் மீது அன்பு செலுத்தாதீர்கள். உங்களையே நீங்கள் நேசிக்கப் பழகுங்கள். அடுத்தவர் நலனை அவர்களே பார்த்துக் கொள்வார்கள்.

அன்பு செலுத்துவது ஏன் வன்முறையாக மாறுகிறது தெரியுமா? அன்பு செலுத்தும் மனிதர் யாவரும் பிறரை அடுத்தவரை அவர்கள் நேசிப்பவரை - விட தங்களை உயர்ந்த ஸ்தானத்தில் வைத்துக் கொள்கிறார்கள். அவர்களிடம் நிரம்பி வழியும் அன்பை எடுத்து அவர்களின் நேசத்துக்கு உரியவர் மீது அள்ளிப் பூசுகிறார்கள். யானையை தானம் கொடுத்த கதைதான். பாருங்கள் ரமணன், இருபது ஆண்டுகள் நாம் இனிமையான நண்பர்களாக இருந்தும் உங்களுடைய அன்பினால் மட்டுமே நான் உங்களிடமிருந்து தப்பியோடும்படி ஆகி விட்டது.

வாசகர்களே, கதை அதோடு முடியவில்லை. முப்பதாவது பாசுரம் முடிந்து ஆண்டாள் திருக்கல்யாணமும் முடிந்து அடுத்த கணம் நான் பாரதீய வித்யா பவனிலிருந்து வெளியே ஓடினேன். அன்றைய தினம் ரமணன் அவர் மனைவியோடு வந்திருந்ததைக் கண்டேன். ஏற்கனவே ரமணன் "உங்களுக்கும் எனக்கும் ஒரு ஒற்றுமை உண்டு, அது உங்கள் மனைவியும் அய்யங்கார், என் மனைவியும் அய்யங்கார்" என்று சொல்லியிருக்கிறார். அந்தப் பெண்மணி லட்சணமாக வைதேகியின் தங்கை போல் இருந்ததால் இவர்தான் மனைவியாக இருக்க வேண்டும் என்று யூகித்துக் கொண்டேன். அதன் காரணமாக இன்னும் அவசரமாக வெளியே ஓடினேன். அனாவசியமாக தன் மனைவியிடமும் அறிமுகம் செய்து வைப்பார் ரமணன். எனக்கு இம்மாதிரி அறிமுகங்களே அலர்ஜி. என்னுடைய தவறுதான். என்னுடைய பிரச்சினைதான். எனக்கு மனிதர்களைக் கண்டாலே அலர்ஜியாக இருக்கிறது. ஒருநாள் ரமணன் தன் நாய்க்குட்டியை எனக்கு அறிமுகம் செய்து வைத்தார். அந்த நாளை ஏழு ஜென்மத்துக்கும் மறக்க மாட்டேன். அவ்வளவு அழகான அவ்வளவு சமர்த்தான நாய்க்குட்டி. ஸாரி செல்லக்குட்டி, உன் பெயர் எனக்கு மறந்து விட்டது. மன்னித்து விடு.

(பெருமாள், அந்த நாய்க்குட்டியை உனக்கு அறிமுகம் செய்து வைத்த போது நானும் அங்கே இருந்தேன். அதன் பெயர் ஹார்லிக்ஸ் குட்டி. ஹார்லிக்ஸா, ஹார்லிக்ஸ் குட்டியா என ஞாபகம் இல்லை. புத்தகக் கண்காட்சியில் நடந்த சம்பவம் அது. வீட்டிற்கு விருந்தினர்கள் வந்தால் குழந்தையை ரைம்ஸ் சொல்லி குட்டிக்கரணம் போடச் சொல்வார்கள் அல்லவா? அது போல

அந்த ஹார்லிக்ஸை என்னென்னவோ குரளி வித்தை காட்டச் சொல்லி முயற்சித்துக்கொண்டிருந்தார் ரமணன். அதுவும் அன்றைக்கு ரமணன் வேறு ஏதோ நிகழ்ச்சிக்குச் செல்ல வேண்டுமாம். அதையும் சொல்லி விட்டு, இருக்கும் சொற்ப நேரத்தில் அந்த ஹார்லிக்ஸ் குட்டியை – "ஹார்லிக்ஸ் இங்க பாரு, ஹார்லிக்ஸ் இப்டி பண்ணு, ஹார்லிக்ஸ் இங்க பாரேன், ஹார்லிக்ஸ் குட்டி இங்க பார்ரா கண்ணு" என டார்ச்சர் செய்து கொண்டு இருந்தார். எனக்கு எரிச்சலாக இருந்தது. புத்தகக் கண்காட்சிக்கு ஏன் நாய்க்குட்டியை அழைத்து வர வேண்டும்? சரி, அழைத்துதான் வந்து விட்டீர்கள். புத்தகக் கண்காட்சியை நாய் கண்காட்சியாக மாற்ற முயலலாமா? அந்த நேரத்தில் உன்னையும் அங்கே இருந்த அராத்துவையும் சந்திக்கவும் உன்னிடம் கையெழுத்து வாங்கவும் சிலர் காத்திருந்தார்கள். ஆனால் அந்தப் புத்தக ஸ்டாலின் மொத்த கவனத்தையும் ஹார்லிக்ஸை குரளி வித்தைக் காட்டச் சொல்லி ரமணன் திருடிக்கொண்டு விட்டார். அதிலும் சமூக அடுக்கில் நாய்கள் மனிதர்களை விட பிற்படுத்தப்பட்ட நிலையில் இருப்பதால், யாரேனும் நாய் வித்தை காட்டினால் நாய்க்குதான் முக்கியத்துவம் அளிக்க வேண்டும் என்பதுதானே தற்போதைய 'முன்னேறிய' மேல்தட்டு கனவான்களின் தர்மம்? வாஸ்தவத்தில் ஹார்லிக்ஸைப் பயன்படுத்தி அன்று ரமணன் தன்மேல் கவனத்தைக் குவித்துக்கொண்டார் என்றே சொல்ல வேண்டும். எனக்கு மிகப் பெரிய ஒரு அபத்த நாடகம் நடப்பது போல இருந்தது. நான் மட்டும் அன்றைய ஹார்லிக்ஸ் குட்டியின் குரளி வித்தை நாடகத்தில் பங்கு பெறவில்லை. புவனேஸ்வரி அவர்கள் ஆவேசமான மகிழ்ச்சியுடன், பெண்களுக்கே உரித்தான "வாவ்" மற்றும் "ஆசம்" முகபாவனையுடன் பங்கு கொண்டார். ("பாரேன், இந்த ஹார்லிக்ஸ் குட்டி என்னாமா பண்ணுது?") நீ, வாயில்லாப் பிராணி என்றால் மயங்கி விடும் ஆள் என்பதால், அபத்த நாடகம் என்பது உன் கண்ணை மறைக்க நீயும் பங்கு கொண்டாய். அன்று மட்டும் ஹார்லிக்ஸ் குட்டியை நூறு புகைப்படம் எடுத்திருப்பார்கள். நீயும் ஹார்லிக்ஸ் குட்டியுடன் புகைப்படம் எடுத்துக்கொண்டாய். ஃபோட்டோ புடிங்க, ஃபோட்டோ புடிங்க என ரமணன் சொல்லிக்கொண்டே

இருந்தார். புத்தகக் கண்காட்சியில், புத்தக ஸ்டாலில், எழுத்தாளர்களையும், வாசகர்களையும் வைத்துக்கொண்டு, ஹார்லிக்ஸ் குட்டியை அன்று நூறு புகைப்படம் எடுத்தார்கள். என்ன கண்றாவியோ? இப்படிச் சொல்வதுதான் நெகடிவ் வைப் என்றால் இன்னும் நூறு ஜென்மத்துக்கு இதே நெகடிவ் வைபுடன் பிறக்க ஆசைப்படுகிறேன் பெருமாள். நீ இந்தக் கதைக்கு ஏற்றாற்போல, இதுதான் நாய் மீது வைக்கும் அன்பு, அந்த நாயன்பு எப்படி அபத்தமாக மாறுகிறது பாருங்கள் என முத்தாய்ப்பாகச் சொல்லி முடித்து விடு. - கொக்கரக்கோ)

முப்பது பாசுரங்களும் முடிந்து உபந்நியாசம் முடிவுக்கு வந்த தினம் ஜனவரி முதல் தேதி என்பதால் வெளியே கூட்டம் அலை மோதிக் கொண்டிருந்தது. எட்டரைக்குக் கண்ணனை வரச் சொல்லியிருந்தேன். இருவரும் நாரத கான சபா போய் சாப்பிடலாம் என்று திட்டம். சாஸ்தாலயா கேட்டரிங்தான் நாரத கான சபாவில். சாஸ்தாலயா சாப்பாடும் சிற்றுண்டியும் நன்றாக இருக்கும். ஆனால் கூட்டம் கன்னாபின்னாவென்று இருந்ததால் மயிலாப்பூர் ஃபைன் ஆர்ட்ஸ் போனோம். சாஸ்தா கேட்டரிங். அதுவும் நன்றாக இருப்பதாகக் கேள்வி. கூட்டத்தில் நீந்தி நீந்தி ஸ்கூட்டரை ஓட்டினார் கண்ணன். வழக்கமாக நெடுஞ்சாலையில் ஓட்டுவது போல் ஓட்டுவார். அன்றைய தினம் முடியவில்லை.

மயிலாப்பூர் ஃபைன் ஆர்ட்ஸிலும் கூட்டம் அலை மோதியது. எப்படியோ ஒரு இடம் தேடி அமர்ந்தோம். நான் வழக்கம் போல் ஆனியன் ரவா. கண்ணன் காஞ்சீபுரம் இட்லி. சாப்பிட்டுக் கொண்டே எதிரே பார்த்தால் ரமணனும் அவர் மனைவியும். ஆஹா, அவரும் என்னைப் பார்த்து விட்டார். இங்கிருந்தபடியே கை அசைத்தேன். அவரும் அசைத்தார். கிளம்பும்போது தூரத்திலிருந்தபடியே கை அசைத்து விட்டு ஓடப் பார்த்தேன். அவரோ என்னை அருகே அழைத்தார். போனேன். “இவங்கதான் என் மனைவி” என்று அறிமுகம் செய்தார். நான் நினைத்தது சரிதான். பிறகு தன் வாழ்க்கைத் துணையிடம் ரமணன் அன்புடன் சொன்னார், சாருக்கும் எனக்கும் ஒரு ஒற்றுமை உண்டு சொன்னவுடனேயே பதறிப்

போய், சார் சார், நீங்கள் ஒரு மேதை, நீங்கள் படித்ததற்கும் எனக்கும் ஏணி வைத்தாலும் எட்டாது… நான் இன்னொரு ஒற்றுமையைச் சொல்கிறேன். (இப்போது மனைவியை நோக்கி) என்ன தெரியுமா? சாரின் வைஃபும் அய்யங்கார், நீயும் அய்யங்கார். (இப்போது என்னை நோக்கி) சார், சார், இதை எழுதிடாதீங்க சார், ப்ளீஸ்" என்றார்.

தஸ்தயேவ்ஸ்கி கதையில் குமாஸ்தாவின் கல்யாணத்துக்குப் போன பெரிய அதிகாரி நிறை போதையில் கண்ட இடத்தில் வாந்தி எடுத்து, கடைசியில் மணமக்களின் முதலிரவுக் கட்டிலில் விழுந்து அங்கேயும் வாந்தி எடுத்து வாந்தியிலேயே உறங்கி விடுவார்.

அப்படிக்கூட இல்லை. செவுளிலேயே பொளேர் என்று அறை வாங்கியது போல் இருந்தது எனக்கு.

ஐயன்மீர், மகளிர்மீர், ஏன் இப்படி என்னை ஓட ஓட விரட்டுகிறீர்கள்? கொஞ்சம் விளக்கமாகச் சொல்கிறேன். புவனேஸ்வரியின் மகன் கல்லூரியில் படித்துக் கொண்டிருந்த போது நடந்தது. அவனுக்கு அப்போது இருபத்தோரு வயது இருக்கும். கல்லூரி விடுதியில் தங்கியிருந்ததால் நீண்ட காலம் கழித்து என்னைப் பார்க்கிறான். அவன் சொன்ன முதல் வாக்கியம்: அங்கிள், என்னைத் திட்டி என்ன எழுதியிருக்கீங்க?

இத்தனைக்கும் அவன் என்னுடைய ஒரு வார்த்தையைக் கூடப் படித்ததில்லை. தமிழ் அவனுக்குப் பேச்சு மொழி. எழுதவோ படிக்கவோ தெரியாது.

உடனடியாக வீட்டுக்கு வந்து அவனைத் திட்டி எழுதினேன். திட்டி என்ன திட்டி? நடந்ததை எழுதினேன்.

என்னுடைய தில்லி வாழ்க்கையின் போது என்னோடு ஒட்டி உறவாடிய ஒரு ஆள். முப்பது ஆண்டுகளுக்குப் பிறகு ஃபோன் செய்தான்.

"கேன் ஐ ஸ்பீக் வித் மிஸ்டர் அறிவழகன் ப்ளீஸ்?"

எனக்கு யார் என்று குரல் தெரியவில்லை. அறிவழகன் என்றால் நான் வேலை பார்த்த தபால் இலாகாவைச் சேர்ந்த பழைய

ஆட்களாக இருக்கும். உலகளந்தான் என்னை சார் என்றுதான் அழைப்பார். இல்லாவிட்டால் பெருமாள் என அழைப்பார்.

"யாருங்க நீங்க? யார் வேணும் உங்களுக்கு?"

"என்ன பெருமாள்? ரங்கராஜனைத் தெரியலியா? ஸ்ரீரங்கம் ரங்கன்..."

"அடப் பாவி, ஏன் ஐயா முப்பது வருஷம் கழிச்சுப் பேசினாக் கூட பழையபடியே டார்ச்சர் குடுக்கிறீர். நீர் மாறவே மாட்டீரா?"

பிறகு பேச்சு எங்கேயோ போனது. என்ன விஷயம் என்றால் குமுதத்தில் என் கட்டுரை ஒன்றைப் படித்தாராம். நன்றாக இருந்ததாம். அதைத் தெரிவிப்பதற்காக ஃபோன். கடைசியில் பொளேர்.

"பெருமாள், நான் பேசினேன்னு எழுதிடாதீங்க ப்ளீஸ்."

"ஓக்கே ஓக்கே, நான் ஏங்க எழுதப் போறேன்?"

ஆனால் எனக்கு நரகலை மிதித்தது போலவும் அந்த ரங்கராஜனை உதைக்க வேண்டும் போலவும் இருந்தது. ஏன்டா, நீ என்ன ரஜினிகாந்தா, நீ ஃபோன் பண்ணினதை நான் எழுதுவதற்கு?

இதை விடுங்கள். இந்த கௌதம் மேனன்? அவருக்கும் எனக்கும் ஒத்த ரசனை. எப்போதெல்லாம் ப்ரூ ரூம் போகிறேனோ அப்போதெல்லாம் அவரை அங்கே பார்ப்பேன். என் வழக்கப்படி கவனிக்காதது போல் ஒதுங்கிப் போவேன். பார்த்தால் பொளேர் என்று விழும். அதற்குப் பயந்துதான் ஒதுங்கி ஓரமாகப் போவது. அவராகக் கூப்பிட்டு மிகவும் அன்பாக விசாரிப்பார். என்ன சார், இப்போ என்னைத் திட்டி என்னா எழுதியிருக்கீங்க?

அடப்பாவிகளா? நான் கிட்டத்தட்ட நூற்று இருபது புத்தகங்கள் எழுதியிருக்கிறேன். தினமும் இரண்டாயிரத்திலிருந்து மூவாயிரம் வார்த்தைகள் எழுதிக் குவிக்கிறேன். எனக்குப் போய் ஏன் ஐயா இப்படி டார்ச்சர் கொடுக்கிறீர்கள்?

அதெல்லாம் ஒன்றுமில்லை. அன்பின் மொத்த வடிவமான வண்ணதாசன் என்னைத் திட்டி எழுதியிருக்கிறார் என்றால்

பார்த்துக் கொள்ளுங்கள். என் மீது ஒரு சதம் கூட தவறே இல்லாத நிலையிலும். நான் எழுதியதைத் தவறாகப் புரிந்து கொண்டு திட்டு. ஆக, இது நான் வாங்கி வந்த வரம் என்றுதான் எடுத்துக் கொள்ள வேண்டும். ரமணன் மீது தவறே இல்லை.

இப்போது பாருங்கள், ரமணன் எழுதாதீர்கள் என்று சொல்லியும் எழுத நேர்ந்து விட்டது. ஏன் தெரியுமா? என் முகத்தில் பொளேர் என்று அறைந்து விட்டு, இதை எழுதி விடாதீர்கள் ப்ளீஸ் என்று சொன்னால் எப்படி? அப்படித்தான் இருக்கிறது எனக்கு. நான் ரமணனைப் பற்றியோ, கௌதம் மேனன் பற்றியோ, புவனேஸ்வரியின் புத்திரன் பற்றியோ எழுதவில்லை. எனக்கு நேர்ந்தது பற்றியே எழுதுகிறேன்.

கதையை எங்கோ ஆரம்பித்து எங்கோ வந்து விட்டதாக நினைக்காதீர்கள். எனக்கு ஞாபகம் இருக்கிறது. கஸ்தூரி ரங்கனின் ஸ்ட்ரெஸ். இருபத்தைந்து ஆண்டுகளுக்கு முன்பு என்னுடைய ஷட்டகர் ராஜகோபாலன் சொன்ன விஷயம் இது: ஒருநாள் மிகக் கடுமையான தன்னிரக்கத்தில் கொட்டி விட்டார். இந்தாத்துல என்னால வாழ முடியாது போல இருக்கு சார். யசோதாவும் சுப்ரஜாவும் பண்ற டார்ச்சர் தாங்க முடியல. கிரிவாசனை கவனிக்க (கிரிவாசன் அவருடைய குழந்தை. நாலு மாசம்) ஒரு பொண்ணை ஏற்பாடு பண்ணினோம். அவொ பண்றது சரியில்லைன்னு எப்போ பார்த்தாலும் பிரச்சினை பண்ணிண்டு இருக்கா யசோதா. சுப்ரஜாவும் சேர்ந்துண்டு பண்றா. நான் வேலை பார்க்கிறதோ அக்கவுண்ட்ஸில. எனக்கு மூளை பூரா இந்த வேலைக்காரி விஷயமே போட்டு கொடஞ்சுண்டு இருக்கு. ஒருநா என் குழந்தையைத் தூக்கி சுவத்திலே அடிச்சிட்டு தூக்கு மாட்டிண்டு செத்துடலாம்னு தோணித்து. அப்படி ஒரு நியூஸ் வந்தா ஆச்சரியப்படாதேள்.

சொல்லி விட்டு மனிதர் அழுது விட்டார்.

★

பச்சைக் கண்

சனிக்கிழமை வாசகர் வட்ட சந்திப்பு முடிந்து எல்லோரும் அவரவர் இடத்துக்குக் கிளம்பி விட்டார்கள். நாங்கள் ஐந்து பேர் நான், கொக்கரக்கோ, வினித், ஒளி முருகவேள், பாண்டியன் மட்டுமே அந்த வன இல்லத்தில் தங்கியிருந்தோம். சந்திப்புக்கு வந்த நண்பர்கள் யாரும் இரவு எங்களோடு தங்கக் கூடாது என்பதில் கண்டிப்பாக இருந்தேன். அது பற்றி நான் பலமுறை என்னுடைய இணையதளத்தில் போதும் போதும் என்கிற அளவுக்கு எழுதியிருக்கிறேன். தங்கினால் பெரிய பிரச்சினை ஆகி விடுகிறது.

நாங்கள் தங்கியிருந்த ஆரோவில் வன இல்லம் ஒரு அடர்ந்த வனத்தின் நடுவே இருந்தபடியால் அவ்வப்போது அங்கே பாம்பு பூரானெல்லாம் வரும். எப்போதும் ஊர்ந்து கொண்டிருக்கும் புல்லட் எறும்புகள் தனிக் கணக்கு. பாம்பு பூரானால் பிரச்சினை இல்லை என்றாலும் புல்லட் எறும்பு எடுத்ததற்கெல்லாம் கடித்துத் தொலைக்கும்.

அந்த வன இல்லத்தின் ஒரு அறையில் குளிர்சாதன எந்திரத்தைப் பொருத்த வந்த இளைஞனை ஒரு புல்லட் எறும்பு கன்னத்தில் கடித்து விட்டது. கண்கள் வீங்கி அந்தப் பையன் மயக்கமடித்து

விழுந்து விட்டான். ஜிப்மருக்குக் கொண்டு போய் ஐசியூவில் போட்டார்கள். பிழைத்து விட்டான்.

பொதுவாக புல்லட் எறும்பு கடித்தால் உயிரெல்லாம் போகாது. ஆனாலும் ஒன்றிரண்டு நாட்கள் கடித்த இடம் வீங்கிக் கொண்டு உயிரை எடுக்கும். மேற்படி சம்பவம் நடந்த போது நான் வாயை வைத்துக் கொண்டு சும்மா இராமல் புல்லட் எறும்பு நம்மை எங்கே கடித்தாலும் கொட்டையில் மட்டும் கடித்து வைக்கக் கூடாது என்றேன். ஏனென்றால், மனித உடம்பில் அந்த இடம்தானே ரொம்பவும் மென்மையானது இல்லையா?

சொன்னது போலவே அன்றைய இரவு இரண்டு புல்லட் எறும்புகள் என் ஆணுறுப்பில் வேலையைக் காண்பித்து விட்டன. ஒன்று, கொட்டையிலும் ஒன்று குஞ்சிலும் கடித்தன. (அல்லது, ஒரே எறும்புதான் இரண்டு இடத்திலும் கடித்துத் தொலைத்ததோ, நித்திரையில் தெரியவில்லை!) குஞ்சில் மட்டும் கடித்ததோடு போயிருக்கக் கூடாதா? வாழ்க்கையில் எல்லா ஆண்களுக்கும் உள்ள ஆழ்மன ஆசையின்படி எனக்கும் கழுதைப் பூல் குதிரைப் பூல் என்று சில தினங்கள் பெருமையாக சொல்லிக் கொண்டு திரிந்திருக்கலாம். அப்படித்தான் அலவாங்கு போல் வீங்கிக் கிடந்தது குஞ்சு. ஆனால் கொட்டையும் அல்லவா வீங்கிக் கொண்டு டோங்கா மாதிரி ஆகி விட்டது? டோங்கா என்றால் உங்களுக்குத் தெரியுமோ? தமிழில் வழக்கொழிந்து போன வார்த்தைகளில் ஒன்று டோங்கா. படம் என்ற வார்த்தையில் வரும் 'ட'வை உச்சரிப்பது போல் உச்சரிக்க வேண்டும். டோங்கா. 'கா'வை பெருங்காயத்தில் வரும் 'கா' போல் உச்சரிக்க வேண்டும். எங்கே சொல்லுங்கள்... டோங்கா. டோங்கா. எங்கள் ஊரில் ஒரு வாத்தியாருக்கு புடுக்கு ரொம்பப் பெரிது. அவரை நாங்கள் டோங்கா வாத்தியார் என்றே அழைப்போம். என் கொட்டையும் அதுபோல் வீங்கி விட்டது.

அதற்குப் பிறகு ஒரு வார காலம் என்னால் வீட்டை விட்டு வெளியே செல்ல முடியவில்லை. யாழ்ப்பாணம் தேங்காய் மாதிரி வீங்கிக் கிடந்த டோங்காவைத் தூக்கியபடி எப்படி லஜ்ஜையின்றி வெளியே செல்வது? கடுமையான அரிப்பு வேறு பிடுங்கித் தின்றது.

வாசகர் சந்திப்புக்கு வருபவர்கள் எங்களோடு இரவு தங்கக் கூடாது என்ற கடுமையான விதியை அனுசரித்ததற்குக் காரணம் இது அல்ல. முந்தைய சந்திப்பில் நடந்த ஒரு சம்பவம்தான். மக்களுக்கு மது அருந்தினால் நிதானம் தெரிவதில்லை. சந்திப்புக்கு வந்த ஒரு ஆள் போதையில், இரவிலும் தங்கி விட்ட ஒரு பெண்ணின் உதட்டைத் தொட்டு விட்டான். அப்போது நாங்கள் டீஜே வைத்து டான்ஸ் ஆடிக் கொண்டிருந்தோம். மூன்று நான்கு பெண்களும் இருந்தார்கள். அவர்களில் அதி கவர்ச்சியாக இருந்த ஒரு பெண்ணின் உதட்டை இந்தப் பயல் தொட்டு விட்டான்.

கேட்டால் வியர்வையைத் துடைத்தேன் என்கிறான். டேய், உதட்டிலாடா வியர்வை வரும் என்று கேட்டு அவனை ஆங்கிலத்தில் திட்டியிருக்கிறார் பெண். அவன் அதோடு விட்டிருந்தால் அதோடு போயிருக்கும். ஆனால் அவன் மறுபடியும் அந்தப் பெண்ணின் முகத்தைத் தொட்டிருக்கிறான். பெண் கன்னாபின்னாவென்று கத்த ஆரம்பிக்க மற்ற நண்பர்கள் அந்த ஆளை அங்கிருந்து அப்புறப்படுத்தியிருக்கிறார்கள்.

இந்த விஷயம் எனக்குக் காலையில்தான் தெரிய வந்தது. அதேபோல் இன்னொரு ஆசாமி, போதை அதிகமாகி அங்கேயே நடுக்காட்டில் படுத்து விட்டான். தூக்கினால் மேல்சாதி நாய்களே என்று திட்டுகிறான். அப்படியும் அவனைத் தூக்கிக் கொண்டு வந்து இல்லத்தில் போட்டிருக்கிறார்கள். இதுவும் காலையில்தான் எனக்குத் தெரிந்தது.

"ஏன், அவனை அங்கேயே போட்டு விட்டு வந்திருக்க வேண்டியதுதானே? ஏன் சிரமப்பட்டு தூக்கி வந்தீர்கள்?" என்றேன்.

"பாம்பு கடிச்சு செத்துருவான் பெருமாள்" என்றான் வினித்.

அதுவும் சரிதான் என்று பெண்ணின் உதட்டிலும் முகத்திலும் கை வைத்த ஆசாமியைத் தேடினேன். ஆள் காலையிலேயே கிளம்பி விட்டான் என்றார்கள். அவனை ஃபோனில் அழைத்தேன்.

ஆ, ஆஹா, ஊஹூ... பெருமாள்... என்று புளகாங்கிதத்துடன் பேச ஆரம்பித்தான். அப்போது நடந்த உரையாடல்.

உங்களுக்குக் கல்யாணம் ஆகி விட்டதா?

ஆகி விட்டது பெருமாள்.

குழந்தைங்க இருக்கா?

ஒரு பெண் குழந்தை பெருமாள்.

எத்தனை வயசு?

எட்டு வயசு பெருமாள்.

டேய் நாயே, உன் குழந்தையின் மேல் எவனாவது கை வச்சா நீ சும்மாயிருப்பியாடா?

ஐயோ பெருமாள், போதையில தெரியாமப் போச்சு பெருமாள். மன்னிச்சிருங்க பெருமாள்.

அப்போ, போதையில தெரியாமப் போச்சுன்னு உங்க அம்மா மேல கை வைப்பியாடா? தோ பார், இனிமே நீ என் உயிர் இருக்கிற வரை என் கண்ணிலேயே படக் கூடாது. சரியா?

ஃபோனை வைத்து விட்டேன்.

இம்மாதிரி பிரச்சினைகளால்தான் இரவு சந்திப்பின்போது மட்டும் வெளியாட்களை அனுமதிப்பதில்லை. குறைந்தது ஐந்து ஆண்டுகளாவது பழகியிருந்தால்தான் இரவில் அனுமதி. இங்கே இன்னொரு சம்பவத்தையும் சொல்ல வேண்டும்.

எனக்கு ஒரு இருபத்தைந்து வயதுப் பெண்ணோடு பழக்கம் இருந்தது. உடனே தப்பாக நினைத்து விடாதீர்கள். வெறும் நட்புதான். ஆனாலும் அவள் ஒரு சினிமா நடிகையை விடவும் கவர்ச்சியாகவும் அழகாகவும் இருந்ததாலும், அதோடு என்னைப் பொது இடங்களில் பார்க்கும் போது என் மீது விழுந்து கட்டிப் புரண்டு முத்தம் கொடுத்து ரகளை பண்ணுவதாலும் அவளுக்கும் எனக்கும் ஏதோ உறவு இருப்பது போல் ஒரு வதந்தி இங்கே உலவிக் கொண்டிருந்தது. எனக்கு அவள் மீது ஒரு கண் இருந்தது

வாஸ்தவம்தான், இல்லை என்று சொல்லவில்லை. உடனே என் ஒழுக்கத்தை விமர்சிக்க ஆரம்பித்து விடாதீர்கள். அவளுக்குப் பச்சைக் கண். தமிழ்நாட்டில் எந்தப் பெண்ணுக்காவது பச்சைக் கண் இருந்து நீங்கள் கண்டதுண்டா? பச்சைக் கண் கொண்ட தமிழச்சி ஒருத்தி உங்களையே விழுங்கி விடுவது போல் ஒரு மணி நேரம் பார்த்தபடி உங்கள் சுவாசத்தோடு சுவாசம் கலக்க பேசிக் கொண்டிருந்தால் அவள் மீது உங்களுக்கு ஒரு கண் விழுமா, விழாதா? மனதைத் தொட்டுச் சொல்லுங்கள், ப்ளீஸ்.

ஆனால் அவள் இந்த உலகத்தை ஒரே வாயில் விழுங்கக் கூடிய அளவுக்கு டகால்டி பேர்வழியாகவும் இருந்தாள். எப்படித் தெரியுமா? இருபத்தைந்து வயதில் அவளுக்குப் பன்னிரண்டாவது ப்ரேக்-அப் நடந்து ஒரு வாரம்தான் ஆகியிருந்தது. அந்த ஒரு வாரத்தில் என்னோடு பழக்கம். முதல் பாய் ஃப்ரெண்ட் ஒன்பதாம் வகுப்பு படிக்கும் போது என்றாள்.

ஆமாம் குட்டி, இந்த ரிலேஷன்ஷிப்பில் எல்லாம் சரீர சம்பந்தம் உண்டா?

ஓல்ட் மேன் என்று காட்டி விட்டீர்களே பெருமாள், சரீர சம்பந்தம் இல்லாவிட்டால் அது வெறும் ஃப்ரெண்ட்ஷிப். இப்போது நாம் இருப்பது போல. சரியா?

சரியில்லை.

ஏன்?

ஏனென்றால், இதையே நாம் வேறு பெரிய லெவலுக்குக் கொண்டு போவதற்கான எல்லா தகுதிகளும் நம் ரெண்டு பேருக்குமே உள்ளது. அதாவது, நீ விரும்பினால்...

ஒன்று தெரியுமா பெருமாள்? நான் யாரிடமும் சொன்னதில்லை. நான் ஒரு அ-செக்ஷுவல். எனக்கு செக்ஷுவல் தாட்ஸே வருவதில்லை. படைப்பின் குறைபாடு என்று நினைக்கிறேன். நாம் இப்போது இருக்கிறபடியே இருந்து கொள்வோம். இதுதான் ஐடியல்.

ஓகே, உன் விருப்பம். நான் கட்டாயப்படுத்த மாட்டேன்.

(ஆனால் சமீப காலத்தில் இப்படி என்னிடம் அ-செக்ஷுவல் என்று சொல்வது இது ஆறாவது பெண் என்பதும் எனக்கு ஞாபகம் வந்தது. ஓகே. ரொம்ப நல்லது. யாதெனின் யாதெனின் நீங்குவான் நோதல் அதனின் அதனின் இலன். ஆனால் என்னைக் கேணையன் என்று மட்டும் நினைத்து விடாதீர்கள் பெண்களே என்று நினைத்துக் கொள்வேன்!)

ஒருநாள் நான் லெபனானில் சுற்றிக் கொண்டிருந்தபோது ஃபோனில் அழைத்தாள் பச்சைக் கண். நடுத்தெருவில் நிற்கிறேன் பெருமாள். என் அறைத் தோழி ஒரு லெஸ்பியன். தெரிந்தும்தான் தங்கினேன். ப்ரேக்-அப் ஆன பிறகு எங்கே தங்குவது என்று செட்டாகவில்லை. அதுவரை இவளோடு தங்கலாம், நமக்கு ஒன்றும் ஆபத்து இருக்காது என்று நம்பினேன். கொஞ்சம் கொஞ்சமாக நெருங்கி, இன்று ரேப் பண்ணுகிற அளவுக்கு வந்து விட்டாள். மிகவும் அசூயையாக இருக்கிறது. வெளியே வந்து விட்டேன். இன்று மட்டும் எங்கேயாவது தங்கிக் கொண்டு நாளையே வீடு பார்த்துக் கொண்டு போக வேண்டும். கையில் ஒரு பைசா கிடையாது.

அழுதாள்.

ஒரு லட்சம் ரூபாயை உடனடியாக அவளுக்கு அனுப்பி வைத்தேன்.

வீடு பார்த்துக் கொண்டு குடி போன பிறகு அவள் எனக்கு ஒரு கடிதம் எழுதியிருந்தாள். உங்களைப் போல் ஒரு மனிதனை என் வாழ்நாளில் பார்த்ததில்லை, ஒரு வாரப் பழக்கத்தில் யாராவது ஒரு பெண்ணை நம்பி ஒரு லட்சம் ரூபாயைக் கொடுப்பார்களா? இதுவே கடிதத்தின் சுருக்கம்.

ஆனால் நான் சற்றும் எதிர்பார்க்காதவண்ணம் ஒரு ஆண்டில் அந்த ஒரு லட்சத்தை சிறுகச் சிறுக என்னிடம் கொடுத்து விட்டாள்.

அவளுடைய வீட்டுக்குப் போயிருக்கிறேன். நீண்ட நேரம் தங்கியிருக்கிறேன். ஒரு ஆண் நண்பனைப் போல்தான்

பழகினாள். அப்படிப் பழகும் பெண்களோடு எனக்குப் பிரச்சினையே இருந்ததில்லை. ஆனால் அந்தப் பச்சைக் கண்ணோடு என்ன பிரச்சினையென்றால், பொது இடங்களில் பார்க்கும் போது மட்டும் அணைப்பது, முத்தமிடுவது, இத்யாதி என்று அவளும் நானும் “உறவில்” இருப்பது போல் காட்டிக் கொண்டதுதான்.

புவனேஸ்வரி உஷாரானாள். வைதேகிக்கு அடுத்தபடியாக இந்த உலகத்திலேயே என் மீது தாய்ப் பாசத்தைப் பொழிபவள் இந்த புவனேஸ்வரிதான். ஒரு தோழி என்ற அளவில் இருந்தாலும் தலை முதல் கால் வரை அவள் ஒரு தாய்தான். என் மீது அப்படி ஒரு அன்பு, கரிசனம், பாசம், அக்கறை. கிட்டத்தட்ட ஒரு தற்கொலைப் படை. இந்த ஒரு காரணத்தினாலேயே புவனேஸ்வரி மீது எரிச்சலில் இருந்தான் கொக்கரக்கோ. உனக்கும் புவனேஸ்வரிக்கும் இருப்பது வெறும் நட்பு. அப்படி இருக்கும் போது அவர் ஏன் உன்னுடைய அந்தரங்க விஷயங்களில் குறுக்கிடுகிறார்?

ஒருநாள் புத்தக விழாவில் வைத்து எங்கள் ‘உறவை’ நிலைநாட்டினாள் பச்சைக் கண். வேறு என்ன, கட்டி அணைத்தல், கன்னத்தில் முத்தம், இத்யாதி. பக்கத்தில் இருந்த புவனேஸ்வரி கொலைவெறி ஆகி விட்டாள். ஏனென்றால், புவனேஸ்வரி கேட்ட போதெல்லாம் நான் எனக்கும் பச்சைக் கண்ணுக்கும் எதுவுமே இல்லை, வெறும் நட்புதான் என்று சொல்லி வந்தேன். ஆனால் இப்போது? பச்சைக் கண் அணைத்த அணைப்புக்கும் கொடுத்த கட்டி முத்தத்துக்கும் என்ன அர்த்தம்? அவள் அணைத்த அணைப்பில் எனக்கு ஒருக்கணம் மூச்சே முட்டி விட்டது.

அன்றைய தினம் இன்னொரு சம்பவமும் நடந்தது கேட்டுக் கொள்ளுங்கள். ரமேஷ், புவனேஸ்வரி, நான் மூவரும் புத்தக விழா முடிந்து வீட்டுக்குக் கிளம்பினோம். என்னையும் புவனேஸ்வரியையும் மயிலாப்பூரில் விட்டு விட்டு ரமேஷ் பெஸண்ட் நகர் போக வேண்டும். மூன்று பேரும் போவதாக இருந்தால் முன்னிருக்கையில் ரமேஷ் அமர்ந்து கொள்வார்.

பின்னிருக்கையில் நானும் புவனேஸ்வரியும். வழக்கம் போல் நான் பின்னிருக்கையில் ஏறப் போகும் போது புவனேஸ்வரி மிக்க் கடுமையான தொனியில், “ரமேஷ், நீ பின்னால உட்கார்றா (ரமேஷ் புவனேஸ்வரியை விட ரொம்பவும் சிறியவர்), பெருமாள் முன்னால ஒக்காரட்டும்” என்றாள்.

அடப்பாவி, அப்போதுதான் எனக்குள் ஒரு பயம் தொற்றியது. புவனேஸ்வரி எனக்கு ஒரு ஆண் நண்பரைப் போலத்தான். அப்படி இருந்துமே இப்படி என்கிற போது இவள் மட்டும் வைதேகியின் இடத்தில் இருந்திருந்தால் என்ன ஆகி இருக்கும்? இவளும் வைதேகி மாதிரிதான் இருந்திருப்பாள், இல்லை?

யோசித்துப் பார்த்தேன். உலகளந்தானின் மனைவியோ கொக்கரக்கோவின் மனைவியோ வைதேகியின் இடத்தில் இருந்தால் வைதேகி மாதிரிதான் இருந்திருப்பார்கள். சந்தேகமே இல்லை.

உலகளந்தான் ஒரு சம்பவம் சொன்னார். மனைவிக்கு தினசரி காலைத் தேநீர் போட்டுக் கொடுப்பது உலகளந்தான்தான். காலை ஆறு மணி. பத்தினி எழுந்து பல் துலக்கி விட்டு வந்ததும் தேநீர் தருகிறார் உலகளந்தான்.

“எத்தன தடவ சொல்றது ஒங்களுக்கு, பாருங்க டீய... ஒரே ஆடை... கொஞ்சம் வடிகட்டித் தரக் கூடாதா?” என்று சொல்லி விட்டு த்தூ த்தூ என்று வாயில் வந்த ஆடையை அவர் மூஞ்சியில் துப்புகிறாற்போல் துப்பினாளாம்.

கதையே எங்கே இருக்கிறது என்றால், உலகளந்தான் தன் வாழ்க்கையிலேயே ஒருநாள் கூட ஆடையோடு தேநீர் போட்டதில்லை. அவர் வாழ்க்கையிலேயே முதல் முதலாக வடிகட்டி இல்லாமல் தேநீர் தயாரித்திருக்கிறார். காரணம், முன்பு பயன்படுத்திய வடிகட்டி கிழிந்து விட்டது. முந்தின நாள் ஞாயிறு என்பதால் கடைகள் மூடியிருந்தன. வடிகட்டி வாங்கவில்லை. அதனால் ஆடை விழுந்து விட்டது. உலகளந்தானுக்கு அடுத்த வாரம் கேடராக்ட் சிகிச்சை வேறு இருக்கிறது. அதனால் கண்ணும் சரியாகத் தெரியவில்லை.

இது போன்ற கழிசடைகளிடமெல்லாம் நான் மாட்டியிருந்தால் என்ன கதியாகியிருப்பேன்?

பச்சைக் கண் பிரச்சினை ஓடிக் கொண்டிருந்த சமயத்தில்தான் வந்தது என் பிறந்த நாள். எம்சிசியில் வைத்து எனக்கும் நண்பர்களுக்கும் விருந்து கொடுத்தார் ரமேஷ். பிறந்த நாள் என்பதால் கொஞ்சம் அதிகமாக வைன் அருந்தி விட்டேன் போல. அப்போதுதான் அங்கே வந்தாள் பச்சைக் கண். அவளை நான் அழைக்கவில்லையே? அது புவனேஸ்வரியின் சதித் திட்டம் என்று மறுநாள்தான் தெரிந்தது. ஏனென்றால், அங்கே இருந்த கோஷ்டியில் பச்சைக் கண்ணின் தொலைபேசி எண் தெரிந்திருந்த ஒரே ஆள் புவனேஸ்வரிதான்.

நீங்கள் குடிக்கும் வழக்கம் உள்ளவரா? அப்படியானால் உங்களுக்குத் தெரிந்திருக்கும். குடித்தால் நம் மனதில் உள்ள தடைகள் கொஞ்சம் அகன்று விடும். அதற்காக “போதை” என்று சொல்லி பெண்களின் உதட்டையும் முகத்தையும் தொடுவதை நான் சொல்லவில்லை. மனத்தடை அகன்று விடும் என்றால், நீங்கள் டான்ஸ் ஆடும் விருப்பம் உள்ளவராக இருந்து டான்ஸ் ஆட வெட்கப்படுபவராகவும் இருந்தால், கொஞ்சம் குடித்தால் மனத்தடை இன்றி ஆடலாம்.

பச்சைக் கண் என் பக்கத்தில் இருந்த நண்பரை வேறு இடம் அனுப்பி விட்டு என் அருகில் அமர்ந்து கொண்டாள். பொது இடம் இல்லையா, வழக்கம் போல் அணைப்பு, கட்டி முத்தம், இத்யாதி. அவள் ஒரு முத்தம் கொடுத்தால் நான் இரண்டாகத் திருப்பினேன். வைன். அவள் மூன்றாக அடித்தாள். அதற்கு நான் என்ன செய்தேன் என்று ஞாபகம் இல்லை.

மறுநாள்தான் முதல் நாள் நடந்த அசம்பாவிதங்கள் எல்லாம் புவனேஸ்வரி மூலமாக எனக்குத் தெரிய வந்தன.

நான் புவனேஸ்வரியிடம் கேட்டேன், ஏய்யா, நான் எவளோடு எப்படியிருந்தால் உனக்கு என்ன? நீ என் சிநேகிதி. அவ்வளவுதான். என் அந்தரங்கத்தில் குறுக்கிட உனக்கு என்ன உரிமை இருக்கிறது? (ஆஹா, நன்றி கொக்கரக்கோ!)

அட லூசு, உங்களுக்கு உங்களுடைய கொக்கரக்கோ இருக்காரே கொக்கரக்கோ, அவர் மாதிரி திறமை கிடையாது. நீங்கள் மாட்டிக் கொள்வீர்கள். ரொம்ப கஷ்டப்பட்டு இவ்வளவு பெரிய இடத்துக்கு வந்திருக்கிறீர்கள். பெண் பிரச்சினையில் மாட்டிக் கொண்டால் என்ன ஆகும், தெரியும்தானே? தருண் தேஜ்பாலுக்கு என்ன நடந்தது? அவர் உங்களுக்கு நண்பர்தானே? இப்போது உரசிக் கொண்டு பழகி விட்டு நாளையே "பெருமாள்தான் என்னைக் கெடுத்தார்" என்று அந்தப் பெண் சொன்னால் என்ன செய்வீர்கள்? அப்படியெல்லாம் ஒன்றும் இல்லை என்று சொன்னால் ஒரு பயல் நம்புவானா? அதிலும் அந்தப் பெண்ணுக்கு எத்தனை வயது? இருபத்து மூணு? ம்? (நான் குறுக்கிட்டு வயதைத் திருத்தவில்லை. இருபத்து மூணு என்று சொன்னது கொஞ்சம் 'கிக்' ஆக இருந்தது!) கல்யாணமும் ஆகவில்லை. உங்களை நான் பெண்களோடு பழகாதீர்கள் என்று சொல்லவில்லை. கல்யாணமாகி செட்டில் ஆன பெண்ணோடு பழகுங்கள். பிரச்சினை இல்லை. சின்னப் பெண்களோடு பழகவே பழகாதீர்கள்.

புவனேஸ்வரி அடித்த ஒரு மணி நேர லெக்சரை இங்கே சுருக்கிக் கொடுத்திருக்கிறேன்.

அப்போதிருந்துதான் நான் முடிவு செய்தேன், இனிமேல் நான் குடிக்கும் போது எனக்கு மிக நெருக்கமான நண்பர்கள் மட்டுமே என் உடன் இருக்க வேண்டும் என்று. நான் யாருடனாவது 'ரிலேஷன்ஷிப்'பில் இருக்கிறேனா இல்லையா என்று உளவு பார்ப்பவர்களோடும், பொது இடத்தில் ஒரு மாதிரி, தனியிடத்தில் ஒரு மாதிரி என்று பழகும் டகால்டி பேர்வழிகளோடும் குடிக்கவே கூடாது என்று என் தாய் ஸ்மஷான் தாரா மீது சத்தியம் செய்தேன்.

இந்தப் பின்னணியோடு ஆரோவில் வாருங்கள். சனிக்கிழமை வாசகர் வட்டச் சந்திப்பு முடிந்து இரவு எட்டு மணி அளவில் நண்பர்கள் சந்திக்கிறோம். நான், கொக்கரக்கோ, வினித், ஒளி முருகவேள், பாண்டியன். மற்றும் ஒரு நபர். யார் அந்த நபர்? அன்றைய தினம் நடந்த வாசகர் வட்ட சந்திப்புக்கு

வந்தவர். பாண்டிச்சேரியை சேர்ந்தவர். பெயர் கந்தசாமி. வயது முப்பதுக்குள் இருக்கும்.

எட்டு மணிக்கு நாங்கள் கச்சேரியை ஆரம்பிக்க வேண்டும். கந்தசாமியோ கிளம்பாமல் மொக்கை போட்டுக் கொண்டே இருக்கிறார். நிறுத்தாமல் தொடர்ந்த பேச்சு. தேன் கூட்டைக் கலைத்தால் தேனீக்கள் எப்படி பொங்கிப் பொங்கி வருமோ அப்படி அவர் வாயிலிருந்து வருகின்றன வார்த்தைகள். அதோடு போகாமல், என்னிடம் "என்ன பியர் வைத்திருக்கிறீர்கள்? ஆரம்பிக்கலாமா? இன்று இரவு நான் பெருமாளோடு நேரம் செலவழிக்க நினைத்திருக்கிறேன்" என்கிறார்.

தலைக்குப் பொங்கி விட்டது ரத்தம். ஏங்கடா, விபச்சாரியாக இருந்தால் கூட அவள் அனுமதியோடுதானே அவளோடு இரவு தங்க முடியும்? நான் என்ன விபச்சாரியை விடக் கேடு கெட்டுப் போய் விட்டேனா? நான்தான் யாரும் என்னோடு இரவு தங்க முடியாது, தங்கக் கூடாது என்று தெள்ளத் தெளிவாக எழுதியிருந்தேனே? அப்புறமும் ஏன்டா இப்படித் தாலியறுக்கிறீர்கள்? எல்லாம் உள்ளுக்குள் நினைத்துக் கொண்டதுதான்.

தொடர்ந்து பேசிக் கொண்டே இருந்தார் கந்தசாமி. வினித், ஒளி, பாண்டியன் மூவரும் அமைதியாக இருந்தார்கள். பாண்டியனும் எப்போதும் பேசிக் கொண்டிருப்பவர்தான். ஆனாலும் அப்போது கொஞ்சம் அமைதி காத்தார். கொக்கரக்கோ இன்னும் கச்சேரிக்குத் தயாராகவில்லை.

என்னுடைய அணுகுமுறை எப்படியென்றால், எதையும் முகத்துக்கு நேராக சொல்லி விடுவதுதான். "இதோ பாருங்கள் கந்தசாமி, இரவு நான் நண்பர்களுடன் பேச வேண்டும். வீட்டுச் சிறையிலிருந்து பரோலில் வருவது போல் வந்திருக்கிறேன். இதை விட்டால் இனிமேல் கொக்கரக்கோவைப் பார்த்துப் பேச இரண்டு மாதங்கள் கூட ஆகலாம். நீங்கள் கிளம்புங்கள்."

எனக்கு இப்போது ரஷ்யன் சென்டரில் நடந்த ஒரு சம்பவம் ஞாபகம் வருகிறது. நானும் புவனேஸ்வரியும் ரஷ்யன் செண்டரில்

உள்ள கஃபேவில் சந்தித்துப் பேசிக் கொண்டிருந்தோம். பேச்சு என்ன பேச்சு? அப்போது அவள் என்னுடைய ஒரு நாவலை ஆங்கிலத்தில் மொழிபெயர்த்துக் கொண்டிருந்தாள். அது சம்பந்தமான சந்திப்பு அது. அப்போது என் வாசகர் என்று சொல்லிக் கொண்ட ஒருவர் வந்து எந்தத் தயக்கமும் இல்லாமல் எங்களோடு ஒரு நாற்காலியை இழுத்துப் போட்டு அமர்ந்து கொண்டார். பார்க்க கனவான் போல் தெரிந்தார். நான் மிகவும் கடுமையான தொனியில் "நீங்கள் இந்த இடத்திலிருந்து உடனடியாக எழுந்து கொள்ளுங்கள், இப்போது நான் உங்களோடு பேசத் தயாராக இல்லை" என்று பளிச்சென்று சொல்லி விட்டேன். அவருக்கு முகம் செத்து விட்டது. எதுவுமே பேசாமல் எழுந்து போய் விட்டார். புவனேஸ்வரியும் அவள் வாழ்நாளில் அப்படி ஒரு அதிர்ச்சியை அடைந்திருக்க மாட்டாள் என்று நினைக்கிறேன். "என்ன ஒரு *rudeness* பெருமாள்!" என்றாள். "இல்லை, அவர் செய்ததுதான் மூர்க்கத்தனம். நான் எதிர்வினை மட்டுமே செய்தேன்" என்றேன்.

அதேபோல் இந்தக் கந்தசாமியிடமும் சொல்லி விடலாம். ஆனால் அப்போது அங்கே வந்து சேர்ந்த கொக்கரக்கோ "அப்படியெல்லாம் முகத்தில் அடித்தாற்போல் சொல்ல வேண்டாம், நீங்களும் நானும் வெளியே ஒரு நண்பர் வீட்டுக்கு சாப்பிடப் போகிறோம் என்று சொல்லி கிளம்ப எத்தனித்தால் கந்தசாமியும் கிளம்பிப் போய் விடுவார்" என்றான்.

அதுவும் சரியாகத்தான் தோன்றியது. "சிற்றரசு என்று ஒரு நண்பர் இங்கே இருக்கிறார், அவர் வீட்டுக்கு நானும் கொக்கரக்கோவும் டின்னருக்குக் கிளம்புகிறோம்" என்று கந்தசாமியிடம் சொன்னேன்.

அவர் வீடு எங்கே இருக்கிறது என்று கேட்டார் கந்தசாமி.

சுத்தம். இப்படிக் கேள்வி கேட்டால் நான் உளறி விடுவேன். ஆனால் கொக்கரக்கோ சமயோஜிதமாக குறுக்கே விழுந்து ஒரு ரோட்டின் பெயரைச் சொன்னான்.

அந்த ரோடு முடியும்போது ஒரு மேம்பாலம் வருகிறதே, அதற்கு

முன்னாலா பின்னாலா என்று அப்பாவியாகக் கேட்டார் கந்தசாமி.

"இல்லை, மேம்பாலத்தில் ஏறாமல் கீழாலேயே போய் இடது பக்கம் திரும்ப வேண்டும்." இது கொக்கரக்கோ.

"அங்கே இடது பக்கம் சாலை இல்லையே?"

"போய் ரொம்ப நாள் ஆகிறது. சிற்றரசுவிடம் ஃபோன் பண்ணிக் கேட்டுக் கொள்கிறோம். சரி, இப்போதே லேட்டாகி விட்டது. கிளம்புகிறோம்."

நானும் உடை மாற்றிக் கொண்டு வருகிறேன் என்று சொல்லி, "சரி கந்தசாமி, நீங்களும் கிளம்புங்கள், மறுபடி சாவகாசமாக ஒருநாள் சந்திப்போம்" என்று எழுந்தேன். பிறகு கந்தசாமியை அணைத்து விடை கொடுத்து விட்டு என் அறைக்குள் வந்தேன்.

ஐந்து நிமிடம் ஆயிற்று. பத்து நிமிடம் ஆயிற்று. கந்தசாமியின் குரல் கேட்டுக் கொண்டேயிருந்தது. என்ன இது, ஆள் இன்னும் கிளம்பவில்லையா? அவர் போகாமல் நான் அறையை விட்டு வெளியே வரத் தயாராக இல்லை. அப்படியே கட்டிலில் சாய்ந்தபடி உட்கார்ந்தே இருந்தேன். பதினைந்து நிமிடம் கடந்தும் கந்தசாமியின் குரல் கேட்டுக் கொண்டே இருந்தது. என் பொறுமையை இழந்தேன். ஆனாலும் வெளியே செல்லத் துணிவில்லை. கந்தசாமியின் குரலும் பதிலுக்கு பாண்டியனின் குரலும் கேட்டுக் கொண்டே இருந்தது.

அப்போது உள்ளே நுழைந்த கொக்கரக்கோவிடம் நான் ரகசியமான குரலில் ஆனால் ஆவேசமாக, "என்ன கொக்கரக்கோ இது, கட்டிப்புடிச்சி விடை குடுத்துட்டு வந்தும் இன்னும் ஒக்கார்ந்திருக்கான், என்ன இது அந்யாயம்" என்று பொருமினேன்.

"கொஞ்சம் பொறுங்கள் பெருமாள், இப்போது கந்தசாமி உட்கார்ந்திருப்பது அவர் தவறு இல்லை. பாண்டியன்தான் அவரை உட்காரச் சொல்லி விட்டார். அதை நான் அப்புறம் விரிவாகச் சொல்கிறேன். இப்போது அவரை இங்கிருந்து

கிளப்ப எனக்கு ஒரு பத்து நிமிடம் கொடுங்கள், அதற்குள் ஆளை அனுப்பி விடுகிறேன், அதுவரை நீங்கள் இங்கேயே இருந்து கொள்ளுங்கள், இந்தாருங்கள் உங்கள் லேப்டாப், இதைப் பார்த்துக் கொண்டிருங்கள்" என்றான். நானும் லேப்டாப்பை வாங்கிக் கொண்டு கட்டிலில் அமர்ந்தேன். ஏதோ கடன்காரனுக்கு பயந்து கொண்டு பதுங்கியதைப் போல் இருந்தது.

மணி எட்டரை. ஒன்பது வரை வெளியேயிருந்து ஒரு தகவலும் இல்லை. கொக்கரக்கோ விவரமானவன் ஆயிற்றே, இத்தனை நேரமாகவா கந்தசாமியை வெளியேற்ற முடியவில்லை? வெளியே எட்டிப் பார்க்கலாமா வேண்டாமா என்று யோசனையாக இருந்தது.

ஒன்பது மணிக்கு கொக்கரக்கோ ஆர்ப்பாட்டமாக அறைக்குள் வந்து வெளிய வாங்க, ஆள் போயாச்சு என்றான்.

வெளியே வந்த போது கந்தசாமியையும் காணோம். பாண்டியனையும் காணோம்.

"அது பெரிய கதை. நீங்கள் அந்த ஆளுக்கு விடை கொடுத்து விட்டு உள்ளே போன பிறகு அந்த ஆளும் கிளம்பத்தான் செய்தான். அதற்குள் உங்கள் பாண்டியன் குறுக்கே புகுந்து கந்தசாமியிடம் 'உங்கள் வீடு எங்கே?' என்று கேட்க, அதற்கு அவன், 'இதோ பத்து நிமிட தூரத்தில்தான்' என்று சொல்ல, பதிலுக்கு பாண்டியன், 'அப்படியானால் இங்கேயே இருந்து விட்டு அப்புறமாகப் போங்கள், நாம் பேசிக் கொண்டிருக்கலாம்' என்று அவனை உட்கார வைத்து விட்டார். அதற்குப் பிறகு நான் என்ன செய்யலாம் என்று யோசித்து, பாண்டியனை கிச்சனுக்குள் அழைத்துச் சென்று விஷயத்தை விளக்கி 'பெருமாள் நம் எல்லார் மீதும் கொலைவெறியில் இருக்கிறார்' என்று ஒரு கொள்ளியையும் சொருகி 'இப்போது நீர் என்ன செய்வீரோ தெரியாது, கிளம்பிப் போக இருந்தவனைப் பிடித்து உட்கார வைத்து விட்டீர், இன்னும் கொஞ்ச நேரத்தில் இவனை நீர்தான் இங்கேயிருந்து அப்புறப்படுத்தியாக வேண்டும்' என்று மிரட்டினேன். அதற்குப் பிறகு பாண்டியன் தனக்கு

அவசரமாக ஒரு மாத்திரை வாங்க வேண்டியிருப்பதாகவும் கந்தசாமியின் பைக்கில் தன்னை ஒரு மருந்துக் கடையில் கொண்டு போய் விட்டு விட்டால், பிறகு தான் நடந்தே திரும்பி வந்து விடுவதாகவும் சொல்ல, கந்தசாமியும் பாண்டியனும் கிளம்பிப் போனார்கள். இப்போது பாண்டியனை கந்தசாமி மருந்துக் கடையில் விட்டிருப்பார். மருந்தை வாங்கிக் கொண்டு பாண்டியன் இந்தக் காட்டுப் பாதையில் இரவு நேரத்தில் நடந்து வருவதை நினைத்தால் அச்சமாக இருக்கிறது" என்றான் கொக்கரக்கோ.

கடைசியில் கொக்கரக்கோ சொன்னபடி ஒன்றரை கிலோமீட்டர் தூரம் வெளிச்சமே இல்லாத காட்டுப் பாதையில் நடந்துதான் வந்து சேர்ந்தார் பாண்டியன்.

கச்சேரியிலும் பாண்டியனைத் திருந்திய மனிதனாகப் பார்க்க முடியவில்லை. ஏதோ பேச்சு நோய் வந்தது போல் பேசிக் கொண்டே இருந்தார். நான் எத்தனை எச்சரித்தும் கேட்கவில்லை. கேட்கும் நிலையில் அவர் இல்லை என்பதுதான் விஷயம். சரக் சரக் என்று ஒரு எட்டு ரவுண்டு விஸ்கியை ஏற்றிக் கொண்டு ஏதேதோ பேசிக் கொண்டே இருந்தார். பிறகு சீக்கிரமாகவே போய் தூங்கி விட்டார்.

ம்ஹூம், அது அத்தனை சுலபமாக நடக்கவில்லை. பாண்டியன் அன்று இரவு குடிக்க நினைத்திருக்கிறார். நினைத்தால் குடியை வாங்கிக் கொண்டு வந்திருக்க வேண்டும். சரி, மற்றவர்களுக்கு சரக்கு வாங்குவதற்காக சரக்கு அடிக்காத வினித் ஊருக்குள் செல்கிறான். வினித் கடைக்குப் போய்ச் சேர்ந்த சமயத்தில் பாண்டியன் வினித்துக்கு ஃபோன் பண்ணி எனக்கும் ஏதாவது சரக்கு வாங்கி வந்து விடுங்கள், வந்ததும் பணம் தந்து விடுகிறேன் என்கிறார்.

என்ன சரக்கு?

ஏதாவது வாங்கி வாங்க, காஸ்ட்லியா.

இங்கே நெப்போலியன் காலத்திய ரெமி மார்ட்டின் இருக்கு. ஒரு லட்சம் ரூபாய். வாங்கிட்டு வரவா பாண்டியன்?

ஐயோ வினித். அவ்ளோ காஸ்ட்லி வேண்டாம். கொஞ்சம் கம்மியா.

ஓல்ட் மாங்க் ரம் இருக்கு. 600 ரூபாய்.

வேணாம், வேணாம். நான் ரம் அடிக்க மாட்டேன்.

சரி, வேற என்ன வேணும்? இங்கே ரம், விஸ்கி, பிராந்தி, ஜின், வோட்கா, வைன்னு நிறைய வரைட்டி இருக்கு.

விஸ்கி வாங்கி வாங்க, காஸ்ட்லியா.

சரி, சிங்கிள் மால்ட் விஸ்கி இருக்கு. 3000 ரூபாய்.

ஐயோ, அவ்ளோ காஸ்ட்லியா வேணாம். கொஞ்சம் கம்மியா.

8 பி.எம். விஸ்கி இருக்கு. 200 ரூபாய்.

வினித், ப்ளீஸ். இவ்ளோ சீப்பா வேணாம். இன்னும் கொஞ்சம் காஸ்ட்லியா.

இப்படியாக இந்தப் பஞ்சாயத்து ஒரு மாதிரி முடிவுக்கு வந்து பாண்டியனுக்குத் தோதான சரக்கை வாங்கி வந்திருக்கிறான் வினித்.

பத்து நாள் பட்டினி கிடந்தவன் சாப்பாட்டில் விழுவது போல் சரக் சரக்கென்று சரக்கை அடித்த பாண்டியன் கையை நீட்டி நீட்டி ஆவேசமாகப் பேச ஆரம்பிக்க ஒளியும் வினித்தும் நாற்காலியை பின்னுக்கு நகர்த்திப் போட்டுக் கொண்டார்களாம். இதெல்லாம் வினித் அப்புறமாக என்னிடம் சொன்னது. அப்படியும் அடங்கவில்லை பாண்டியனின் ஆவேசப் பேச்சு. அறிஞர் அண்ணாவின் வழித் தோன்றல் போல. மீண்டும் மீண்டும் கையை நீட்டி நீட்டிப் பேசுகிறார் பாண்டியன். அப்போது வினித் ஒளியிடம் "அவர் விரல் மட்டும் பெருமாள் மீது படட்டும், அப்புறம் இருக்கு சங்கதி" என்று சொல்லியிருக்கிறான்.

ஆனால் கடைசி வரை சம்பவம் நடக்கவில்லை.

ஏன் வினித்?

நீங்கள் கொஞ்சம் பின்னுக்கு சாய்ந்து அமர்ந்திருந்தீர்கள் பெருமாள். அதனால் அவர் விரல் உங்கள் மீது படவில்லை.

அன்றைய இரவு, பாண்டியன் போய்த் தூங்கிய பிறகுதான் நாங்கள் பேச ஆரம்பித்தோம். அப்படியே பேசிக் கொண்டிருந்ததில் உறங்குவதற்குக் காலை நாலரை மணி ஆகி விட்டது.

எவ்வளவு தாமதமாக உறங்கினாலும் காலையில் எழுந்து விடும் பழக்கம் உள்ளவன் என்பதால் எட்டரைக்கு எழுந்தேன். வினித் எங்களுக்கு முன்பே உறங்கப் போய் விட்டதால் அவனும் பாண்டியனும் ஒளி முருகவேளும் இருந்தார்கள். பாண்டியன் என் உற்ற நண்பர். எனக்குப் பலவிதமான உதவிகளைச் செய்து கொண்டிருப்பவர்.

நான் முந்தின தினம் சனிக்கிழமை மதியம் கொஞ்சம் குஸ்கா சாப்பிட்டதோடு சரி. பந்திக்கு முந்தாததால் குஸ்காதான் மிஞ்சியது. நான் இரவு உணவு எடுத்துக் கொள்வதில்லை. ஆக, நான் சாப்பிட்டு பதினெட்டு மணி நேரம் ஆகியிருந்தது. கொலைப் பசி.

இந்த குஸ்கா கதையையும் இங்கே கொஞ்சம் சொல்ல வேண்டும். அன்றைய தினம் வாசகர் வட்ட நண்பர்கள் மட்ட ன் பிரியாணி, சிக்கன் பிரியாணி இரண்டையும்தான் வரவழைத்திருந்திருக்கிறார்கள். ஆனால் யாருமே சிக்கன் பிரியாணியைத் தொடவில்லை. காரணம், தமிழ்நாட்டில் நல்ல தரமான மட்டன் பிரியாணியே கிடைப்பதில்லை. அதனால்தான் எல்லோரும் மட்டன் பிரியாணி பக்கிகளாக இருக்கிறார்கள். நான் உட்பட. அதுவும் தவிர, எனக்கு சிக்கன் விஷயமாக எதுவுமே பிடிக்காது. ஏனென்றால், தமிழ்நாடு முழுவதுமே சிக்கன் என்றால் அது நார் நாராகத்தான் இருக்கிறது. அதனால் நான் சிக்கனைத் தொடுவதே இல்லை.

“இந்த கொலைப்பசி என்ற வார்த்தை இனி என் காதிலேயே விழக் கூடாது” என்று சொல்லி என்னுடைய கைபேசியிலேயே ஸ்விக்கி செயலியையும் போட்டுக் கொடுத்திருந்தான்

கொக்கரக்கோ. ஏனென்றால், கடந்த பத்து ஆண்டுகளாக நடந்து வரும் எல்லா வாசகர் வட்ட சந்திப்புகளிலும் நான் எட்டு மணிக்கு எழுந்து கொள்வேன். சாப்பிட்டு பதினெட்டு மணி நேரமோ இருபது மணி நேரமோ ஆகியிருக்கும். ஆனால் நான் தங்கியிருக்கும் இடத்தில் காலை உணவுக்கு எந்த வழியும் இருக்காது. நாங்கள் கடலோரத்திலோ மலையடிவாரத்திலோ வனப்பிரதேசங்களிலோதான் தங்குவோம் என்பதால் காலை உணவு என்பது மிகவும் கவனத்தோடு முந்தின இரவே திட்டமிடப்பட வேண்டிய விஷயம். ஒரே வழி, முந்தின தினமே நிறைய பழங்களை வாங்கி வைத்துக் கொள்வதுதான்.

ஆனால் நாங்கள் அப்போது தங்கியிருந்த ஆரோவில் வனப்பகுதியில் அதற்கெல்லாம் அவசியம் இருக்கவில்லை. வனத்துக்குள் ஸ்விக்கி ஆட்கள் வருகிறார்கள். அல்லது, வண்டியை எடுத்துக் கொண்டு போனால் ஒரு கிலோமீட்டர் தூரத்தில் பலவிதமான சாப்பாட்டுக் கடைகளும் நவீனமான உணவு விடுதிகளும் உள்ளன. எனக்கு வண்டி ஓட்டத் தெரியாது. அதனால் எட்டரை மணிக்கு ஸ்விக்கி போட்டால் ஒன்பதுக்கு உணவு வந்து விடும். ஆனாலும் எட்டு மணியிலிருந்து ஒன்பது வரை நான் கொலைப்பசியில் துடிப்பேன். அதைத் தவிர்ப்பதற்காகத்தான் என் ஃபோனில் ஸ்விக்கி செயலியைப் போட்டுக் கொடுத்தான் கொக்கரக்கோ. (கொக்கரக்கோ பொதுவாகப் பன்னிரண்டு மணிக்குத்தான் எழுந்து கொள்வான் என்பதால் எனக்குக் காலை உணவு ஏற்பாடு செய்யும் வேலைக்கு மட்டும் அவனை எதிர்பார்க்க முடியாது.)

சரி, டிஃபனுக்கு என்ன ஏற்பாடு என்று வினித்திடமும் ஒளியிடமும் பாண்டியனிடமும் கேட்டேன். அப்போது பாண்டியன் முன்வந்து "என் டிரைவர் இந்த ஊர்தான், அதனால் ஒரு நல்ல இடத்தில் நமக்கு டிஃபன் வாங்கி வருகிறார்" என்றார்.

"எப்போது கிளம்பினார்?"

ஏனென்றால், அப்போதே மணி எட்டரை.

“இப்போதுதான் கிளம்பினார். இதோ பத்து நிமிடத்தில் வந்து விடுவார்” என்றார் பாண்டியன்.

உண்மையில் காரை எடுத்துக் கொண்டு போனால் மெயின் ரோடில் டிஃபன் வாங்கி வர அதிக பட்சம் இருபது நிமிடம் ஆகலாம்.

ஒன்பது ஆயிற்று.

ஒன்பதரை ஆயிற்று.

பத்தும் ஆயிற்று. ஆளைக் காணோம்.

நான் பசியில் துடிக்க ஆரம்பித்து விட்டேன். பாண்டியனோ டிரைவரோடு ஃபோனில் பேசியபடியே இருந்தார்.

டிஃபன் மட்டும் வந்தபாடு இல்லை.

என்னிடம் “இதோ சார், இதோ சார், இதோ வந்து கொண்டே இருக்கிறார் சார்” என்று ஜல்லியடித்துக் கொண்டிருந்தார் பாண்டியன்.

எனக்கு அந்த வன இல்லத்தையே கொளுத்த வேண்டும் என்ற வெறி ஏற்பட்டது. பசியில் பைத்தியம் பிடித்து விடும் போல் இருந்தது.

துரியோதனனின் சாபம் ஞாபகம் வந்தது. உங்களுக்குத் தெரியும்தானே? துரியோதனன் சாப்பாட்டுத் தட்டில் கை வைத்து ஒரு கவளம் எடுத்து உண்டால், அடுத்த கவளத்துக்கு அவனால் அதே தட்டில் கை வைக்க முடியாது. ஒரு கவளம் எடுத்ததுமே மீதி உணவு புழுவாக மாறி விடும். எனவே, அவனுக்கான ஒவ்வொரு கவளத்துக்கும் ஒவ்வொரு தட்டு. அதேபோல் எனக்கு இரண்டு சாபங்கள். எப்போது பார்த்தாலும் குறிப்பாக காலை வேளைகளில் உணவு கிடைக்காமல் கொலைப்பசியில் வாட வேண்டும். இன்னொரு சாபம், இலக்கியச் சந்திப்புக்குச் சென்றால் அங்கே வரும் அல்பங்களிடமிருந்து வசை தின்ன வேண்டும்.

பாண்டியனின் டிரைவர் பத்தரை மணிக்கு வந்தார். பேயைப்

போல் பாய்ந்து பொட்டலத்தைப் பிரித்து ஒரு இட்லியைப் பிட்டு வாயில் போட்டேன். அப்படியே சாப்பிட்டும் முடித்திருப்பேன். பக்கத்தில் வந்து அமர்ந்த பாண்டியன் எனக்கு எவ்வளவோ உதவிகள் செய்து கொண்டிருப்பவர் ஸாரி ஸார் என்றார்.

கொலைப் பசி கொலை வெறியாக மாறி விட்டது. சாப்பிட ஆரம்பித்த உணவுப் பொட்டலத்தை அப்படியே வைத்து விட்டு எச்சில் கையோடு எழுந்து டிரைவர் முன்னே வந்து நின்று அவரைத் திட்ட ஆரம்பித்தேன்.

ஏய்யா இப்படி எழவு எடுக்கிறீங்க? இதோட பத்து வருஷமா ஒவ்வொருத்தரா மாத்தி மாத்தி வந்து எழவெடுக்கிறீங்க. எங்கேர்ந்துய்யா ஒவ்வொருத்தரா வந்து இப்டி எழவெடுக்கிறீங்க. இங்கேர்ந்து மெயின் ரோட்டுக்குப் போய் டிஃபன் வாங்கிட்டு வர்றதுக்காய்யா ரெண்டு மணி நேரம்? இருபது நிமிஷ வேலய்யா இது? உங்களால முடிலேன்னா வேற எவன்ட்டாயவது சொல்லித் தொலைக்க வேண்டியதுதானே? அறிவில்லையா உங்களுக்கு? செத்திருப்பேன்யா நான். என்னைப் பார்த்தா கேணப் புண்டையா தெரியுதா உங்களுக்கெல்லாம்? கொலைகாரப் பாவிங்களா. நீங்கதான்யா கொலகாரனுங்க. மனுசனாய்யா நீங்கள்ளாம்? ஏன்யா என்னை இப்படிப் பட்டினி போட்டுக் கொல்றீங்க? என்னைப் பட்டினி போட்டுக் கொல்ல ஒங்களுக்கு எவன்யா ரைட் குடுத்தது? என்னை விடத் தெருவில சுத்தற நாய்கூடத் தேவலாம்யா... என்னய்யா நெனைச்சிக்கிட்டுருக்கீங்க? மனுசனாய்யா நீங்கள்ளாம்? கொலகாரப் பாவிங்களா... இத்தனை நேரம் ஆகும்னு இடையிலேயே ஒரு ஃபோனைப் போட்டு சொல்லித் தொலச்சிருந்தா நானே ஸ்விக்கிலேர்ந்து வரவழைச்சிருப்பேனேய்யா... அதுக்கும் வழியில்லாம இதோ இதோ இதோ இதோ இதோன்னு நொட்டி என்னைக் கொன்னுட்டீங்களேய்யா... இப்படியே பத்து வருஷமா நடந்துக்கிட்டு இருக்கு. உள்ளே தூங்கிறார் பாருங்க ஒத்தர்... அவர் மட்டும் எழுந்து வந்தா உங்களை வெட்டிப் போட்ருப்பார். ஆமா, பத்து வருஷமா ஒவ்வொரு ஆளா மாத்தி மாத்தி வந்து இப்டி எழவெடுத்துக்கிட்டிருந்தா என்னாய்யா அர்த்தம்?

என்னைப் பட்டினி போட்டுக் கொல்ல உமக்கு என்னய்யா ரைட் இருக்கு?

இதே ரீதியில் பத்து நிமிடம். ஒரு கிலோ மீட்டர் தூரம் கேட்கும் அளவுக்கு சப்தமாக.

திட்டி விட்டு வந்து மீண்டும் சாப்பிட ஆரம்பித்தேன். பாண்டியன் பக்கத்திலேயேதான் இருந்தார்.

மூன்று ஆண்டுகளாக பாண்டியனிடம் சொல்லாமல் இருந்த வாழ்வில் ஒருபோதுமே சொல்லப் போவதில்லை என்று நினைத்திருந்த விஷயத்தை அவரிடம் அப்போது சொன்னேன். மிகக் கடுமையான தொனியில்.

"நீங்க ரொம்பப் பேசுறீங்க பாண்டியன். ரொம்ப ரொம்பப் பேசுறீங்க. நீங்க மட்டும் இப்போ ஸாரி சொல்லாமல் இருந்திருந்தால் நான் பாட்டுக்கு சாப்பிட்டு முடிச்சிருப்பேன். நீங்கள் ஸாரி சொன்னதால் மட்டுமே நான் அந்த ஆளைத் திட்டினேன். இத்தனை திட்டும் நீங்கள்தான் அவருக்கு வாங்கிக் கொடுத்தீர்கள்."

ஏன் இப்படிச் சொன்னேன் என்றால், கடந்த மூன்று ஆண்டுப் பழக்கத்தில் நான் கவனித்தது, இருபது நொடியில் சொல்ல வேண்டியதை பாண்டியன் பத்து நிமிடங்களில் சொல்லுவார். எனக்கு மண்டையே வெடித்து விடும் போல் இருக்கும். என்ன செய்யட்டும். நண்பர். எனக்கு மிகப் பெரிய உதவிகள் செய்பவர். அன்றைய தினம் ஆரோவில்லில் பசிக் கொடுமையில் சொல்லி விட்டேன்.

இம்மாதிரியேதான் ஏற்காட்டிலும் காலை உணவுக்குப் பிரச்சினை ஆகிக் கொண்டே இருந்தது. ஏற்காட்டில் அவ்வளவாக உணவு விடுதிகளும் கிடையாது. காரையோ பைக்கையோ எடுக்க ஆள் பக்கத்தில் இல்லையென்றால், பட்டினிதான். அதனால் நான் ஏற்காடு செல்வதையே நிறுத்தி விட்டேன். இப்போது ஆரோவில்...

★

ஆன்மீகச் செயல்பாடு

பெண்களுக்குத்தான் ஈ.எஸ்.பி. என்று சொல்லப்படுகின்ற புலன்களுக்கு அப்பாற்பட்ட உணர்திறன் அதிகம் என்று நம்பப்படுகிறது. அதன்படி இந்த புவனேஸ்வரிக்கும் நம்ப முடியாத அளவுக்கு ஈ.எஸ்.பி. வேலை செய்கிறது.

ஒருநாள் புவனேஸ்வரியிடம் சொன்னேன், "எனக்கும் அந்தப் பச்சைக் கண்ணுக்கும் எந்த உறவும் இல்லய்யா, நட்பு என்று கூட சொல்ல முடியாத அளவுக்குத்தான் பழக்கம், சத்தியமாக வேறு எதுவுமே இல்லை."

"வேறு எதுவும் இல்லை என்றால் அதற்காக ஏன் இத்தனை பதறுகிறீர்கள்?"

"ஏனென்றால், ஒரு உத்தமத் தமிழ் எழுத்தாளனாக வாழ்ந்து கொண்டிருக்கும் நான் ஓர் உத்தம மானுடனாகவும் மாற விரும்புகிறேன். அப்படியிருக்கும்போது இம்மாதிரி சந்தேகங்களெல்லாம் உத்தம மானுடத்தை நோக்கிய என் பயணத்துக்குத் தடையாக இருக்கும் இல்லையா? மேலும், ஒரு பெண் மீது வீண் பழி வருவதும் நல்லது இல்லையே?"

"ஆ, என்ன, உத்தமத் தமிழ் எழுத்தாளனா? நீங்களா? இப்படிச் சொல்ல உங்களுக்கு வெட்கமாக இல்லை? உத்தமத் தமிழ்

எழுத்தாளன் என்ற வார்த்தையை வைத்துக் கொண்டு என்னென்ன ஜுகல்பந்தி பண்ணிக் கொண்டிருந்தீர்கள்? அதெல்லாம் உங்களுக்கு மறந்து விட்டதா?"

"எப்படி மறக்கும்? ஆனால் நானே ஒரு உத்தமத் தமிழ் எழுத்தாளனாக மாறிய பிறகு அதை எப்படி ஒப்புக் கொள்ளாமல் இருக்க முடியும்?"

"சரி, அதை விடுங்கள். நீங்கள் வார்த்தையில் விளையாடுபவர். உங்களோடு மல்லுக்கு நிற்க முடியாது. விஷயத்துக்கு வருவோம்... இறுதியாகக் கேட்கிறேன், உங்களுக்கும் அந்தப் பெண்ணுக்கும் ஒன்றுமே இல்லை?"

"ம்ஹூம். ஒன்றுமே இல்லை. ஏற்கனவே சொன்னேன், நட்பு என்று கூட சொல்ல முடியாது."

"அப்படியானால் நான் இப்போது கேட்கப் போகும் கேள்விக்கு நீங்கள் உண்மையான பதிலைச் சொல்ல வேண்டும். மறைக்கக் கூடாது?"

"ம், கேள்..."

"சில மாதங்களுக்கு முன் அந்தப் பச்சைக் கண்ணை நீங்கள் ப்ரூ ரூமில் வைத்து ஒருமுறை சந்தித்தீர்களா?"

"ஒரு முறை என்ன, நாலைந்து முறை சந்தித்திருக்கிறேனே?"

"சரி, அப்படி ஒருமுறை நீங்கள் அவளைச் சந்தித்த போது அவளைத் தொட்டு அவள் தலைக்கும் முதுகுக்கும் மஸாஜ் செய்து கொண்டிருந்தீர்கள், பொது இடம் என்ற பிரக்ஞை கூட உங்களுக்கு இல்லை. உண்மையா?"

"அடக் கடவுளே, நான் என்ன சொன்னாலும் இப்போது நீ நம்பப் போவதில்லை. என்ன நடந்தது என்றால், பச்சைக் கண் அன்றைய தினம் மிகவும் சோர்வாக இருந்தாள். என்ன என்று கேட்டேன். தலைவலி மண்டையைப் பிளக்கிறது என்றாள். தலைக்கு மஸாஜ் பண்ணி விடவா என்று கேட்டேன். ஒன்றும் பதில் சொல்லாமல் என் முகத்துக்கு நேரே அவள் தலையைக் குனிந்தாள். நான் மஸாஜ் பண்ணி விட்டேன். கொஞ்ச நேரம்

கழித்து இன்னும் கீழே என்றாள். அதனால் கழுத்திலும் மஸாஜ் பண்ணினேன். போதும் என்று எழுந்த போது அவள் கண்கள் கலங்கியிருந்தது போல் தோன்றியது. அதில் ஒன்றும் செண்ட்டி விஷயங்கள் கிடையாது. உன் மண்டையில் நான் மஸாஜ் செய்தாலும் உன்னுடைய கண்கள் கலங்கத்தான் செய்யும்...”

“எவ்வளவு நேரம் மஸாஜ் பண்ணினீர்கள்?”

“இதெல்லாம் என்னம்மா கேள்வி? பத்துப் பதினைந்து நிமிடம் பண்ணியிருப்பேன்...”

“ஓ... ஆனால் அவளுக்கும் உங்களுக்கும் நட்பு என்று கூட சொல்ல முடியாது?”

“ஆமாம். நிச்சயமாக.”

அதற்கு மேல் அந்த விஷயம் முடிவுக்கு வந்தது. புவனேஸ்வரிக்கு நான் சொன்னதில் நம்பிக்கை வரவில்லை. ஆனால் இந்தக் கதையைப் படிக்கும் உங்களையும் நான் புவனேஸ்வரியைப் போல் விட்டு விட முடியாது. இதில் வரும் பெயர்களும் சம்பவங்களும் கற்பனையே என்று எச்சரிக்கையில் சொல்லியிருந்தாலும் இது ஒரு ஆட்டோஃபிக்‌ஷன் கதை என்பதால் நாம் கொஞ்சம் சமீபத்தில் என் நண்பன் வளன் அரசு எழுதிய ஒரு கட்டுரையிலிருந்து ஒரு பத்தியை எடுத்துக் கொள்ளலாம்.

“இன்றைய ஆன்மீகவாதிகள் தங்களுக்கென ஒரு பீடம் அமைத்துக்கொண்டு அதிலிருந்து இறங்க மறுக்கின்றனர். அதிகாரம் அவர்களின் போதை வஸ்துவாக இருக்கிறது. இந்த அதிகாரத்தையும் ஒன்றுமில்லாமல் ஆக்குவதுதான் கண்ணாயிரம் பெருமாளின் ஆன்மீகம். ஒரு உதாரணம் தருகிறேன். லா.ச.ரா.வின் நூற்றாண்டு விழா நடந்த அன்று காலை எங்கள் வீட்டின் சிறிய அறையில் பெருமாள் தரையில் அமர்ந்திருக்கிறார். லா.ச.ரா.வின் புதல்வர் சப்தரிஷியும் கீழே அமர்ந்துவிட்டார். கொஞ்ச நேரத்தில் சப்தரிஷிக்கு கால் வலிக்க ஆரம்பித்துவிட்டது. காலை சற்று நீட்டி உட்காரலாம். ஆனால் எதிரில் பெருமாள் உட்கார்ந்திருக்கிறார் என்று

தயங்கி இறுதியாக பெருமாளிடமே தான் காலை கொஞ்சம் நீட்டிக்கொள்ளலாமா எனக் கேட்டுவிட்டார். அப்போது பெருமாள் சொன்ன பதில்தான் ஆன்மீகத்தின் உச்சம் எனக் கருதுகிறேன்: "காலை என் மடியில் வச்சுகோங்க; நான் பிடித்துவிடுகிறேன்" என்றார். இதைத்தான் லெவினாஸ் தன்னிலிருந்து பிறருக்குக் *(From I to other)* கடந்து போவது என்றார்."

ஆக, அன்றைய தினம் ப்ரூ ரூமில் பச்சைக் கண்ணுக்கு நான் ஹெட் மஸாஜ் கொடுத்தது ஓர் ஆன்மீகச் செயல்பாடுதான் என்பதில் ஓர் உத்தமத் தமிழ் எழுத்தாளனாக எனக்கு எந்தச் சந்தேகமும் இல்லை.

★

பசி மற்றும் இம்சை குறித்த ஆட்டோஃபிக்ஷன் கதையின் துயர முடிவு

பச்சைக் கண்ணுக்கு ஹெட் மஸாஜ் கொடுத்தது ஒரு ஆன்மீகச் செயல்பாடு என்று நிறுவியதோடு கதை முடிந்து விட்டது என்றுதான் நினைத்தேன். "பின்நவீனத்துவக் கதைக்கு ஒரு முறையான முடிவெல்லாம் இருக்க வேண்டியதில்லை என்பது எனக்குத் தெரியும், இருந்தாலும் உங்கள் நண்பன் என்ற முறையில் கேட்கிறேன், அந்தப் பச்சைக் கண்ணோடு இன்னமும் 'டச்'சில் இருக்கிறீர்களா?" என்று ஒரு நண்பர் கேட்டு விட்டதால் முற்றும் போட்ட கதையை மீண்டும் தொடர வேண்டியிருக்கிறது. எனக்கு புனைகதைகளிலோ கட்டுரைகளிலோ ஆங்கிலம் கலந்து எழுதுவது பிடிக்காது என்ற போதிலும் குமரேசனின் கேள்வியில் இருந்த 'டச்' பிடித்துப் போய் விட்டது. ஏற்கனவே சொன்னேன், பச்சைக் கண்ணுக்கும் எனக்கும் இருந்த பழக்கத்தை நட்பு என்று கூட சொல்ல முடியாது என்று. அவள் தலையிலும் பின்னங்கழுத்திலும் மஸாஜ் செய்து விட்டதையும் என் பாதிரி நண்பன் வளனின் எழுத்தை வைத்து அது ஓர் ஆன்மீகச் செயல்பாடு என்பதையும் காரண காரியங்களுடன் நிறுவியாயிற்று. ஆக, பச்சைக் கண்ணுக்கும் எனக்கும் இருந்த பரிச்சயத்தை 'டச்' என்று சொல்வதே சாலச் சிறந்தது.

நண்பர் சொல்வது போல் பின்நவீனத்துவக் கதைகளுக்கு முடிவு தேவையில்லைதான். வாழ்க்கை என்பதே ஓர் முடிவற்ற பயணம் என்றுதான் முன்னோர்கள் சொல்லிச் சென்றார்கள் என்றாலும் இந்தக் கதைக்கு ஒரு முடிவு தேவைதான் என்று தோன்றியது. ஏன் என்று மட்டும் கேட்டு விடாதீர்கள், உளற ஆரம்பித்து விடுவேன்.

ஏன் தெரியுமா? நேற்று நடந்த சம்பவத்தைச் சொல்கிறேன். காலையில் எட்டரை மணிக்கு எழுந்து வந்த வைதேகி "இப்போதெல்லாம் நீ வாக்கிங் போகிறாயா?" என்று கேட்டாள். கேட்டதற்குக் காரணம் என்னவென்றால், அவள் ஒன்றரை மாதம் மும்பையில் மோகன் வீட்டுக்கு போய் வந்தாள். அதனால் கேட்டிருக்கலாம். மற்றபடி காலை நேரத்தில் இப்படியெல்லாம் கேள்வி கேட்பவள் அல்ல அவள்.

நான் அவளுடைய கேள்வியால் திக்குமுக்காடிப் போனேன். இந்த சாதாரண கேள்விக்குப் போய் ஏன் திக்குமுக்காட வேண்டும் என்று திரும்பவும் ஒரு கேள்விக் கணையைத் தொடுத்து என்னைச் சித்ரவதை செய்யாதீர்கள். சமீபத்தில்தான் ஒரு இலக்கியச் சந்திப்பில் வாசகர்கள் என்ற சேடிஸ்டுகளின் கேள்விகளால் ரணகாயம் பட்டு மீண்டிருக்கிறேன்.

சிறிது நேரமே திக்குமுக்காடிய நான் "ம், போகிறேனே" என்றேன். எங்கே என்றாள். இந்தக் கேள்விக்கு நான் திக்குமுக்காடவில்லை. உடனடியாக நம் வீட்டு மொட்டை மாடி என்றேன். ஏனென்றால், அப்போதுதான் மொட்டைமாடியில் வாக்கிங் போய் விட்டுக் கீழே இறங்கியிருந்தேன்.

என்னது, மொட்டை மாடியா? கிழிஞ்சிது போ. அங்கே போய் எங்கே வாக்கிங் போவது? அங்கே போய் நீ ஃபோன்தான் பேசிக் கொண்டிருப்பாய் என்று நக்கல் தொனியில் சொன்னாள்.

நான் கொலைவெறி ஆகி விட்டேன்.

அதன் பின்னணி என்னவென்றால், இந்தக் குடியிருப்புக்கு வந்த ஐந்து ஆண்டுகளில் ஒரே ஒருமுறை நானும் வைதேகியுமாக மாலை நேரத்தில் மொட்டை மாடிக்குக் காற்று வாங்க

செல்லலாம் என்று முடிவு செய்திருந்தோம். தோம் என்ன தோம்? வைதேகிதான் கேட்டாள், மொட்டை மாடிக்குப் போகலாமா என்று. சரி என்றேன். அவளோடு அதுதான் மொட்டை மாடிக்கு முதல் முறை. (அதுவே கடைசி முறையாகவும் அமைந்தது.) நான் பலமுறை அங்கே போய் கடல் காற்று வாங்கியிருக்கிறேன். கல்லெறி தூரத்தில் இருந்தது வங்கக் கடல். ஆனால் கடைசி நேரத்தில் நான் வரவில்லை, நீ போவதென்றால் போய்க் கொள் என்று சொல்லி விட்டாள். சரி என்று நான் மட்டும் கைபேசியையும் ஏர்பாடையும் எடுத்துக் கொண்டு மேலே போனேன். கொக்கரக்கோவுடன் கொஞ்சம் பேச வேண்டியிருந்தது. வீட்டில் இருக்கும் போது கொக்கரக்கோவுடன் பேச முடியாது. கொக்கரக்கோவுடன் மட்டும் அல்ல, யாருடனும் பேச முடியாது என்பதுதான் எதார்த்தம்.

அப்படியா இந்தக் குடும்பத்தில் அடக்குமுறை ராஜ்ஜியம் நடந்து கொண்டிருக்கிறது?

இல்லவே இல்லை. ஆனால் என்னால் எப்படி யாரோடும் ஃபோன் பேச முடியாமல் போகும் என்றால், நேற்று நடந்த சம்பவத்தைச் சொல்கிறேன்.

என்னைப் பற்றிய ஆவணப் படத்துக்காக நானும் ஒளி முருகவேளும் தாய்லாந்து போக வேண்டும். தாய்லாந்து போக வீசா தேவையில்லை என்றாலும், இன்னும் சர்வதேச அளவில் விமானப் போக்குவரத்து பழைய நிலைக்குத் திரும்பவில்லை. கொரோனாவினால் மூடப்பட்ட சுற்றுலாத் துறை இன்னமும் சரியாகவில்லை. உதாரணமாக, தாய்லாந்தின் தென்மூலையில் கிட்டத்தட்ட மலேஷியா அருகில் உள்ள க்ராபியிலிருந்து தாய்லாந்தின் வடகிழக்கு மூலையில் லாவோஸ் எல்லையில் உள்ள உடான் தானி என்ற ஊருக்குப் போக முன்பெல்லாம் ஒரு நாளில் நான்கு விமானங்கள் பறந்தன என்றால், இப்போது நான்கு நாட்களில் ஒரு விமானம் பறந்தது. அதிலும் சில தினங்களில் டிக்கட் விலை இருபதாயிரம் ரூபாய் என்றால் சில தினங்களில் பத்தாயிரம் ரூபாய். ஆக, டிக்கட் விலையோடு கூட,

எந்தெந்த நாட்களில் விமானம் இருக்கிறது என்பதையெல்லாம் கூட்டிக் கழித்து டிக்கட் போட வேண்டும். கிட்டத்தட்ட மூன்று தினங்கள் இரவு பகலாக வேலை செய்தேன், எனக்குக் கட்டணம் கொடுக்க வேண்டும் என்றால் இதற்கு ஒரு லட்சம் ரூபாய் ஆகும், கண்களே பூத்துப் போய் விட்டன என்றான் கொக்கரக்கோ.

இது பற்றியெல்லாம் கொக்கரக்கோவுடன் பேச வேண்டும். ஆனால் வீட்டில் பேச முடியாது. ஏன் என்றுதான் விளக்க முயற்சி செய்கிறேன். முடியவில்லை. யாரோடும் பேசக் கூடாது என்று தடையெல்லாம் இல்லை. ஆனாலும் பேச முடியாது. முன்மதியம் பன்னிரண்டே கால் மணிக்கு கொக்கரக்கோவை அழைத்துப் பேச ஆரம்பித்தேன். அப்போதுதான் நானும் வைதேகியும் எங்கோ வெளியே போய் விட்டு வந்திருந்தோம். அப்போது என் அறைக்குள் நுழைந்தவள் நான் ஃபோனில் பேசிக் கொண்டிருப்பதைப் பார்த்த பிறகும் அதைப் பற்றியெல்லாம் கொஞ்சமும் கவலையின்றி “பெருமாள், சாதம் வைப்பா, மணி பன்னண்டே கால் ஆச்சுப்பா” என்றாள்.

எனக்குக் கோபம் தலைக்கு ஏறியது. “அம்மு, வெளியே போய்ட்டு வந்து இன்னும் நான் ஒண்ணுக்குக் கூடப் போகல. பேண்ட்டைக் கூட கழட்டல. அர்ஜெண்ட்டா தாய்லாந்து ட்ரிப் பத்திப் பேசிட்டு இருக்கேன்” என்றேன்.

சரி என்று திரும்பியவள் மீண்டும் உள்ளே வந்து மேஜையின் மீது கிடந்த என் ஃபோனில் யாரோடு பேசிக் கொண்டிருக்கிறேன் என்று எட்டிப் பார்த்தாள். நான் ஏர்பாட் மாட்டிக் கொண்டு பேசுவதால் ஃபோன் மேஜையில்தான் இருக்கும். ஃபோனில் கொக்கரக்கோவின் பெயர் இருந்திருந்தால் இன்னும் ஐந்து ஆண்டுகளுக்கு எனக்குக் கிடைத்திருக்கும் கச்சேரி. ஆனால் அதிர்ஷ்டவசமாக அவள் என் ஃபோனை எட்டிப் பார்த்தபோது ஃபோனில் வெளிச்சம் இல்லை. இருளாக இருந்ததால் பெயர் தெரியவில்லை. தப்பினேன். ஏனென்றால், வைதேகிக்கு கொக்கரக்கோதான் என்னைக் கெடுப்பதாக ஒரு எண்ணம்.

“கொக்கரக்கோவுடன் மட்டும் இளித்து இளித்துப் பேச முடிகிறது, என்னிடம்தான் நீ வள் வள்ளென்று விழுகிறாய்” என்று ஆரம்பித்து இரண்டு மணி நேரம் ஓடும் கச்சேரி. சங்கீதக் கச்சேரிகளில் சில கலைஞர்கள் நாதப் பிரம்மத்தோடு தாங்களும் சேர்ந்து செல்லும் பயணத்தில் கண்டடைந்த பரவசத்தின் உச்சத்தைப் பலவிதமாக வெளிப்படுத்துவார்கள். அதேபோல் இந்தக் கச்சேரியிலும் வைதேகி வெளிப்படுத்துவாள். விளக்குமாற்றை எடுத்து அதன் தோகைப் பகுதியைக் கையில் பிடித்துக் கொண்டு மட்டைப் பகுதியால் சுவரை ஓங்கி ஓங்கி அடிப்பாள். சுவர்தான் கொக்கரக்கோவாம். சாவுடா சாவுடா தேவ்டியாப் பயலே என்று சமயங்களில் கத்துவதும் உண்டு.

இதனால் எல்லாம் நான் ஒருபோதும் பாதிக்கப்பட்டதில்லை. ஏனென்றால், நியாயமில்லாமல் நீங்கள் ஒருவரை சபித்தால் அந்த சாபம் அவரது கிரீடத்தில் இன்னொரு சிறகாகத்தான் போய் ஒட்டிக் கொள்ளும். உண்மையில் அந்த சாபமெல்லாம் ஆசீர்வாதம் என்றே நாம் எடுத்துக் கொள்ள வேண்டும். அதிலும் வைதேகியைப் போன்ற ஒரு மகாத்மாவின் சாபம் நிச்சயம் வரமாகத்தான் மாறும் என்பதில் எனக்குச் சந்தேகமே இல்லை என்பதால் அவ்வளவாக அது பற்றிப் பொருட்படுத்த மாட்டேன்.

என்னது, மகாத்மாவா? ஆமாம், சந்தேகமில்லாமல். ஒரு சம்பவம் சொல்கிறேன். கீழே மோகனும் ராதாவும் நாயை வாக்கிங் அழைத்துக் கொண்டு சென்ற போது ஒரு ஆள் தொடர்ந்து வந்திருக்கிறான். இவர்கள் நின்றால் அவனும் நிற்கிறான். இவர்கள் நடந்தால் அவனும் நடக்கிறான். நாயோ கோல்டன் ரெட்ரீவர் ஜாதி. யாரையும் கடிக்காது. அவன் பின்னாலேயே கூட போகக் கூடும். இவர்கள் இருவரும் வீட்டுக்குத் திரும்பி விட்டார்கள்.

அவன் இருக்கிறானா என்று பார்க்க வைதேகி கீழே போனாள். பார்த்தால் சாந்தோம் நெடுஞ்சாலையில் நிறைமாத கர்ப்பிணி ஆடு ஒன்று வாகனங்களுக்கு இடையே தட்டுத் தடுமாறிக் கொண்டிருக்கிறது. ஒரு வாகனம் கூட நிற்பதாகத் தெரியவில்லை.

நடுசாலையில் மாட்டிக் கொண்ட ஆட்டுக்கு அந்தப் பக்கம் போவதா இந்தப் பக்கம் போவதா என்று தெரியாமல் தத்தளித்துக் கொண்டிருக்கிறது. பக்கத்திலேயே ஒரு ஆட்டோ ஸ்டாண்ட் இருக்கிறது. அங்கே ஒரு நாலு ஆட்டோக்காரர்கள் எந்தக் கவலையும் இல்லாமல் அந்த ஆட்டை வேடிக்கை பார்த்துக் கொண்டிருக்கிறார்கள். அடிபட்டு செத்தால் கறியை எடுத்துக் கொண்டு போய் பிரியாணி பண்ணி சாப்பிடலாம் என்று கூட நினைத்திருக்கலாம். எல்லா உயிர்களிடத்திலும் ஏன், உயிரற்ற அசேதனப் பொருட்களிலும் கூட பிரம்மத்தைப் பார்த்த தேசம்! வைதேகி தன் உயிரையும் பொருட்படுத்தாமல் குறுக்கே புகுந்து விட்டாள். எல்லா வாகனங்களையும் தடுத்து ஆட்டை எங்கள் வீட்டுப் பக்கம் போகச் சொல்லியிருக்கிறாள். அப்போதுதான் எங்கள் வீட்டு செக்யூரிட்டி தாமஸ் என்ற மகாத்மா ஆடு கேட்டுக்கு உள்ளே போய் விடாமல் இரண்டு கைகளையும் நீட்டி வழியை மறித்திருக்கிறார். ஏற்கனவே மிரண்டு போயிருந்த ஆடு மீண்டும் ரோட்டுக்கு நடுவே போய் விட்டது. மீண்டும் வைதேகி வாகனங்களை நிறுத்தி அந்த ஆட்டை பக்கத்தில் இருந்த டுமீங் சந்துக்குள் பாதுகாப்பாக விட்டிருக்கிறாள். தாமஸை ஏன் அப்படிச் செய்தீர்கள் என்று கேட்க, அவர் நாலு தெருவுக்குக் கேட்கும்படி கத்தினார். அந்த சத்தம் கேட்டுத்தான் ஏதோ கொலை போல் இருக்கிறது என்று பயந்து போய் கீழே ஓடினேன். மோகனையும் ராதாவையும் பின்பற்றிய ஆள்தான் வைதேகியைக் கொன்று விட்டான் போல என்று நினைத்து விட்டேன். பார்த்தால் செக்யூரிட்டி தாமஸ் வைதேகியிடம் கத்திக் கொண்டிருக்கிறார். ஆட்டை விட்டால் அது செடியையெல்லாம் தின்று விடாதா என்று கேள்வி வேறு. அட லூசுக் கூதி, ஒரு உயிரைக் காப்பாற்றிக் கொண்டிருப்பது கூடவாடா உனக்குத் தெரியாது? கேட்டால் அடிதடியில் முடியும். எனக்கு ஹார்ட் அட்டாக் வரும். சும்மா இருந்து விட்டேன்.

டேய் பாடு உலகளந்தான், என் மனைவி எப்பேர்ப்பட்ட வாழ்க்கையை வாழ்ந்து கொண்டிருக்கிறாள் என்று உனக்குத் தெரியுதாடா, நாயே? ரூபாய் நோட்டைக் கும்பிட்டு வாழ்கின்ற

நீயா என்னையும் வைதேகியையும் விமர்சனம் பண்ணுவது? சரி, கதைக்கு வருகிறேன்.

ஆனாலும் வைதேகியின் சாபம் கொக்கரக்கோவை ஒரு மயிரும் புடுங்காது. ஏனென்றால், கொக்கரக்கோவுக்கும் அவளுக்கும் எந்த சம்பந்தமும் கிடையாது. நீங்கள் த இன்னொசன்ட் என்ற வெப்சீரீஸ் பார்த்திருக்கிறீர்களா? அதில் ஒரு மதுபான விடுதியில் இளைஞர்களிடையே கொஞ்சம் சலசலப்பு. கை கலப்பில் ஒருத்தன் கீழே விழுந்து தலையில் அடிபட்டு இறந்து விடுகிறான். இறந்தவனின் தந்தை தன் மகனின் சாவுக்கு அவன் நண்பன் ஒருவன்தான் காரணம் என்று நினைத்துக் கொண்டு அவனைச் சித்ரவதை செய்து கொண்டே இருக்கிறான். சிறையிலேயே அவனைக் கொல்லவும் முயற்சிக்கிறான். அந்தத் தந்தையின் மன உளைச்சல்தான் படமே. கடைசியில் தற்கொலை செய்து கொண்டு சாகிறான். வைதேகி இன்னும் அந்த முடிவை எடுக்கவில்லை. ஆனால் அடிக்கடி சொல்வாள், தூக்கு மாட்டிக் கொண்டு சாகப் போகிறேன் என்று. தூக்கைத் தடுக்க ஒரே ஒரு வழிதான் இருக்கிறது. கொக்கரக்கோவை நான் என் வாழ்விலிருந்து துண்டிக்க வேண்டும். துண்டித்தால் நான் செத்து விடுவேன். ஏன் என்பதை விளக்கத்தான் இந்த நாவலையே எழுதிக் கொண்டிருக்கிறேன். மேலும், ஒரு விஷயம். கில் பில் படம் பார்த்திருக்கிறீர்களா? அதில் இந்த வசனம் வரும்: *Revenge is never a straight line. It's a forest. And like a forest, it's easy to lose your way...to get lost...to forget where you came in.* வைதேகி தன்னுடைய வன்மத்தினாலும் பழி வாங்கும் உணர்வினாலும் ஒரு கானகத்தில் தொலைந்து விட்டாள். இத்தனைக்கும் கொக்கரக்கோ அவளுக்கு ஒரு நிழலுருவம். ஓரிரு முறைதான் பார்த்தே இருக்கிறாள். *கொக்கரக்கோ என் கணவனைக் கெடுத்து விட்டான். அதனால் என் வாழ்க்கை பறி போய் விட்டது. அவனை சும்மா விட மாட்டேன்.* ஸ்கீஸோஃப்ரீனியா நோயாளிகளை மனநோய்க் கொட்டடியில் பார்த்திருக்கிறீர்களா? வெறி பிடித்த நிலையில் இரும்புக் கம்பியில் மோதிக் கொள்வார்கள். இங்கே வைதேகி சுவரில் மோதிக் கொள்கிறாள். விளக்குமாற்றை எடுத்து சுவரில்

விளாறுகிறாள். என்னை சொற்களால் குத்திக் கிழிக்கிறாள். எனக்கு அவள் மீது பரிதாபத்தைத் தவிர வேறு எந்த உணர்வும் வருவதில்லை. அதனால்தான் சொல்கிறேன், அவளுடைய ஒவ்வொரு சாப வார்த்தையும் கொக்கரக்கோவின் கிரீடத்தில் சிறகுகளாகத்தான் போய் செருகிக் கொள்ளும்.

வீட்டில் ஃபோன் பேச இயலாது என்று சொன்னேன். இன்னொரு சம்பவம். இன்று காலை பத்து மணிக்கு உலகளந்தான் அழைத்தார்.

பெருமாள், நீங்கள் ராஜபாளையம் போறீங்களாமில்லே? விஸ்வநாதன் சொன்னான். அவனும் ராஜபாளையம்தான். ஜெயமோகனின் தீவிர விசிறி.

ஆமாம், அந்தக் கூட்டம் டிசம்பர் முதல் வாரத்தில் இருக்கிறது. ராஜபாளையத்தைச் சேர்ந்த கல்லூரி மாணவர்களிடையே நான் உரையாற்றுகிறேன்.

ஆனால் அது பற்றி இப்போது உலகளந்தானிடம் பேசினால் அதைத் தொடர்ந்து வரும் பூகம்பத்தில் வீடே இடிந்து விழுந்து விடும். காரணம், டிசம்பரில் வைதேகி மும்பை போகலாம். அப்படியானால் நான்தான் வீட்டில் இருக்கும் பத்து பூனைகளையும் பார்த்துக் கொள்ள வேண்டும். அப்படியானால் எப்படி நான் ராஜபாளையத்தில் நடக்கும் இலக்கியச் சந்திப்புக்குப் போக முடியும்?

இப்படி ஏன் கூட்டங்களுக்கு ஒப்புக் கொள்கிறாய் என்ற அடுத்த கேள்வி வரும்.

இதற்கு நான் என்ன பதில் சொல்ல முடியும்? ஆண்டு முழுவதும் - 365 நாளும் நான் மாணவர்களிடமும் இளைஞர்களிடமும் உரையாற்றியாக வேண்டும். அந்த அளவுக்கு இங்கே செய்ய வேண்டிய அடிப்படை வேலைகள் இருக்கின்றன. இதையெல்லாம் யாருக்காவது நான் சொல்லிப் புரிய வைக்க முடியுமா? இருந்துமே நான் ஆயுள் தண்டனை கைதிக்குக் கிடைக்கும் பரோல் மாதிரிதான் எப்போதாவது வீட்டிலிருந்து வெளியே செல்கிறேன்.

"சரி, நீ என்ன திட்டத்தில் ராஜபாளையம் கூட்டத்துக்கு ஒப்புக் கொண்டாய்? வைதேகி ஊருக்குப் போயிருந்தால் உன்னுடைய பத்து பூனைக்குட்டிகளின் கதி?" என்று இந்தக் கதையை வாசித்துக் கொண்டிருக்கும் நீங்கள் கேட்கலாம்.

சென்னையிலிருந்து ராஜபாளையம் ஒரு இரவு பயணம். அவ்வளவு தூரம் போய் விட்டு என் தாய் ஆண்டாள் வாழ்ந்த மண்ணைப் பார்க்காமல் வர முடியாது. வில்லிப்புத்தூரும் போக வேண்டும். ஆக, அதற்கு ஒரு நாள், ராஜபாளையம் கூட்டத்துக்கு ஒரு நாள். இரண்டு பகல், இரண்டு இரவு. இதற்கு என்னுடைய வீட்டில் வசிக்கும் பத்து பூனைகளுக்கும் ஒரு கேர்டேக்கரைப் போட்டு விட்டுத்தான் போக வேண்டும். இதையெல்லாம் இப்போது பேசினால் வீட்டில் பூகம்பம் வெடிக்கும். தேவையா? அதனால் உலகளந்தானிடம் அப்புறம் பேசலாம் என்று இரண்டே வார்த்தையில் முடித்துக் கொண்டேன்.

பெரும்பாலும் ஒவ்வொரு ஃபோன் அழைப்புமே இப்படிப்பட்ட வெடிகுண்டுகளையே தாங்கியிருக்கும் என்பதால் நான் எந்த ஃபோன் அழைப்பையுமே எடுப்பதில்லை.

ஆனால் இறையன்புவின் ஃபோனை எடுக்காமல் இருக்க முடியுமா? இறையன்பு என் இருபத்தைந்து ஆண்டுக் கால நண்பர். இப்போது அரசாங்கத்தின் தலைமைச் செயலாளராக இருக்கிறார். ஏதோ ஒரு முக்கிய விஷயமாக என்னை அழைத்தார். ஃபோன் அழைப்பு வந்ததுமே யார் ஃபோன் என்று பார்த்தாள் வைதேகி. இறையன்புவிடம் பேசிக் கொண்டிருக்கும்போதே "கொஞ்சம் ஃபோனைக் கொடு, நான் கொஞ்சம் அவரிடம் பேச வேண்டும்" என்று சொல்லி, என் அனுமதி கூட இல்லாமல் ஃபோனைப் பிடுங்கி அவரிடம் "நான் கண்ணாயிரம் பெருமாளின் மனைவி வைதேகி பேசுகிறேன் சேர், வணக்கம் சேர், இங்கே எங்கள் ஏரியாவில் இரவில் விளக்கே எரியவில்லை சேர், பாதாள சாக்கடையும் பிய்த்துக் கொண்டு ஓடுகிறது சேர்" என்று ட்ராஃபிக் ராமசாமி போல் பேச ஆரம்பித்து விட்டாள். காலை மணி பதினொன்று. இறையன்பு அலுவலகத்தில் கடும் பிஸியாக இருக்கக் கூடிய நேரம்.

இனிமேல் வைதேகி அருகில் இருக்கும் போது கடவுளே அழைத்தாலும் ஃபோனை எடுக்கக் கூடாது என்று முடிவு செய்த தருணம் அது.

நான் மொட்டைமாடிக்குச் சென்ற போது வைதேகி கூட வரவில்லை என்ற தைரியத்தில் ஏர்பாடையும் எடுத்துச் சென்று கொக்கரக்கோவுடன் பேசியதன் பின்னணி இதுதான். ஆனால் வைதேகி திட்டமிட்டுச் செய்தாளா அல்லது சந்தர்ப்பவசமாக நடந்ததா என்று தெரியாது. நான் மொட்டைமாடிக்கு வந்த ஐந்து நிமிடங்களிலேயே அவளும் வந்து விட்டாள். நான் கொக்கரக்கோவுடன் பேசிக் கொண்டிருக்கிறேன். ஆனால் அவள் வந்து விட்டாள் என்பதற்காகப் பேச்சை நிறுத்தவில்லை. நாங்கள் என்ன தேசத் துரோக வேலையிலா ஈடுபட்டிருக்கிறோம், அல்லது, கோவில் சிலையைக் கடத்துகிறோமா? கொஞ்ச நேரம் பேசி விட்டு நிறுத்தினேன். வைதேகியும் எதுவும் சொல்லவில்லை. இது நடந்து மூன்று ஆண்டுகள் கழித்து இன்று வந்தது பேச்சு.

“மொட்டை மாடியில் போய் நீ ஃபோன்தானே பேசிக் கொண்டிருப்பாய்?”

எத்தனை கோபம் வந்தாலும் வெளியே காண்பிக்க முடியாது. கூடாது என்பதுதான் உண்மை. காண்பித்தால் நமக்கு ரத்த அழுத்தம் ஏறி, வைதேகிக்கும் அழுத்தம் ஏறி, இரண்டு பேருக்கும் மன உளைச்சல் ஆகி, இருவரின் முழுநாளும் வீணாகி விடும். அதனால் நான் “ஃபோனெல்லாம் பேச மாட்டேம்மா, ஏர்பாட் போட்டுக் கொண்டு மியூசிக்தான் கேட்பேன்” என்றேன்.

உடனடியாக, கண்ணிமைக்கும் நேரத்தில், கையில் நெருப்புப் பட்டு விட்டது போல் ஐயோ ஐயோ என்று அலறினாள் வைதேகி. பதறிப் போய் எட்டிப் பார்த்தேன்.

“ஐயோ, ஏர்பாட் எல்லாம் போட்டால் மூளைக்கு பாதிப்பு உண்டாகி விடும்... அதையெல்லாம் போட்டு மியூசிக் கேட்காதே.”

“அடப் போய்யா, மியூசிக் கேட்கலேன்னா எனக்குப் பைத்தியம் பிடித்து விடும். அதை விட மற்ற எல்லாமே தேவலாம்” என்று சொல்லி விட்டு என் அறைப்பக்கம் நகர்ந்தேன். நகர்ந்ததோடு விட்டிருக்கலாம். கொஞ்ச நேரம் கழித்து அவளிடம் திரும்பி வந்து “நீ என்னை எப்போதும் விமர்சித்துக் கொண்டே இருக்கிறாய்” என்றேன்.

இப்படி நான் சொன்னதற்குக் காரணம், எங்களுடைய ரகசிய மந்திரம் பற்றி எனக்கு ஒன்றும் தெரியாது என்று அவள் சற்று முன்பு என்னை மட்டம் தட்டிப் பேசியது கூட இருக்கலாம்.

அந்தச் சம்பவம் இவ்வாறாக நடந்தது:

காலையில் எட்டரை மணிக்கு உறக்கத்திலிருந்து எழுந்து வந்ததும் “முத்துவுக்கு நீ நம்முடைய ரகசிய மந்திரத்தை அனுப்பி வைத்து விடு, அதைத் தொடர்ந்து கேட்டால் அவருடைய மூளை நலத்துக்கு நல்லது” என்றாள்.

முத்துவை இங்கே அறிமுகம் செய்தாக வேண்டும். மத்திய அரசில் பெரிய பதவியில் இருப்பவர். முன்பு மும்பையில் இருந்தார். பத்து ஆண்டுகள் அதே ஊரில் இருந்தபடியால் மாற்றலில் வேறு ஊருக்குப் போக வேண்டும். வேறு எங்காவது செல்லுங்கள், சென்னை வேண்டாம் என்றேன். நானும் மத்திய அரசு ஊழியனாக இருந்தவன்தான் என்றாலும், முத்து என்னைப் போல் இடைநிலை ஊழியர் அல்ல, ஐஏஎஸ். ஆனால் ஐஏஎஸ் என்றாலும் அந்தப் பதவிக்கான இறுக்கங்கள் இங்கே தமிழ்நாட்டில் அதிகம் என்று எனக்குத் தெரியும். என்னுடைய நெருங்கிய நண்பராக இருந்த ஒருவர் வருமான வரித் துறையில் கமிஷனராக இருந்து, மேலிடத்து நெருக்கடிகள் தாங்க முடியாமல் வேலையையே விட்டுப் போய் விட்டார். அது என்ன மேலிடத்து நெருக்கடி? ஊழலுக்குத் துணை போகாமல் அங்கே அவரால் தாக்குப் பிடிக்க முடியவில்லை.

என் பேச்சைக் கேட்காமல் சென்னை வந்தார் முத்து. என் வார்த்தை முக்கியம் அல்ல; என் அரசு ஊழிய அனுபவங்களைக் கொண்டு நான் எழுதிய நாவலையாவது படித்திருக்கலாம்.

அதுவும் இல்லை. எப்படியோ சென்னை வந்து சேர்ந்து விட்டார். வந்த பிறகு நான் எப்போது ஃபோன் செய்தாலும் தீராத தலைவலியில் இருப்பவரைப் போல் அலுவலக நெருக்கடிகள் பற்றிப் புலம்புவார். ஒரே வருடத்தில் மூளையில் ரத்தக் கசிவு ஏற்பட்டு அதன் விளைவான பக்கவாதமும் பீடித்துக் கொண்டது. அதைச் சரி பண்ணுவதற்குத்தான் ரகசிய மந்திரத்தை அனுப்பச் சொன்னாள் வைதேகி.

பொதுவாக வைதேகி சொல்வதற்கெல்லாம் ஜால்ரா தட்டும் நான் அப்போது அதற்கு இடம் கொடுக்கவில்லை.

“இல்லை, நான் அனுப்ப மாட்டேன். அப்படியெல்லாம் யாருக்கும் அனுப்பி எனக்குப் பழக்கம் இல்லை” என்றேன்.

“ஏன்?”

“அவர் முந்தாநாள் வரை நாஸ்திகராக இருந்தவர். அவருக்கு இதிலெல்லாம் நம்பிக்கை இருக்கிறதோ இல்லையோ. நான் அனுப்ப மாட்டேன்.”

“இல்லை. அனுப்பு. மூளை நரம்புகளுக்கு இது நல்லது. ஆனால் உனக்கே நம்முடைய ரகசிய மந்திரத்தின் முக்கியத்துவம் தெரியவில்லை. நீ எங்கே மற்றவர்களுக்கு அனுப்பப் போகிறாய்?” என்றாள் நக்கலாக.

எனக்கு சுருக்கென்று குத்தியது. இந்த ஆன்மீகவாதிகள் பலரையும் கவனித்திருக்கிறேன். தாங்கள் மட்டும்தான் இந்தப் பிரபஞ்ச ரகசியத்தையே ஜேபியில் வைத்துக் கொண்டிருப்பது மாதிரியும் மற்ற அத்தனை பேரும் மடையர்கள் என்பது போலவும் பேசுவார்கள். இவர்கள் ஞானத்தைக் கண்டடைந்தவர்கள் என்பதால் எப்போது வாய்ப்பு கிடைத்தாலும் நம்முடைய மௌடீகத்தைக் களைய முற்படுவார்கள். அந்த முயற்சியில்தான் அப்படிச் சொன்னாள் வைதேகி. அவளுக்கு அந்த மந்திரத்தின் முக்கியத்துவம் தெரியும். எனக்குத் தெரியாது. இந்த அஹங்காரத்தைக் களைவதுதான் ஆன்மீகத்தின் முதல் பாடம் என்பது இதில் உள்ள நகைமுரண்.

இந்த எண்ண ஓட்டத்துடன், 'ஏன் இது குறித்து இந்தக் காலை நேரத்தில் வம்பு' என்று நினைத்தபடி "அனுப்புகிறேன், கட்டாயம் அனுப்புகிறேன்" என்றேன். ஆனால் இந்த விஷயம் என் மனதில் நன்றாகப் பதிந்து போனது. பொதுவாகவே மனித சமூகம் அடுத்தவனைத் திருத்துவதிலும் சரி செய்வதிலுமே அதிக கவனம் செலுத்துகிறது. இதேபோல் ஏற்கனவே ஒருமுறையும் நடந்திருக்கிறது. ஷோபனா என் சிநேகிதி. அரசுத் துறையில் பெரிய அதிகாரி. அவருக்கு ஒருமுறை காலில் சுளுக்கிக் கொண்டு விட்டது. அந்த சுளுக்குடனேயே நொண்டி நொண்டி என் வீட்டுக்கு வந்தார் ஷோபனா. மாடி ஏறி வந்ததால் வலி அதிகம் போலும். வலி முகத்தில் தெரிந்தது. உடனடியாக வைதேகி ஷோபனாவுக்கு மருத்துவம் சொல்ல ஆரம்பித்தாள்.

அடக் கடவுளே, இன்னும் ஒருவருக்கொருவர் முகமன் கூட சொல்லிக் கொள்ளவில்லை. தண்ணீர் அருந்தவில்லை. அதற்குள் மருத்துவமா? எத்தனை பேர் இதற்குள் ஷோபனாவிடம் மருத்துவம் சொல்லிச் சொல்லி அவரை இதற்குள் சல்லடை ஆக்கியிருப்பார்கள். எனக்குக் கோபம் வந்து விட்டது.

"சும்மா இரும்மா, ஏன் எப்போதும் மற்றவர்களுக்கு ஆலோசனை சொல்வதிலேயே குறியாக இருக்கிறாய்? இப்படி ஒரு உயர்ந்த இடத்தில் நம்மை வைத்துக் கொள்வது ஒரு வியாதி" என்றேன் கடுப்பாக.

அதற்குப் பிறகு மூன்று நாட்கள் வைதேகி என்னோடு பேசவில்லை.

ஷோபனாவைப் போலவேதான் முத்துவுக்கும் இதுவரை நூறு பேராவது வைதேகியின் மந்திர வைத்தியம் மாதிரி வெவ்வேறு வைத்தியங்களைப் பரிந்துரை செய்திருப்பார்கள் இல்லையா? இதையெல்லாம் கேட்டு நடந்தால் ஒருத்தன் பைத்தியம் ஆகி விட மாட்டானா? எந்த தைரியத்தில் நான் முத்துவுக்கு இந்த மந்திரத்தை அனுப்பி வைக்கட்டும்? இந்த மந்திரத்தை உச்சாடனம் செய்யும் பலரை நான் பார்த்திருக்கிறேன். அத்தனை பேருமே போட்டி, பொறாமை, வஞ்சம், வன்மம், குரோதம், பேராசை, இச்சை, அஹங்காரம் என்று சகல

விதமான சிறுமைத்தனங்களும் நிறைந்தவர்களாக இருப்பதையே காண்கிறேன். வைதேகிக்கு அந்த மந்திரம் சுவாசம். ஆனால் அந்த மந்திரமா அவளை இயக்குகிறது? கொக்கரக்கோவின் மீது உள்ள வன்மமும் பழி உணர்ச்சியும் அல்லவா அவளுடைய இயங்கு சக்தியாக இருக்கிறது?

கொக்கரக்கோ உனக்கு என்ன செய்தான் அம்மணி?

என் வாழ்க்கையைப் பறித்துக் கொண்டான்.

நான் உன் அருகிலேயேதானே இருக்கிறேன்?

அது அல்ல. முன்பெல்லாம் நீ வருடாவருடம் புத்தக வெளியீட்டு விழா நடத்துவாய். எத்தனையோ பெரிய மனிதர்கள் வருவார்கள். இப்போது கொக்கரக்கோ எல்லாவற்றையும் பறித்துக் கொண்டு விட்டான். எல்லாமே போச்சு.

இதற்கும் கொக்கரக்கோவுக்கும் சம்பந்தம் இல்லை. நானே அம்மாதிரி வெளியீட்டு விழாக்களிலிருந்தெல்லாம் விலகி விட்டேன்.

ம்ஹூம். வைதேகியிடம் எந்த தர்க்கமும் வேலை செய்யவில்லை. மேலும், நான் அந்த விழாக்களையெல்லாம் நடத்தாமல் இருப்பதற்குக் காரணமும் வைதேகிதான். ஒரு விழா நடத்தினால் நூறு கேள்விகள் எழுகின்றன. ஏன் நீ கொக்கரக்கோவை விழா மேடையில் ஏற்றினாய்? ஏன் புவனேஸ்வரி முதல் வரிசையில் உட்கார்ந்தாள்? ஏன் நீ புவனேஸ்வரியைப் பார்த்து சிரித்தாய்? ஏன் நீ எனக்கு மேடையில் நன்றி சொல்லவில்லை? ஏன் நீ என்னை மேடையில் ஏற்றி கௌரவிக்கவில்லை?

ஒருநாள் கேட்டால் பரவாயில்லை. குறைந்தது ஆறு மாதமாவது விழுந்தது சாட்டையடி.

எதற்கு வம்பு? விழாவே வேண்டாம் என்று விட்டு விட்டேன்.

ஆக, நம்முடைய ரகசிய மந்திரத்தினால் உனக்குள் வளர்ந்து கொண்டிருக்கும் குரோதத்தையும் வன்மத்தையும் பழி உணர்வையும் கொஞ்சம் கூட அசைக்க முடியாத போது நான் எப்படி அந்த மந்திரத்தை முத்துவுக்குப் பரிந்துரைக்க முடியும்?

மேலும், நான் என்ன மற்றவர்களின் வாதையை சொஸ்தப்படுத்த வந்திருக்கும் தீர்க்கதரிசியா? அப்படி நான் நினைப்பதே அயோக்கியத்தனம் ஆயிற்றே? அப்படிப்பட்ட எண்ணத்தை எதிர்த்துத்தானே நான் எழுதிக் கொண்டிருக்கிறேன்?

நினைத்துக் கொண்டேன், சொல்லவில்லை. இதற்குப் பிறகுதான் மொட்டை மாடி நடைப் பயிற்சி பற்றிய பேச்சு எழுந்தது. ஒரே ஒரு நாள் மொட்டை மாடியில் நான் கொக்கரக்கோவுடன் ஃபோனில் பேசியது இன்று என்னை மடக்கப் பயன்பட்டது.

“என்னது, நான் உன்னை விமர்சிக்கிறேனா? நானா உன்னை விமர்சிக்கிறேன்? இதற்குப் பெயரா விமர்சனம்? இனிமேல் நான் உன்னிடம் எதுவுமே பேசவில்லை. வேண்டாம், இனி உங்களை நான் ஒருமையிலும் அழைக்க மாட்டேன். இன்றோடு, இந்த நொடியோடு நமக்குள் இருந்த உறவு பந்தம் பாசம் எல்லாம் முடிந்தது. இனிமேல் நான் வாயைத் திறந்தால் கேளுங்கள்.”

சொல்லி விட்டு ஒருமணி நேரம் விக்கி விக்கி, தேம்பித் தேம்பி அழுது கொண்டிருந்தாள்.

வைதேகியின் வயது அறுபத்தியிரண்டு. என் வயது அறுபத்தொன்பது,

இப்படிப்பட்ட சூழலில் நான் எப்படி எழுத முடியும்? எழுத வேண்டுமானால் வீட்டின் லயம் கெடக் கூடாது.

நேராக வைதேகியிடம் போய் “அம்மா, தாயே, நீ இல்லாமல் நான் இல்லை, என் வாழ்க்கை இல்லை, நீ ஊருக்குப் போயிருந்த ஒன்றரை மாதமும் நான் வெறுமனே வெப்சீரீஸ் மட்டுமே பார்த்துக் கொண்டிருந்தேன், என் எழுத்தின் மீது சத்தியமாகச் சொல்கிறேன்” என்ற ரீதியில் ஒரு அரை மணி நேரம் பேசிய பிறகுதான் வேதாளம் முருங்கை மரத்திலிருந்து இறங்கியது.

மாலையில் “ஆமாம் பெருமாள், நான் ஒரு கேள்வி கேட்பேன். உண்மையைச் சொல்ல வேண்டும். நான் உன் கூட இருந்தால் பிடிக்கிறதா, இல்லாவிட்டால் பிடிக்கிறதா?” என்று கேட்டாள்.

“நீ கூட இருந்தால்தான் என்னால் நிம்மதியாக எழுத முடிகிறது,

அதனால் நீ என் கூட இருந்தால்தான் பிடிக்கிறது" என்று சொல்லி வைத்தேன்.

"பொய் பொய்" என்று சத்தமாகச் சொல்லி கலகலவென்று சிரித்தாள்.

பிறகு ஒரு அரை மணி நேரம் கழித்து என்னை நெருங்கி வந்து, "இப்போவெல்லாம் நீ எனக்கு முத்தாவே குடுப்பதில்லை" என்றாள். இரண்டு கன்னத்திலும் இரண்டு முத்தம் கொடுத்தேன்.

இந்தப் பின்னணியில்தான் புவனேஸ்வரி சொன்னதை நாம் கவனிக்க வேண்டும். "வைதேகி மட்டும் உங்களோடு இல்லாவிட்டால் அந்தக் கொக்கரக்கோவோடு சேர்ந்து குடித்துக் குடித்து நீங்கள் சீக்கிரமே மேலே போய்ச் சேர்ந்து விடுவீர்கள், அதில் எனக்கு சந்தேகமே இல்லை. உங்கள் வைதேகிதான் உங்களுக்குக் காவல் தெய்வம்."

இந்த இடத்தில் "குடித்துக் குடித்து" என்ற பதப் பிரயோகம் பற்றிக் கொஞ்சம் நாம் சிந்திக்க வேண்டியிருக்கிறது. அவர் பெயர் சுந்தர்ராஜன். உலகளந்தானின் தமையனார். உலகளந்தானின் வயது அறுபத்தைந்து. சுந்தர்ராஜன் வயது தொண்ணூறு. ஆள் பார்ப்பதற்கு நடிகர் ரங்காராவ் மாதிரி இருப்பார். ஆறேகால் அடி உயரம். தொப்பை. கர்லாக்கட்டை மாதிரி கைகளும் தொடைகளும். உடம்பில் சட்டை கிடையாது. நெற்றி, நடுவயிறு, நடு மார்பு, நடு கழுத்து, வயிற்றின் வலப்பக்கம், வலது தோள், கழுத்தின் வலப்பக்கம், வயிற்றின் இடப்பக்கம், இடது தோள், கழுத்தின் இடப்பக்கம், முதுகில் தண்டுவடத்தின் கீழ்ப்பக்கம், தண்டுவடத்தின் மேல்பக்கம் என்று பன்னிரண்டு இடங்களில் ஸ்ரீசூர்ணம் இட்டு பக்திப் பழமாகக் காட்சியளிப்பார். காலையில் ஆறு மணியிலிருந்து ஆறேகால் வரை மெரினா பீச் காந்தி சிலையின் கீழே தலைகீழாக நின்று கொண்டிருப்பார். சிரசாசனமாம். அவரைச் சுற்றி மேட்டுக்குடியைச் சேர்ந்த கல்லூரி மாணவிகள் கூட்டம் ஒன்று எப்போதும் நின்று கொண்டிருக்கும். காரணம் ஒன்றும் யூகிப்பதற்குச் சிரமம் இல்லை. இந்தக் காலத்தில் இந்திய மரபு, இந்தியப் பாரம்பரியம் பற்றி அறிந்து கொள்ள மேட்டுக்குடி

இளைஞர்கள் விரும்புகிறார்கள். குறிப்பாக, பெண்கள். அதுவும் தவிர நாய் பூனைகளுக்கு உணவிடுவது, வீகன் உணவைக் கடைப்பிடிப்பது, பசுக்களிடம் அன்பு பாராட்டுவது போன்ற ஒரு செயல்பாடுதான் இந்த வைஷ்ணவ யோகியிடம் ஆர்வம் காட்டுவதும். “என்ன இருந்தாலும் தொண்ணூறு வயது முதியவர் அரை மணி நேரம் தலைகீழாக நின்று யோகா செய்கிறார் அல்லவா? கீழே குனிந்து செருப்பை மாட்டினாலே நமக்குத் தலை வலிக்கிறதே?” என்றார்கள் அந்த மேட்டுக்குடிப் பெண்கள். ஒருநாள் நான் கூச்சம் பார்க்காமல் அந்த வைஷ்ணவ யோகியைச் சூழ்ந்திருந்த ஒரு பெண்ணிடம் கேட்ட போது கிடைத்த பதில் அது.

ஒரு ஊரில் நூறு அசாதாரணர்கள் எக்ஸெண்ட்ரிக்குகள் இருந்தால் அதில் தொண்ணூறு பேர் ஸ்ரீவைஷ்ணவராயிருப்பர். இதுதான் என் அனுபவம். அப்படிப்பட்ட எக்ஸெண்ட்ரிக்குகளில் ஒருவர்தான் இந்த வைஷ்ணவ யோகி. புல்லட்டில்தான் பீச்சுக்கு வருவார். அந்த புல்லட்டும் வித்தியாசமாக இருக்கும். பிரார்த்தனை விருட்சங்களில் கயிறும் பைகளும் தொங்கும் இல்லையா, அதேபோல் அந்த புல்லட்டைச் சுற்றிலும் ஒரு இஞ்ச் பாக்கியில்லாமல் பை பையாகத் தொங்கும். அந்தப் பைகளில் உள்ள சூர்ணங்களை அவர் யார் யாருக்குத் தேவையோ அவர்களுக்கு வழங்குவார். அதோடு கூட புல்லட்டின் முன்பக்கம் எப்போதும் அலறிக் கொண்டிருக்கும் ஒரு ட்ரான்ஸிஸ்டர். பீச்சுக்கு வந்தவுடனே ட்ரான்ஸிஸ்டரை அணைத்து விடுவார். யோகா பண்ணும்போது பாட்டுக் கேட்கக் கூடாது போல. இவரைப் பற்றி உலகளந்தானிடம் சொல்ல வேண்டும் என்று நினைத்துக் கொண்டே இருந்தேன். ஆனால் உலகளந்தானைச் சந்திக்கும் போது மறந்து விடும். இந்த நிலையில் அந்த வைஷ்ணவ யோகியை வசந்த பாலன் படம் ஒன்றில் பார்த்ததும் மறுநாளே உலகளந்தானிடம் சொல்லி விட்டேன்.

ஆஹா பெருமாள், அவன் என் அண்ணன் சுந்தர்ராஜன் ஆயிற்றே என்றார் உலகளந்தான்.

என்னது, அண்ணனா? சொந்த அண்ணனா?

இல்லை, பெரியப்பா பையன். அவன் வீட்டில்தான் நான் ஐந்து வருஷம் தங்கிப் படித்தேன். என்னைப் பெற்றுப் போட்டு விட்டு பிரசவம் நடந்த அன்றே இறந்து விட்டாள் இல்லையா என் அம்மா? எங்க அப்பன் தேவடியாப் பய (தகப்பனைப் பற்றி எப்போது பேசினாலும் இந்த விவரத்தையும் சேர்க்கத் தவற மாட்டார் உலகளந்தான்) சின்னப் பையனான என்னைப் பார்த்து 'எங்கேயாவது ஓடிப் போயேண்டா, சனியனே, ஏன்டா இங்கே இருந்து உயிரை வாங்கறே? உன்னை எங்கியாவது கோவில் திருவிழா கூட்டத்துல கொண்டு போய்த்தான் விடப் போறேன்' என்று சொல்லிண்டே இருப்பான். அப்போ எனக்கு வயசு ஆறோ ஏழோ இருக்கும். அப்போதான் என் பெரியப்பா எங்கப்பன் தேவடியாப் பயலோட அண்ணா என்னை ஸ்ரீவில்லிபுத்தூர்லேந்து மாம்பலத்துக்குக் கூட்டிண்டு போனார். அப்போதான் இந்தத் தேவடியாப் பய யாரு, எங்க அண்ணா, இந்த சுந்தர்ராஜன் அவனோட குறியை எடுத்து என் கையில குடுத்து ஆட்டச் சொல்லுவான். ஆட்டினா ஏதோ கொழகொழன்னு வரும். உடனே போய் வாந்தி எடுத்துருவேன். கையில எவ்வளவு சவுக்காரத்தைப் போட்டு தேய்ச்சுக் கழுவினாலும் நாத்தம் போகாது. அந்தக் கையாலேதான் சாப்பிடணும். என்னிக்கெல்லாம் அவனுக்கு நான் அதைப் பண்ணி விடறேன்னா அன்னிக்கெல்லாம் சாப்பிடும் போது ஒரு தடவை வாந்தி பண்ணுவேன்.

(இதைச் சொல்லிக் கொண்டிருக்கும் போது பொது இடம் என்றும் பாராமல் உலகளந்தான் கேவிக் கேவி அழுது விட்டார்...)

அதனாலதான் எங்கப்பன் தேவடியாப் பய செத்துட்டான்னு எங்க அண்ணா சேதி அனுப்பினதும், இதோ பார் அண்ணா, சடங்குகளுக்கு உண்டான பைசாவை அனுப்பிடறேன், ஆனா நேர்ல என்னை வரச் சொல்லாதே, வந்தா அவன் பொணத்தை நான் எட்டி ஒதைச்சிடுவேன், வேண்டாம், நான் வர்லை, என்னை விட்ருன்னு சொன்னேன். கடைசி வரை நான் போகலை.

அதற்கு மேல் உலகளந்தான் சொன்ன கதை சுவாரசியமாக மாறியது. சுந்தர்ராஜன் இளம் வயதிலேயே அதாவது, பள்ளிக்கூடத்தில் படிக்கும்போதே மது அருந்த ஆரம்பித்து விட்டானாம். நன்றாகப் படிக்கும் பையன் என்பதால் பள்ளிப் படிப்பை முடித்ததுமே அரசு உத்தியோகம் கிடைத்தது. அதற்கப்புறம் என்ன? தினமும் குடி, கூத்தியாள். குடித்து விட்டு வந்து நடு வீட்டில் வாந்தி எடுப்பானாம். ஒருநாள் நள்ளிரவில் குடித்து விட்டுத் திரும்பிய போது கொல்லையில் இருந்த கிணற்றுக்குள் விழுந்து விட்டான். தண்ணீரில்லாத பாழுங்கிணறு. உடனே தீயணைப்புத் துறைக்கு தகவல் தெரிவிக்கப்பட்டு அவர்கள் வந்துதான் கிணற்றுக்குள் இறங்கி ஆளைத் தூக்கியிருக்கிறார்கள். தீயணைப்புத் துறையின் சிவப்பு வண்டியைப் பார்த்ததுமே "நம்முடைய தெருவில் எப்படி தீ பிடித்தது? குடிசைப் பகுதிகளில்தானே தீ பிடிக்கும்?" என்று தெருவில் உள்ளோர் ஆச்சரியப்பட்டனர்.

தினமுமே குடிதான். ஆஃபீஸ் விட்டதுமே சைக்கிள் ரிக்ஷாவில் ஏறி நாப்பத்தெட்டாநம்பர் போ, நாப்பத்தொம்பதாநம்பர் போ என்றுதான் உத்தரவு பறக்கும். அப்போதெல்லாம் சாராயக் கடைகளுக்கு நம்பர் கொடுக்கப்பட்டிருந்தது.

இப்பேர்ப்பட்ட பெருங்குடிகாரரான சுந்தர்ராஜன் எண்பதாவது வயதில்தான் குடியை நிறுத்தினார். நிறுத்திய கையோடு பைக் சவாரி, தேசியக் கொடி, இளம் பெண்களுக்கு யோகா பயிற்சி, வசந்த பாலன் படத்தில் நடிப்பு என்று வாழ்க்கைப் பாதை மாறியது. எண்பது வயது வரை குடியான குடி. அது மட்டும் அல்ல. அரவை எந்திரம் மாதிரி அவர் வாய் எதையாவது அசை போட்டுக் கொண்டே இருக்கும். பக்கோடா, காராசேவு, மிக்ஸர், வேர்க்கடலை என்று எதையாவது கொரித்துக் கொண்டே இருக்க வேண்டும் சுந்தர்ராஜனுக்கு. உலகளந்தான் வீட்டுக்கு வந்தாலும் அதே கதைதான். ஒரு நாளில் பத்து காஃபி. தளிகையில் எந்தப் பொருளும் விலக்கம் கிடையாது. அப்பளம்? ஒண்ணுக்கு ரெண்டு. ஊறுகாய்? நெய்யோடு பருப்புப் பொடி போட்டு ஒரு இழுப்பு இழுத்துவிட்டு, ஆவக்காய்

தொக்கை சுடு சாதத்தில் பிசைந்து ஒரு அடி. அதற்குப் பிறகுதான் சாம்பார், சாற்றமுது பக்கமே போவார். சாற்றமுதில் கூட நெய் விட வேண்டும். ஆங், முக்கியமானதைச் சொல்ல விட்டு விட்டேனே? சுந்தர்ராஜன் பீடி புகைப்பார். பீடியை மட்டும் இந்தத் தொண்ணூறு வயதிலும் நிறுத்தவில்லை. ஆனாலும் இளம் பெண்கள் அதை மன்னித்து விட்டார்கள். ஏனென்றால், ஞானிகளும் துறவிகளும் கஞ்ஜா குடிப்பதே இங்கே அனுமதிக்கப்பட்டது என்பதால் யோகி சுந்தர்ராஜன் பீடி குடிப்பதை இளம் பெண்கள் முழு மனதோடு ஏற்றுக் கொண்டு விட்டார்கள்.

இப்போது என் கேள்வி என்னவென்றால், இந்தக் குடிகார யோகி சுந்தர்ராஜனுக்கு இந்தத் தொண்ணூறு வயது வரை எந்த உடல்நலப் பிரச்சினையும் இல்லை. ஆனால் இன்னமும் சுந்தர்ராஜன் உலகளந்தான் வீட்டுக்கு வந்தால் மதியம் சாப்பாடு முடிந்து கை கழுவும் போதே ஈவினிங் டிஃபன் என்ன என்று கேட்டுக் கொண்டேதான் கை கழுவுகிறார். ஆனியன் பஜ்ஜி செய்கிறேனே என்று உலகளந்தானின் மனைவி சொன்னால், நம்மவாள்ளாம் ஆனியன் சாப்பிடக் கூடாதுன்னுட்டுத் தெரியாதா நோக்கு? மொளகா பஜ்ஜி பண்ணிடு என்பார். ஒருவேளை மறுநாளும் உலகளந்தான் வீட்டிலேயே தங்க நேர்ந்தால் மறுநாள் மதியமும் கை கழுவும்போது முதல் நாளைப் போலவே கேள்வி எழும். அப்போது உலகளந்தான் மனைவி வாழக்கா பஜ்ஜி என்றால், தெனோ(ங்) பஜ்ஜிதானா, நாக்கு செத்துடாது? இன்னிக்கு கேசரியும் போண்டாவும் பண்ணிடு என்பார்.

இப்படிப்பட்ட அரவை மெஷினான யோகி சுந்தர்ராஜன் இந்தத் தொண்ணூறு வயது வரை கருங்கல்லைப் போல் வாழ்ந்து வருகிறார். எந்த நோயும் அண்டவில்லை. ஆனால் நம் உலகளந்தான் இருக்கிறாரே, நாற்பது வயதிலிருந்து அறுபத்தைந்து வயது வரை அவருக்கு மிகப் பிடித்தமான அப்பளத்தைத் தொட்டதில்லை, வடையைத் தீண்டியதில்லை, நெய்க்குத் தடை (யாரும் அவரைக் கட்டாயப்படுத்தவில்லை, அவரே தனக்குப் போட்டுக் கொண்ட தடை), அவருக்கு

மிகப் பிடித்தமான கேசரி போன்ற இனிப்புப் பண்டங்களை ஏக்கத்தோடு ஒரு பார்வை பார்ப்பதோடு சரி, ஒரு விள்ளல் கூட நாவில் பட்டதில்லை. ஊறுகாய்? உயிர். ஆனாலும் தொட்டதில்லை. கல்யாண வீட்டு விருந்துகளில் கூட ஊறுகாயைக் கண்கொண்டு காண்பதோடு சரி. தொடுவதில்லை. மனம் சஞ்சலம் கொள்ளும். இருந்தாலும் உலகளந்தானுக்கு ஹெல்த் முக்கியம். ஹெல்த்துக்காக அவர் எந்த சுகத்தையும் சுவையையும் விட்டுக் கொடுக்கத் தயார். சாப்பாட்டிலேயே இத்தனை கெடுபிடி கொண்ட ஒருவர் தண்ணி அடிப்பாரா என்ன? மது, புகை எதுவும் கிடையாது. இது தவிர தினமும் காலையில் ஒரு மணி நேரம் நடை; ம்ஹூம், நடை என்றா சொன்னேன்? அரை மணி நேரம் ஓட்டம், மீதி அரை மணி நேரம்தான் நடை. மாலையில் ஒன்றரை மணி நேரம் டென்னிஸ். உலகளந்தான் ஒரு டென்னிஸ் பைத்தியம் என்பதையும் நான் உங்களுக்குச் சொல்லி விட வேண்டும். அவருடைய ஒரு நாள் கூட டென்னிஸ் இல்லாமல் இருந்ததில்லை.

சென்ற மாதம் அவருக்கு நெஞ்சு வலி. பயம் வேண்டாம், அது சும்மா வாய்வாக இருக்கும், எதற்கும் போய்ப் பார்த்து விடுங்கள் என்று சொன்னேன்.

பார்த்தால் இதயத்தில் அடைப்பு. இப்போது ஸ்டெண்ட் வைத்திருக்கிறார்கள்.

இதை யாராவது ஒரு மருத்துவராவது படிப்பார் என்று நினைக்கிறேன். யோகி சுந்தர்ராஜன் மாதிரி தறுதலையாக வாழ்ந்தும் இதயத்தில் ஒரு பிரச்சினை இல்லை, இருபத்தைந்து ஆண்டுகள் யோகியாய் வாழ்ந்த உலகளந்தானுக்கு இதயத்தில் அடைப்பு என்றால், நான் ஏன் என்னை விதிமுறைகளுக்குள் குறுக்கிக் கொண்டு வாழ வேண்டும்?

போகட்டும், கொக்கரக்கோவின் காரணமாக நீங்கள் குடித்துக் குடித்தே செத்து விடுவீர்கள் என்றால் எதார்த்த வாழ்வில் அப்படி நடக்கவில்லையே? எந்த மேற்கத்திய எழுத்தாளனைப் பார்த்தாலும் தொண்ணூறைத் தாண்டி அல்லவா வாழ்ந்து கொண்டிருக்கிறான்? உடனே அந்த

நாடுகளின் தட்பவெப்பத்தைக் கொண்டு வந்து என் மூக்குக்கு முன்னே நீட்டுவீர்கள். அதனால்தான் சுந்தர்ராஜனின் கதையைக் கொஞ்சம் விவரமாகச் சொன்னேன்.

இத்தனை கதையும் ஏன் வந்தது? என்னிடம் எதற்குமே ஏன் என்று கேட்காதீர்கள்; கேட்டால் உளற ஆரம்பித்து விடுவேன் என்றேன். அதுசரி, இந்தக் கதையின் துயரமான முடிவு என்ன? பச்சைக் கண் இப்போது என்னுடன் 'டச்'சில் இருக்கிறாளா?

துயரமான முடிவு என்றதுமே யூகித்திருப்பீர்கள். ஆம், 'டச்'சில் இல்லை. ஏன் தெரியுமா? அதுதான் இந்தக் கதையின் மூன்றாம் பாகம். என் எழுத்தைப் படிக்காத யாருடனுமே நான் நட்பு வைத்துக் கொள்ள மாட்டேன். அது இந்திர லோகத்து ரம்பை ஊர்வசியாக இருந்தாலும் சரி. என் எழுத்தோடு 'டச்' இல்லையேல் அவர்களோடும் எனக்கு 'டச்' இல்லை. நான் பச்சைக் கண்ணிடம் இது பற்றிப் பலமுறை எச்சரிக்கை செய்தேன். அவள் கேட்கவில்லை. பிறகு அவளிடம் என்னுடைய நாவல் ஒன்றைக் கொடுத்துப் படிக்கச் சொன்னேன். ஆறு மாதம் ஆகியும் ஒரு பக்கம் நகரவில்லை. என்ன செய்யட்டும் நான்? குட் பை சொல்லி விட்டேன். யாருக்கு? என் வாழ்விலேயே நான் பார்த்த மகா மகா பேரழகிக்கு.

அதோடு முடிந்திருந்தால் பரவாயில்லை. குட் பை சொல்லி ஒரு வருடம் ஆகியிருக்கும். உதவி இயக்குனராக இருக்கும் அறவாணன் என் நண்பன். என் எழுத்தின் தீவிர வாசகன். பச்சைக் கண் ஏதோ ஒரு சந்தர்ப்பத்தில் அவனைச் சந்தித்திருக்கிறாள். அறவாணனும் நானும் நண்பர்கள் என்று பச்சைக் கண்ணுக்குத் தெரியாது. என்னைப் பற்றிய பேச்சு வந்திருக்கிறது. அப்போது பச்சைக் கண் சொன்னாளாம், எனக்குப் பெருமாளைப் பிடிக்கும், ஆனால் அவர் எழுத்து பிடிக்காது என்று.

சரி, உங்களுக்குப் பிடித்த எழுத்தாளர் யார் என்று கேட்டிருக்கிறான் அறவாணன்.

போகன் சங்கர் என்று சொல்லியிருக்கிறாள் பச்சைக் கண்.

போகன் சங்கரின் பாருக் குட்டி உங்களைப் பார்த்திருக்கிறாளா என்று மடக்கியிருக்கிறான் அறவாணன்.

பாருக் குட்டி யாரு என்று கேட்டாளாம் பச்சைக் கண்.

பின்குறிப்பு: வாக்கிங் போகிறாயா என்ற கேள்விக்கு ஆமாம் என்று சொல்லி, எங்கே போகிறாய் என்ற கேள்விக்கு மொட்டை மாடி என்று பதில் சொன்னேன் அல்லவா? அந்த பதிலே ஒரு அபத்தம்தான். ஏனென்றால், நான் தினமுமே பார்க்கில்தான் வாக்கிங் போய்க் கொண்டிருந்தேன், வைதேகி என்னைக் கேள்வி கேட்ட அன்றைய தினம் மட்டுமே மொட்டை மாடியில் வாக்கிங் போனேன். இந்த வரலாறு எல்லாம் அவள் கேட்டதும் எனக்கு மறந்து போய் விட்டதால்தான் சட்டென்று மொட்டை மாடி என்று உளறியது. சரியா?

★

தொலைபேசி அழைப்பு

வீட்டில் வைதேகி இருக்கும் போது நான் ஃபோன் பேசுவதில்லை. எனக்கு வரும் அழைப்புகளுக்கும் ஒன்றிரண்டு வார்த்தைகள்தான் பதில். இதற்கே வைதேகி அடிக்கடி சொல்லும் புகார், நான் எப்போதும் ஃபோன் பேசிக் கொண்டே இருக்கிறேன் என்பது. ஒரு முழு நாளிலும் கொக்கரக்கோவுடன் நாலு நிமிடம் பேசினால் பெரிது. அதிலும் ரகசியமாக.

வேறு யாரோடும் பேசுவதில்லை. ஒரே ஒரு நாள், நம் வளன் பாதிரியார்தானே, பேசினால் என்ன பிரச்சினை வரப் போகிறது என்று அவன் அழைத்தபோது எடுத்தேன். தொண்ணூற்றைந்து வயதுக்கு மேல் ஆன ஒரு அமெரிக்கர் "தனியாக இருப்பது சலிப்பாக இருக்கிறது" என்று வளனிடம் அடிக்கடி குறைபட்டுக் கொள்வது பற்றி அவன் ஒரு கதை போல் என்னிடம் சொல்லிக் கொண்டிருந்தான்.

பேசி முடித்த கையோடு "யார்ப்பா அது?" என்றாள் வைதேகி.

சொன்னேன்.

ஆ, நம்முடைய அமைப்பில் இது எல்லாம் தடை செய்யப்பட்டிருக்கிறது, மற்றவர்களின் பிரச்சினைகளை நாம்

செவி கொடுத்துக் கேட்கலாகாது. நம் பாவக் கணக்கில் அது சேரும்.

வைதேகி என்னிடம் பத்து நிமிடம் விளக்கியதை இங்கே ரத்தினச் சுருக்கமாக எழுதியிருக்கிறேன். இனிமேல் வளனிடமும் பேசக் கூடாது என்று முடிவெடுத்த தருணம் அது.

வைதேகி மும்பை கிளம்பிப் போய் இரண்டு வாரம் இருக்கும். யாரிடமிருந்தும் ஒரு ஃபோன் அழைப்பு இல்லை. அன்னபூரணிக்கு எப்போதும் வேலை. ஆனந்திக்கும் எப்போதும் வேலை. ஸ்ரீக்கு உடம்பு சுகம் இல்லை. உடம்பு சுகம் இல்லாமல் போகும் என்பது எனக்கு முன்பே தெரிந்து விட்டது. ஒருநாள் அவள் என்னோடு பேசும்போது “எனக்கு இதுவரை ஜுரமே வந்ததில்லை, ஜலதோஷம் தலைவலி எதுவுமே வந்தது இல்லை” என்றாள். ஆ, இப்படிப் பேசக் கூடாதே, நாளைக்கே வந்து தொலைக்குமே என்று நினைத்தேன். மறுநாளிலிருந்து பேசக் கூட முடியாத அளவுக்கு ஜுரம். முதல் முறையாம். நான் அவளிடம் புவனேஸ்வரி சொன்ன பூரான் கதையைச் சொன்னேன். புவனேஸ்வரியின் குடும்ப நண்பர் ஒருவர் அவள் வீட்டுக்கு அடுத்த தெருவில் குடி வந்தார். மயிலாப்பூரில் உயர் நடுத்தர வர்க்கத்தினர் வசிக்கும் பகுதி. புது வீட்டுக்குக் குடி வந்ததும் நண்பர் புவனேஸ்வரியிடம் “என்ன இது, நல்ல பாஷ் ஏரியாவாக இருக்கிறது, ஆனாலும் நேற்று எங்கள் வீட்டில் பூரான் வந்து விட்ட்து” என்று சொல்லியிருக்கிறார். அதற்கு புவனேஸ்வரி “நாங்கள் இங்கே பன்னிரண்டு வருஷங்களாக இருக்கிறோம், ஒருநாள் கூட பூரான் வந்த்தில்லை” என்று பதில் சொல்லியிருக்கிறாள்.

மறுநாள் காலையில் புவனேஸ்வரியின் வீட்டில் டைனிங் டேபிளுக்கு அருகே பெரிய ஒரு பூரான் ஓடியிருக்கிறது.

புவனேஸ்வரியைக் கூப்பிட்டுப் பேசலாம் என்றால் அவளுக்கும் உடம்பு சுகம் இல்லை. வினித்தை அழைத்தேன். எது கேட்டாலும் லொக் லொக் என்றே பதில் சொன்னான். என்ன ஆச்சு? ஜுரம், இருமல். புதிதாகக் கண்டெடுத்த நண்பர் ஒளி முருகவேளுக்கு ஃபோன் போட்டேன். ஒளிப்பதிவாளர். அவருக்கும் உடம்பு

சரியில்லை. அதன் காரணமாக, படப்பிடிப்பு ஒரு வாரம் ஒத்திவைப்பு.

எட்டரை மணி ஆகி விட்டால் பார்க்கிலிருந்து பின்னங்கால் பிடறியில் அடிக்க வீட்டுக்கு ஓடி வருவேன். வீட்டில் வைதேகி இல்லாததால் இப்போது கொஞ்சம் ஆசுவாசமாகத் திரும்பலாம். ஒன்பதரை மணிக்குத்தான் பணிப்பெண் வருவார். ஆனால் பார்க்குக்கு உலகளந்தானும் வருவதில்லை. அதனால் எட்டு மணிக்கே வீடு திரும்பிக் கொண்டிருந்தேன்.

இதற்கிடையில் வெளியூரில் இருந்த கொக்கரக்கோவிடம் தனியாக வேலை செய்வது அலுப்பாகத் தெரிகிறது என்றேன். அதற்கு அவன், சிறைச்சாலையில் கண்டவனிடமும் அடி உதை வாங்கிக் கொண்டு இருப்பவனை அரண்மனையில் கொண்டு போய் விட்டால், அவனுக்கு அது சலிப்பாகத்தான் தெரியும். இதற்குத்தான் ஸ்டாக்ஹோம் சிண்ட்ரம் என்பார்கள் என்றான்.

★

கூப்பிட்ட குரல்

உங்கள் வாழ்க்கையில் நீங்கள் கூப்பிட்ட குரலுக்கு வரக் கூடியவர்கள் யாராவது இருக்கிறார்களா? என் வாழ்க்கையில் அப்படி யாரும் இல்லை. அப்படி யாரும் இல்லாதது பற்றி நான் பெரும் உவகையடைகிறேன். என் வாழ்க்கை பூர்ணத்துவம் பெற்று விட்ட்தாக்க் கருதுகிறேன். ஆனால் நான் ஒருவரின் வாழ்க்கையில் அவர் கூப்பிட்ட குரலுக்கு ஒருக்கணமும் தாமதிக்காமல் ஓடிக் கொண்டிருப்பவனாக இருக்கிறேன். காரணம், கருணையோ காதலோ அன்போ இல்லை. என் எழுத்துக்கு நான் கொடுக்கும் விலை. வீட்டின் லயம் கெட்டு விடக் கூடாது. கெட்டால் என்னால் எழுத முடியாது.

வைதேகி குளிக்கப் போனால் நான் என்ன வேலை செய்து கொண்டிருந்தாலும் என் கவனம் முழுக்கவும் அவள் மீது குவிந்து விட வேண்டும். குளியலறைக்குச் சென்ற அடுத்த கணம், பெருமாள் பெருமாள் என்ற சத்தம் வரும். ஓடிப் போய் கேட்டால், “பெருமாள், ஷாம்பூ பாக்கெட்டை நறுக்க கத்தரிக்கோல் எடுத்துக் கொண்டு வர மறந்து விட்டேன், கொஞ்சம் கத்தரிக்கோல் எடுத்து வாயேன்” என்பாள். கிச்சனில் இருந்து எடுத்துக் கொண்டு போய்க் கொடுப்பேன். ஆனால்

பல சமயங்களில் வேலை இத்தனை சுளுவாக இருக்காது. ஒருநாள் இப்படி நடந்தது. குளிக்கப் போன அடுத்த க்ஷணம், "பெருமாள், பெருமாள்" என்று குரல் கேட்டது. ஓடிப் போய் "என்னம்மா?" என்று கேட்டேன்.

"ஹாலில் ப்ளூ கலர் ப்ளாஸ்டிக் ஸ்டூல் இருக்கு, கொஞ்சம் எடுத்துக் குடு... நான் வரும் போது எடுத்துக்கிட்டு வர மறந்துட்டேன்."

ஹாலில் எந்த ஸ்டூலும் இல்லை. பால்கனியில் இருக்கலாம் என்று முதல் பால்கனியில் தேடினேன். இல்லை. இரண்டாவது பால்கனி கொஞ்சம் தூரம். வேகமாகப் போய்த் தேடினேன். அங்கேயும் இல்லை. என்னுடைய படுக்கையறையில் உள்ள குளியலறையில் தேடினேன். இருந்தது. எடுத்து வந்து கொடுத்தேன்.

கதவைத் திறக்காமலேயே "எங்கேர்ந்து எடுத்தே?" என்று மிகவும் எரிச்சலடைந்த தொனியில் கேட்டாள். ஹாலில் கிடக்கும் ஸ்டூலை எடுத்து வர பத்து நொடிகள் ஆகலாம், இவன் இத்தனை நேரம் கழித்து எடுத்துக் கொண்டு வந்தால் இது நாம் கேட்ட ஸ்டூலாக இருக்காது என்று அவள் எரிச்சல் அடைந்திருக்கலாம்.

"என்னோட பெட்ரூம்ல இருக்கிற பாத்ரூம்ல இருந்து எடுத்துக்கிட்டு வந்தேம்மா."

"அது இல்லப்பா, இங்கே ஹால்ல இருக்கும் பாரு... நீ குருடன் மாதிரி தேடுவேன்னுதானே ஹால்ல இருக்கிற ப்ளூ கலர் ப்ளாஸ்டிக் ஸ்டூல்னு தெளிவா சொன்னேன்?"

"வீடு பூரா தேடிட்டேம்மா. எங்கயுமே ப்ளூ கலர் ப்ளாஸ்டிக் ஸ்டூல் இல்ல. என் பெட்ரூம்ல இருக்கிற பாத்ரூம்லதான் ஒரு ஸ்டூல் இருந்துச்சு. அது ப்ளூ கலர்லதான் இருக்கு..."

கதவை லேசாகத் திறந்து பார்த்தாள். வாங்கிக் கொண்டாள். அவள் கேட்ட்து இதுதான் போல. இடம்தான் மாற்றிச் சொல்லி விட்டாள்.

அதோடு வேலை முடிந்த்து என்று நீங்கள் பாட்டுக்கு மியூசிக் கேட்டுக் கொண்டோ அல்லது எழுத்து வேலையில் ஈடுபட்டு விடவோ கூடாது. பத்து நிமிஷத்தில் இன்னொரு அழைப்பு.

“பெருமாள், ஸாரி… துண்டு எடுத்துட்டு வர மறந்துட்டேன். என்னோட ரூம்ல கொடீல ஒரு ப்ரவுன் கலர் துண்டு இருக்கும், எடுத்துட்டு வந்து குடேன்.”

போய்ப் பார்த்தால் இருக்காது. உடனே வந்து இல்லை என்று சொல்ல முடியுமா? துண்டு எங்கெங்கே இருக்கலாமோ அங்கெல்லாம் தேடினேன்.

“ஈரத்துல நின்னுக்கிட்டு இருக்கேம்ப்பா. இன்னுமா துண்டைத் தேடுறே?”

இனிமேலும் தேட வேண்டாம் என்று ஏதோ ஒரு துண்டை எடுத்துக் கொண்டு வந்து கொடுப்பேன்.

“ஏம்ப்பா பெருமாள். ஏன் இப்படி என் உயிரை எடுக்கிறே? இந்த டர்க்கி டவலால தொடச்சா என் தோல் கிழிஞ்சே வந்துடும். இதெல்லாம் ஒன் தோலுக்குத்தான் லாயக்கு. ஏதாவது மெல்லிஸ் துண்டைக் குடுத்துத் தொலைப்பா…”

மிகுந்த பதற்றத்துடன் ’ஏன் இவள் இன்னும் செத்துத் தொலைக்க மாட்டேன் என்கிறாள்’ என்று வன்மத்துடன் குமுறியபடி ஒரு மெல்லிய துண்டை எடுத்துக் கொடுப்பேன்.

அநேகமாக முப்பது ஆண்டுகளாக மாத்த்தில் பதினைந்து அல்லது இருபது நாட்கள் அவள் குளிக்கச் சென்றால் நான்தான் துண்டு எடுத்துக் கொடுக்கிறேன். அது தவிர ஷாம்பூ, கத்தரிக்கோல் போன்ற பிற உருப்படிகள் வேறு கணக்கு.

இன்னொரு நாள் இப்படி நடந்த்து:

“பெருமாள், ஒரு ஹெல்ப் வேணும்.”

எதையோ தலை போகும் அவசரத்தில் தட்டச்சு செய்து கொண்டிருந்த நான் ஓடிப் போய் குளியலறை வாசலில் நின்று “என்னம்மா வேணும்?” என்று கேட்டேன்.

“என்னோட பாத்ரூம்ல போய் அங்கே பிங்க் கலர்ல ஒரு ஷாம்பூ டப்பா இருக்கும். அதை எடுத்துக் கொண்டு வந்து குடேன்.”

இவ்வளவுதானே சிம்பிள் என்றுதானே நினைக்கிறீர்கள்? இதையெல்லாம் போய் கதையில் சேர்க்க வந்து விட்டான் என்று கூட நினைப்பீர்கள். பாருங்கள் வேடிக்கையை.

வைதேகி ஏன் என்னுடைய குளியலறையில் குளிக்கிறாள் என்றால், அது ஒரு கதை. சொல்கிறேன். பக்கத்து வீட்டில் குடியிருக்கும் ராவ் கீழே உள்ள தளத்தில் ஒரு பெரிய கடையைக் கட்டி வாடகைக்கு விட்டு விட்டார். இங்கே வைதேகியின் குளியலறையில் தண்ணீரைப் பயன்படுத்தினால் அது கீழே சொட்டுகிறது. அதனால் நான் உங்கள் குளியலறையைச் செப்பனிட அனுமதி வேண்டும் என்று சொன்னார். நாலைந்து கொத்தனார்கள் ஒரு பத்து நாள் வேலை செய்வார்கள். அதற்குள் நம் வீட்டில் இருக்கும் பத்து பூனைகளும் பயந்து தெறித்து ஓடி விடும். “அதெல்லாம் நாங்கள் இந்த வீட்டைக் காலி பண்ணும் போது எங்கள் வீட்டுச் சொந்தக்கார்ரிடம் சொல்லி விட்டு செய்து கொள்ளுங்கள், அதுவரை நாங்கள் அந்தக் குளியலறையைப் பயன்படுத்தவில்லை” என்று ராவிடம் சொல்லி விட்டோம். அதனால்தான் இந்தப் பிரச்சினை. உடனே ராவினால்தான் எல்லா பிரச்சினையும் என்று நினைத்து விடாதீர்கள். வைதேகியின் குளியலறையில் குளிக்கும் போது துண்டு, கத்தரிக்கோல் போன்ற வேறு விதமான பிரச்சினைகள் வந்தன.

வைதேகியின் குளியலறையை நோக்கி வேகமாக நடை போட்டு பிங்க் கலர் ஷாம்பூ டப்பாவைத் தேடினேன். ம்ஹூம். கறுப்பு இருந்த்து. வெள்ளை இருந்த்து. சிவப்பு கூட இருந்த்து. பிங்க் இல்லை. வந்து சொன்னேன். மிகுந்த சலிப்புடன், உன்னுடைய பாத்ரூமில் இருக்கும்ப்பா, எடுத்துட்டு வா என்றாள். அவள் சொன்னதில் ஒரு பிழை இருக்கிறது. அவள் இப்போது குளித்துக் கொண்டிருப்பதே என் குளியலறையில்தான். அப்படியானால் அவள் சொல்வது மூன்றாவது குளியலறையை. அங்கே போய்ப்

பார்த்தேன். பிங்க் கலர் ஷாம்ப்பூ டப்பா இருந்த்து. கொண்டு வந்து கொடுத்தேன்.

எல்லாவற்றையும் விடக் கொடூரம் என்ன தெரியுமா?

அவள் குளித்து முடித்த்தும் எனக்கு ஒரு குரல் வரும்.

"பெருமாள், அந்த கால்மிதியை எடுத்துக் கொஞ்சம் இங்கே போடேன்..."

உங்களுக்கு மேற்கண்ட வாக்கியத்தின் அர்த்தம் புரியாது. எல்லா குளியலறையிலும் கால் மிதி எங்கே இருக்கும்? குளியலறைக்குச் சற்று வெளியே. என் வீட்டில் ஐந்தாறு அடி தள்ளித்தான் கிடக்கும்.

ஒருநாள் "இது ஏன் இப்படி?" என்று கேட்டேன்.

குளியலறையின் வாசலிலேயே வைத்தால், குளியலறையைக் கழுவிச் சுத்தம் செய்யும் போது கால்மிதியும் நனைந்து போகிறதாம்.

ஒருநாள் கால்மிதியைப் போடும் போது துணிச்சலாகச் சொல்லி விட்டேன். "மகாராணிகளுக்கு ரெட் கார்ப்பெட் விரிக்கிறா மாதிரில நான் ஒனக்கு தெனம் இந்தக் கால்மிதியைப் போடுகிறேன்?"

இப்படி குண்டி கழுவ்வே ஆயிரத்தெட்டு துணையாளும் எடுபிடியும் தேவைப்படுகின்ற நாதாரிகள்தான் மற்றவர்களுக்கு ஆயிரத்தெட்டு புத்திமதிப் புண்டைகளைச் சொல்லிக் கொண்டிருக்கிறார்கள்.

★

அச்சம்

வைதேகி பற்றியே சொல்லிக் கொண்டிருப்பதால் ஏதோ வைதேகிதான் ராக்ஷஸி என்றும் மற்றவர்களெல்லாம் உத்தமரென்றும் நினைத்து விடாதீர்கள். நான் பார்த்தவரை நூற்றுக்கு ஒருத்தர் இல்லை, ஆயிரத்தில் ஒருத்தர் இல்லை, இல்லை என் வாழ்நாளிலேயே கொக்கரக்கோ உட்பட அஞ்சாறு பேரைத்தான் அடுத்தவன் சூத்தில் குச்சியை விட்டுக் குடையாத மனிதர்களாகப் பார்த்திருக்கிறேன். என் வாசகர் வட்டத்தில் உள்ள பலர் என்னைப் போன்றவர்கள்தான். அவர்களை விட்டு விட்டுப் பார்த்தால் மனிதக் கூட்டமே வைதேகி போன்றவர்களால்தான் நிரம்பியிருக்கிறது. என்ன, வீர்யம்தான் கொஞ்சம் கூடக் குறைச்சல் இருக்கும். சிலர் மற்றவர் சூத்தில் குச்சியை விடுவார்கள். சிலர் ரம்பத்தை விடுவார்கள். சிலர் மின்கம்பியை விடுவார்கள். சிலர் அலவாங்கை விட்டுச் சொருகி குடலையே குதம் வழியாக இழுத்துப் போடுவார்கள். வைதேகி எந்த ரகம் என்று என்னால் சொல்ல முடியவில்லை. என்ன இருந்தாலும் ஸ்டாக்ஹோம் ஸிண்ட்ரம் என்னிடமும் வேலை செய்யும் அல்லவா?

வைதேகியின் அத்துமீறலால் நான் எப்போதோ செத்துப் போயிருப்பேன். நான் செத்த பிறகு அவளும் எல்லோரிடமும் இப்படிச் சொல்லியிருப்பாள்:

"பெருமாள் பாரதியைப் போன்றவன், அவனுக்குத் தமிழ் இலக்கியத்தில் ஈடு இணை கிடையாது, (அவள் அப்படித்தான் நம்புகிறாள், நண்பர்களே!) ஆனாலும் கெட்ட சகவாசத்தின் காரணமாக ஏன், பெயரையே குறிப்பிடுகிறேனே, என் பிராண நாதனே ஏன், நான் வணங்கும் கடவுளை விடவும் எனக்கு நெருக்கமானவனாகக் கருதிய (ஆம், உண்மையிலேயே அப்படித்தான் நினைத்தாள், சத்தியம்!) என் பெருமாளே போய் விட்ட பிறகு இனி நான் யாருக்காக பயப்பட வேண்டும்? கொக்கரக்கோ என்பவனின் சகவாசத்தினால் குடித்துக் குடித்தே செத்துப் போனான். எவ்வளவோ சொன்னேன். அதையெல்லாம் மீறியதாக இருந்தது அவனைச் சுற்றியிருந்த கொக்கரக்கோவின் எதிர்மறை அலைகள். இதற்கான தண்டனையை கொக்கரக்கோ இந்த ஜென்மாவில் அடையாமல் போக மாட்டான்."

தமிழ்ச் சமூகத்துக்கு இந்தச் செய்தி ஹல்வா போன்றதாயிற்றே? மனைவியே சொல்லி விட்டாள், வேறு என்ன வேண்டும்? ஏற்கனவேதான் ஜி. நாகராஜன் வேறு குடித்துக் குடித்தே செத்திருக்கிறான். படு குஷாலாக அவனோடு என்னையும் சேர்த்து விடுவார்கள். போதாக்குறைக்கு இந்த பாடு உலகளந்தான் வேறு சாட்சி சொல்லுவான். ஒரே ஒரு நாள் போதையில் பார்த்து விட்டு என்னைக் குடிகாரன் என்று முடிவு செய்து விட்டான். ஏன்டா லூசுக் கூதி, நூறு புத்தகங்கள் எழுதியிருக்கிறேன். தினமும் இரண்டாயிரத்திலிருந்து மூவாயிரம் வார்த்தைகளைத் தட்டச்சு செய்து கொண்டிருக்கிறேன். நீ சொல்வது போல் நான் குடிகாரனாக இருந்தால் எப்படிடா இந்த நாவலை ஒரு வாரத்தில் எழுதியிருக்க முடியும்? ஆம், நீங்கள் இப்போது படித்துக் கொண்டிருக்கும் இந்த நாவலை நான் ஒரே வாரத்தில் எழுதி முடித்தேன். நாவல் முடியவில்லையே என்று சொல்லாதீர்கள். நாவலை எழுதி முடித்து விட்டு, இந்தப் பகுதியை இடைச்செருகலாகத் தட்டச்சு செய்து கொண்டிருக்கிறேன். இப்போது கூட என்ன தெரியுமா, இந்த ஜனவரி மாதம் 26, 27 தேதிகளில் (2023) ஆரோவில் வன இல்லத்தில் ஓய்வெடுக்கப் போகிறேன். இரண்டு தினங்களும் வைனிலேயேதான் மூழ்கிக் கிடக்கப் போகிறேன். அப்போது

என்னைப் பார்த்து விட்டு குடிகாரன் என்று சொல்லுவாயா? செருப்பால் அடிப்பேன், நாயே...

சரி, விஷயத்துக்கு வருவோம். வைதேகி சொல்வதுபோல் நான் செத்திருந்தால் குடியினால் செத்திருக்க மாட்டேன். வைதேகியின் அராஜகத்தினால்தான் செத்திருப்பேன். என் சூத்தில் விட்டுக் குத்திய குத்தில் குடல் வெளிவந்து செத்திருப்பேன். நல்லவேளை. எனக்கு ட்ரைவிங் தெரியாமல் போனது. தெரிந்திருந்தால் இந்நேரம் நான் வெறும் நிழலாகியிருப்பேன். சில மாதங்களுக்கு முன் மஹாபலிபுரத்தில் நடந்ததைச் சொல்கிறேன். ஆனால் நீங்கள் ஒரு விஷயத்தைப் புரிந்து கொள்ள வேண்டும். நம்ப வேண்டும். நான் ஒரு இருபத்தைந்து வயதுப் பையனைப் போல் 'தெறி'யாக இருக்கிறேன். நாவலில் ஒரு இடத்தில் *Uri-max D* பற்றி வரப் போகிறது. அப்போது இதைப் பொருத்திப் படித்துக் கொள்ளும்படி கேட்டுக் கொள்கிறேன். யூரிமேக்ஸ் டி சாப்பிட்டு முழுமையாக விரைப்புத்தன்மையை இழந்திருந்தேன். சரி, பத்து ஜென்மாவுக்கான செக்ஸை அனுபவித்து விட்டோம். இனி எழுத்தில் கவனம் செலுத்துவோம் என்று குஷியாக இருந்தேன். இந்த நிலையில் தினமும் பத்து மணி நேரத்துக்கு மேல் காலைத் தொங்கப் போட்ட நிலையில் இந்த நாவலைத் தட்டச்சு செய்து கொண்டிருப்பதால் இரண்டு கால்களும் வீங்கி விட்டன. அதனால் கொக்கரக்கோவின் சகோதரியும் ஆயுர்வேத மருத்துவருமான ரேவதியிடம் மருந்து கேட்டேன். அவர் எனக்கு *Gokshura* என்ற மருந்தை எடுத்துக் கொள்ளச் சொன்னார். அது எனக்குப் பழக்கமான மருந்துதான். ஐந்து ஆண்டுகளுக்கு முன்பு பெண் சகவாசம் இருந்த காலத்தில் அதை நான் உட்கொண்டிருக்கிறேன். இந்தியன் வயகரா. பக்க விளைவுகள் இல்லாதது. வெறும் மூலிகை. நெருஞ்சி இருக்கிறது இல்லையா, அதுதான் கோக்ஷுராவின் பிரதான உள்ளீடு. அதை வேறு ரேவதி மூன்று வேளை சாப்பிடச் சொல்லி விட்டார். ரெண்டே நாளில் யூரிமேக்ஸையெல்லாம் தூக்கிச் சாப்பிட்டு விட்டது கோக்ஷுரா. திரும்பவும் வந்து விட்டது விரைப்புத்தன்மை. அது மட்டுமல்லாமல், விந்து அதிகமாகவே உற்பத்தியாகி அது வெளியேற வழிவகையில்லாமல் விரைக்கொட்டை வலிக்க

ஆரம்பித்து விட்டது. ப்ளூபால்ஸ் என்பார்கள். பெண் சகவாசம் இல்லாத, கர மைதுனம் செய்யாத இருபத்தைந்து வயதுப் பையன்களுக்கு வரும் பிரச்சினை. இதற்கெல்லாம் ரேவதியிடம் போக முடியாது. சின்னப் பெண். ஸ்ரீராமை அழைத்தேன். அலோபதி. ஐந்து வருடமாக மருத்துவம் செய்கிறார்.

உங்கள் அனுபவத்தில் இப்படி ஒரு பிரச்சினையோடு யாரும் உங்களை அணுகியிருக்கிறார்களா ஸ்ரீராம்?

இல்லை பெருமாள். ஆனால் கேள்விப்பட்டிருக்கிறேன்.

சரி சொல்லுங்கள், என்ன மருந்து சாப்பிட வேண்டும்? இரண்டு நாட்களாக வலி உயிர் போகிறது. கட்டையால் அடித்த மாதிரி வலி. இதோடுதான் புத்தக விழாவுக்கும் போய் வந்து கொண்டிருக்கிறேன்.

ஒன்று, உங்கள் தோழிகளில் யாரையாவது பிடியுங்கள். இல்லாவிட்டால் கர மைதுனம்தான். வேறு மருந்தே இல்லை.

டேய் பாடு உலளந்தான், என்னடா சொல்கிறாய் இதற்கு? அறுபத்தொன்பது வயதில் எனக்கு இப்படி ஒரு பிரச்சினை. ஏன் தெரியுமா? பதினைந்து வயதிலிருந்து என் உடலை ஒரு ஆலயத்தைப் போல் போற்றி வளர்த்துக் கொண்டிருக்கிறேன். நானாடா குடிகாரன் மடக்கூதி?

சரி, மஹாபலிபுரத்துக் கதைக்குப் போவோம். நானும் கொக்கரக்கோவும் சாலமன் என்ற நண்பரும் தமிழ்நாடு சுற்றுலாத் துறை விடுதியில் அறை எடுத்தோம். எனக்கு இரண்டு வைன். சீலே. அவர்கள் ஸ்காட்ச்.

அதிகாலை நான்கு மணி வரை பேசிக் கொண்டிருந்தோம். நான் எட்டு மணிக்கு எழுந்தேன். சாலமனுக்கு டிரைவர் இருந்ததால் இரவே கிளம்பி விட்டார். கொக்கரக்கோ ஒரு மணி அளவில்தான் எழுந்து கொள்வான். மாடியிலிருந்து கீழே இறங்கினேன்.

அந்த அனுபவத்தை என்னால் ஒருபோதும் மறக்க இயலாது. எதிரே நூறு அடி தூரத்தில் கடல். என் அறைக்கு வெளியே

இருந்த கட்டைச் சுவரின் மீது காகங்களும் மைனாவும் வரிசையாக அமர்ந்திருந்தன. பத்துப் பன்னிரண்டு பேர் சாப்பிடுகின்ற அளவில் இட்லியும் தோசையும் வந்திருந்தன. சாலமன் அரசு அதிகாரி என்பதால் உண்டான சிறப்பு கவனிப்பு. நான் இரண்டு இட்லியை சாப்பிட்டு விட்டு மீதி இட்லியையும் தோசையையும் கொஞ்சம் கொஞ்சமாகப் பிய்த்து ஒவ்வொரு மைனாவுக்கும் ஒவ்வொரு காகத்துக்கும் கொடுத்துக் கொண்டே இருந்தேன். ஒரு நான்கு மணி நேரம் அந்தக் காகங்களும் மைனாக்களும் நானும் ஒன்றாக வாழ்ந்தோம். சுருக்கமாக அவ்வளவுதான் சொல்ல முடியும்.

பன்னிரண்டு மணிக்கு கொக்கரக்கோ எழுந்து வரும் வரையில் கொடுத்திருக்கிறேன் என்று அவன் வந்த பிறகுதான் தெரிந்தது. அதற்குள் அங்கே இருந்த விஸ்கியில் நாலைந்து பெக் சாப்பிட்டிருந்தேன்.

இந்த நிலையில் வீட்டுக்குப் போக முடியாது. வைன் என்றால் அதன் தன்மையே வேறு. விஸ்கி ஆளைக் கவிழ்த்து விடும். வைதேகிக்கு ஃபோன் பண்ணி இன்னும் ஒருநாள் ஓய்வு எடுத்து விட்டு நாளை மதியம் வருகிறேன் என்று சொன்னேன். இப்போது நீ கிளம்பவில்லையானால் நான் அங்கே கிளம்பி வருவேன் என்று மிரட்டினாள்.

செய்வாள். ஏற்கனவே அப்படி ஒரு முறை நான் குடித்துக் கொண்டிருந்த மதுபான விடுதிக்கே வந்து போலீஸ் திருடனைப் பிடித்து விலங்கு போட்டு நடு ரோட்டில் இழுத்துக் கொண்டு போவது போல என்னைப் பிடித்து இழுத்துக் கொண்டு போயிருக்கிறாள்.

கொக்கரக்கோவுக்கு என்னை அந்த நிலையில் அழைத்துச் செல்ல மனமே இல்லை. ஏனென்றால், அவன் என்னை வீட்டுக்கு அழைத்து வரவே முடியாது. ஏனென்றால், அவனை நான் அன்று சந்திக்கவே இல்லை. நானும் சாலமனும்தான் அங்கே சென்றிருந்தோம். எனவே, அவன் என்னைத் திருவான்மியூரில் ஒரு டாக்ஸியில் ஏற்றி விடுவான். நான் வீட்டுக்கு வருவேன். அது பாதுகாப்பு இல்லை என்று கருதினான் கொக்கரக்கோ.

ஆனால் அவனால் ஒன்றும் செய்ய முடியாது. நான் வீட்டுக்குப் போயே ஆக வேண்டும்.

அறையில் பேண்டை மாட்டிக் கொண்டிருந்த என்னிடம், "சரி, நீங்கள் தயாராகுங்கள், நானும் மேலே போய் தயாராகி வருகிறேன்" என்று சொல்லி விட்டுப் போனான்.

பிறகு நேற்று சொன்னான் கொக்கரக்கோ. நேற்று என்றால் ஜனவரி பத்தாம் தேதி. 2023. அவன் மேலே கிளம்பும்போது நான் பேண்ட்டை அணிய முயற்சி செய்து கொண்டிருந்தேன் இல்லையா? அவன் இருபது நிமிடம் கழித்து வந்த போதும் நான் பேண்ட்டை அணியத்தான் முயற்சி செய்து கொண்டிருந்திருக்கிறேன். அப்படியே இரண்டு மணி நேரம் கூட முயற்சி செய்திருப்பேன்.

"அந்த அளவுக்கு உன் மனதில் அச்சம் குடி கொண்டிருந்தது பெருமாள். உயிரே போனாலும் வீட்டுக்குப் போயே ஆக வேண்டும். கார் ஓட்டத் தெரிந்திருந்தால் செத்திருப்பாய். குடியால் செத்தான் என்று சொல்லியிருக்கும் உலகம்."

எப்பேர்ப்பட்ட மொள்ளமாரிப்பயல்கள் என்று பார்த்துக் கொள்ளுங்கள். எனக்கு வசை வார்த்தை வர மாட்டேன் என்கிறது. அதிலும் பெண்களைத் திட்டவே கை அசைய மாட்டேன் என்கிறது.

ஆனால் பாருங்கள், மஹாபலிபுரத்திலிருந்து வீட்டுக்கு எப்படியோ வந்து சேர்ந்து விட்டேன். வந்ததும் வைதேகிதான் எனக்குத் தயிர் சாதம் பிசைந்து ஊட்டி விட்டாள். நித்திரையில் நான் கீழே விழுந்து விடாமல் இருக்க கட்டிலைச் சுற்றிலும் தலையணைகளை வைத்திருந்தாள். புரிகிறதா, தங்கக் கூண்டில் பாலமுது!

ஒரே ஒரு நாள் விட்டிருந்தால் நான் பாட்டுக்குத் தூங்கி எழுந்து மறுநாள் பதவிசாக இருந்த இடம் தெரியாமல் வீடு வந்து சேர்ந்திருப்பேன்.

அவ்வளவு ஏன்? நேற்று கௌதமின் செவிலிப் பெண் கோகிலா கௌதம் உறங்கிக் கொண்டிருந்ததால் சமையல்

வேலைக்கு உதவிக்கு வந்தாள். பத்தே நிமிடத்தில் அவளை அடித்துத் துரத்தாத குறையாக அனுப்பி விட்டு வைதேகி என்னைக் கூப்பிட்டு காய் நறுக்கச் சொன்னாள். கோகிலா நறுக்கியது எல்லாமே ஏடாகூடம். பேசாமல் வைதேகியையே 'எது எது எப்படி எப்படி நறுக்க வேண்டும்?' என்று கேட்டு செய்திருக்கலாம். வைதேகி இல்லாத போது நான் கோகிலாவுக்கு புத்தி சொன்னேன்.

"ஏம்மா, உங்களுக்குத் தெரியலேன்னா அம்மா கிட்ட கேக்க வேண்டியதுதானே?"

அதற்கு கோகிலா சொன்னாள். "கேக்கலாம் சார். ஆனா கேட்டாலும் திட்றாங்க. கேக்கலேன்னாலும் திட்றாங்க. அதான் பயந்துகிட்டு கேக்கல."

இப்படியான அச்சத்தையே மற்றவரிடம் உருவாக்கி விடுகிறாள் வைதேகி.

ஒருநாள் வைதேகிக்கு ஏதோ வயிற்றில் உணவு விஷமாகி விட்டது. ஒரே வாந்தி. அவள் அவளுடைய அம்மாவைப் போலவே மருத்துவமனை செல்வதில்லை. எல்லாம் கை வைத்தியம்தான் ஆனால் அந்த முறை கைவைத்தியத்தில் வாந்தி சரியாகவில்லை. "ஸ்ரீராம் வந்து ஒரு ஊசி போட்டால் சரியாகி விடும்" என்றாள்.

ஸ்ரீராமும் வந்தார். ஊசியும் மருந்தும் அவரே வாங்கிக் கொண்டு வந்தார். அவர் பாட்டிலிலிருந்து மருந்தை ஊசியில் எடுக்கும்போது பாட்டில் உடைந்து விட்டது. சரி, நானே வாங்கிக் கொண்டு வருகிறேன் என்று போனவர் அரை மணி நேரம் ஆகியும் வரவில்லை. எனக்கு ஒன்றும் புரியவில்லை. வீட்டுக்கு அடுத்த கட்டிடமே ஒரு பெரிய மருந்துக்கடை.

அந்தக் கடையில் அந்தக் குறிப்பிட்ட மருந்து இல்லாததால் அப்பு முதலித் தெரு போயிருக்கிறார். அதனால்தான் அவ்வளவு நேரம். வேர்த்து விறுவிறுத்து வந்தார். அப்பு முதலித் தெரு செல்ல சாந்தோம் நெடுஞ்சாலையையெல்லாம் கடக்க வேண்டும். பாவம். எப்படித்தான் போய் வந்தாரோ?

மறுநாள் அவரிடம் “நீங்கள் என்ன போலி டாக்டரா? பாட்டிலை உடைத்து விட்டீர்களே?” என்று கேட்டேன்.

“ஏங்க பெருமாள், ஓஸாமா பின் லாடனுக்கு ஊசி போடுவது என்றால் சும்மாவா? எனக்குக் கைகாலெல்லாம் நடுங்குச்சு” என்று சொல்லி விட்டுச் சிரித்தார்.

★

இருத்தலியல் நெருக்கடி

ஏன் வைதேகி மாதிரி ஆட்கள் தங்கள் குண்டியைக் கழுவவே ஆயிரத்தெட்டு எடுபிடிகளை வைத்துக் கொண்டு பிறத்தியார் சூத்தில் குச்சியை விட்டுக் குடைகிறார்கள் தெரியுமா? ஏனென்றால், அவர்களுக்கு என்று ஒரு அடையாளம் இல்லை. என்ன செய்வதென்று தெரியவில்லை. அவர்களைப் பற்றி அவர்களுக்கு அக்கறை இல்லை. உடம்பு பூராவும் நரகல் ஒட்டிக் கொண்டு நாறுகிறது, அது பற்றி அவர்களுக்குக் கவலை இல்லை. அவர்கள் வாழ்க்கையின் அர்த்தமே மற்றவர் சூத்தை நோண்டுவதில்தான் இருப்பதாகக் கருதுகிறார்கள். இதைச் சொன்னால் நான் சுயநலக்காரன். இதைச் சொன்னால் நான் எதிர்மறை அலைகள் சூழ்ந்தவன்.

ஒவ்வொரு நாளும் அல்லது ஒரு நாளில் இரண்டு முறை வைதேகி என்னை சுயநலக்காரன் என்று சொல்கிறாள்.

நேற்று காலை ஏழு மணி. மந்திர உச்சாடன வகுப்பு முடிந்து விட்டது. கீழே உள்ள செக்யூரிட்டிகளும், பொதுவாக மற்ற மனிதர்களும் எப்படி சுயநலமாக வாழ்கிறார்கள் என்று புலம்பிக் கொண்டிருந்தாள் வைதேகி. இப்படித்தான் என்னுடைய ஒவ்வொரு நாளும் புலரும், மறந்து விடாதீர்கள்.

"எனக்கு பூனை நாய்களைத்தான் பிடித்திருக்கிறது. அவைகள்தான் சுயநலம் இல்லாமல் இருக்கின்றன. இந்த மனுஷப் பிறவிகள் எல்லாமே சுயநலப் பேய்கள். மோகனும் அப்படித்தான். நீயும் அப்படித்தான். நீங்கள் எல்லோருமே சுயநலப் பேய்கள். ஒருத்தன் கூட விதிவிலக்கு இல்லை. எனக்குத் தெரிந்து நான் ஒரு ஆள்தான் சுயநலம் பார்ப்பதில்லை. மற்றவர்களைப் பற்றி மட்டுமே கவலைப்படுகிறேன்."

அப்படியே ஒரு வார்த்தை மாறாமல் வைதேகியின் வார்த்தைகள் இவை. அநேகமாக பதினைந்து ஆண்டுகளாக தினமும் காலையிலோ மாலையிலோ அல்லது இரண்டு வேளைகளிலுமோ இந்த வார்த்தைகளைக் கேட்டு வருகிறேன்.

சில நேரங்களில் காலை நேரத்தில் இதைக் கேட்கும் போது ஏதாவது ஒரு அலவாங்கை எடுத்து அவள் மண்டையிலேயே போட வேண்டும் என்றெல்லாம் தோன்றியிருக்கிறது.

ஏனென்றால், அவளுடைய சுயநலமற்றப் பொதுநல சுன்னி வாழ்க்கையின் பொருட்டு நான் ஒவ்வொருவரிடமும் பூனை உணவுக்காகப் பிச்சை எடுத்துக் கொண்டிருக்கிறேன். இது போக, நாள் பூராவும் பூனைகளின் மலஜல சுத்திகரிப்பில் வேறு இரண்டு மணி நேரம் போய் விடுகிறது. வைதேகி மும்பை சென்றிருந்த மூன்று மாதமும் நான் எங்குமே நகர முடியவில்லை. பூனைகளின் காப்பாளனாக மூன்று மாதமுமே வீட்டில்தான் அடைந்து கிடந்தேன். வெளியே போனால் அதிக பட்சம் எட்டு மணி நேரம் போகலாம்.

ஏன்டி ங்கோத்தா, இப்படி உன்னுடைய சிலுவையை அடுத்தவன் முதுகில் ஏற்றி விட்டு விட்டு, எப்போது பார்த்தாலும் அடுத்தவன் சூத்தை நோண்டிக் கொண்டே இருப்பதுதான் சுயநலமற்ற வாழ்க்கையா? நானோ கொக்கரக்கோவோ என் நண்பர்களோ அடுத்தவன் சூத்தை நோண்டுவதே இல்லை. நீ பீயைத் தின்கிறாயா, தின்னு. மூத்திரத்தைக் குடிக்கிறாயா, குடி. மூணு நாள் குளிக்காமல் கிடக்கிறாயா, கிட. தூக்கில் தொங்கப் போகிறாயா, தொங்கு. அப்படித்தானே வாழ்கிறாய் நீ? உன்னைப் போல் சுதந்திரத்தை அனுபவிப்பவர் இந்த உலகத்தில் யாராவது உண்டா?

ஒருநாள் காலை எட்டு மணி அளவில் என் தம்பி சுந்தரிடமிருந்து ஃபோன். நான் எடுக்கவில்லை. எடுக்க அனுமதி இல்லை. நாலைந்து முறை அடித்தான். நான் என் கைபேசியை எப்போதும் சைலண்டில் போட்டிருப்பதால் சத்தம் வெளியே கேட்கவில்லை. கேட்டால் பிரச்சினை ஆகும். பிறகு என் தங்கையிடமிருந்து ஃபோன். இப்படித் தொடர்ந்து ஃபோன் வந்தால் யாரோ மேலே போய் விட்டார்கள் என்று பொருள். நான் எடுக்காமல் தட்டச்சு செய்து கொண்டிருந்தேன். தங்கை வைதேகிக்கு செய்திருக்கிறது. இது சரியான செயல். ப்ராபர் சேனலிலிருந்துதான் ஃபோன் எனக்கு வர வேண்டும். இல்லாவிட்டால் என்னால் அமைதியாக எழுத முடியாது.

விஷயம் இதுதான். சுந்தருக்கு இதயத்தில் பிரச்சினை. பைபாஸ் சர்ஜரி செய்ய வேண்டும். எங்கே செய்யலாம்? நான் அனுபவசாலி என்பதால் கேட்கிறார்கள். வைதேகி கேட்டாள். நான் விவரத்தை வைதேகியிடம் சொன்னேன். பிறகு வைதேகி இல்லாத சமயத்தில் தங்கையிடம் பேசி மேலதிக விவரங்களைச் சொன்னேன்.

மறுநாள் வைதேகி என்னிடம் சொன்னாள், பெருமாள், நீ உன் தங்கை தம்பி ஃபோன் நம்பர்களை உடனடியாக ப்ளாக் பண்ணி விடு.

பண்ணி விட்டேன். வேறு என்ன செய்வது, சொல்லுங்கள்? நான் நிம்மதியாக எழுத வேண்டுமே? என் எழுத்துக்காக எத்தனை பிரேதங்களின் மீது ஏறி நடக்கப் போகிறேன் என்பதையும்தான் பார்த்து விடுவோமே?

வைதேகியின் சுதந்திரத்தைப் பற்றிச் சொல்லிக் கொண்டிருந்தேன். அவளுக்குத் தேநீர் ஒத்துக் கொள்ளாது. இல்லை. அவள் சமைக்கும் சாம்பார், ரசம், மற்றும் மோர் மட்டுமே அவள் சாப்பிடலாம். வேறு எதைச் சாப்பிட்டாலும் வாந்தி எடுப்பாள். வயிற்றில் உணவு விஷமாகி விடும். இருந்தாலும் அவ்வப்போது தேநீர் அருந்தி இரண்டு நாட்கள் வாந்தி எடுத்தபடி புதுமைப்பித்தனின் செல்லம்மாள் மாதிரி நடைப்பிணம் போல் நடமாடுவாள். ஒருநாள் வெளியிலிருந்து

வந்த சமோசாவைச் சாப்பிட்டு இரண்டு நாள் வாந்தி. ஒருநாள் வெளியிலிருந்து சாண்ட்விச் சாப்பிட்டு இரண்டு நாள் வாந்தி. ஒருநாள் வேப்பிலைக் கட்டியைச் சாப்பிட்டு ஒரு வாரம் படுத்துக் கிடந்தாள். இப்படியே மாதத்தில் ஒரு வாரம் அவள் வாழ்க்கை வாந்தியிலும் இன்னபிற சரீர உபாதைகளிலும் கழிந்து போகும். எல்லாமே நாவை அடக்காததாலும் தத்தேறியாக வாழ்வதாலும்தான்.

அது என்ன தத்தேறி? தினமும் ஒருநாள் தவறாமல் - எட்டு மணி நேரத்துக்குக் குறையாமல் தொலைக்காட்சி சீரியல்கள் பார்ப்பது. தினமும். தினமும். மதியம் பன்னிரண்டிலிருந்து இரண்டு. பிறகு நான்கிலிருந்து பதினோரு மணிக்கு நான் உறங்கச் செல்லும் போதும் அவள் சீரியலில்தான் மூழ்கியிருப்பாள். கணக்கு எட்டு மணி நேரத்தைத் தாண்டுகிறதே? ஆமாம், ஒன்பது பத்து மணி நேரம் கூடப் போகும். எப்போது படுக்கிறாள் என்று நான் பார்த்ததே இல்லை. சீரியல் அடிக்ட். எது எனக்கு ஆச்சரியமாக இருக்கிறது என்றால் யாருடனாவது பேசும் போது "நாங்கள் இருவரும் டீவியே பார்ப்பதில்லை, வீட்டில் டீவியே கிடையாது" என்று அடித்து விடுவது. தொலைக்காட்சி இல்லைதான். அதனால் என்ன? மடிக்கணினி மூலம்தான் எட்டு மணி நேரம் பார்க்கிறாயே?

தினமும் எட்டு மணி நேரம் சீரியல் பார்ப்பது எதற்குச் சமம்? பீயைத் தின்பதற்குச் சமம் இல்லையா? நான் அவளிடம் எதுவுமே சொன்னதில்லை. சொன்னால் என்ன சொல்லுவாள்?

"நீ ஒரு சுயநலக்காரன். உனக்கு உன் எழுத்தும் உன் நண்பர்களும்தான் முக்கியம். நான் உன் வாழ்க்கையிலேயே இல்லை. நீ அவளோடு போனாய். இவளோடு போனாய். குடிக்கிறாய். என் வாழ்க்கையே உன்னால் நாசமாகிப் போனது. அதைச் சமன் செய்து கொள்வதற்காக மட்டுமே இந்தப் பீ மாதிரியான மாதிரி என்ன மாதிரி பீயேதான் இந்தப் பீயைத் தின்று கொண்டிருக்கிறேன். எல்லாம் உன்னால் வந்ததுதான்."

ஒரு தடவை அல்ல, பல தடவை இப்படிச் சொல்லியிருக்கிறாள்.

பச்சைப் பொய். நான் அவளைப் பார்த்த காலத்திலிருந்தே இப்படித்தான் அவள் சீரியல் அடிக்டாக இருந்தாள். அப்போதெல்லாம் அலுவலகம் செல்வதால் எட்டு மணி நேரம் பார்க்க முடியாது. இரண்டு மணி நேரம் பார்ப்பாள். இப்போது எட்டு மணி நேரம்.

தற்சமயம் குழந்தை கௌதம் வந்து விட்டதால் எட்டு மணி நேரம் பார்க்க முடியவில்லை. இரவில் எல்லா வேலையையும் முடித்து விட்டு ஒன்பது மணியிலிருந்து பன்னிரண்டு வரை பார்க்கிறாள்.

இப்படி மனிதப் பீயைத் தின்று கொண்டு மனிதப் பீயில் உழன்று கொண்டிருக்கும் ஆத்மாதான் என்னைப் பார்த்து குடிகாரன் என்கிறது. இதை அந்த பாடு உலகளந்தான் ஆமோதிக்கிறான்.

நான் சுயநலமி என்பதற்கும் ஆயிரம் முறை பதில் சொல்லி விட்டேன். நான் எடுபிடி வேலை செய்யாமல் அவளால் குளிக்கக் கூட முடியாது. திடீரென்று வயிற்று வலியால் துடிப்பாள். காரணம் நீதான் என்று கூசாமல் சொல்லுவாள். உண்மைதான். நான் வெளியே போயிருந்திருப்பேன். அதனால் இரண்டு மாதுளைப் பழங்களை உரித்துக் கொடுக்கத் தவறியிருப்பேன். இரவில் இரண்டு மாதுளை சாப்பிடாவிட்டால் மறுநாள் அவளுக்கு வயிற்று வலியும் வாந்தியும் வந்து விடும். அதனால்தான் என்னை அவள் வெளியூருக்கே அனுப்புவதில்லை.

ஏன், நான் வெளியூர் போனால் அந்த நாள்களிலாவது அவளால் மாதுளையை உரித்துச் சாப்பிட முடியாதா? சாப்பிட்டதே இல்லை. வாழ்க்கையில் ஒரு நாள் கூட அவள் மாதுளையை உரித்துச் சாப்பிட்டதில்லை. ஆனால் மாதுளை சாப்பிடாவிட்டால் அவள் வயிறு விஷமாகும். இப்படி எல்லாவற்றுக்கும் அடுத்தவனை எதிர்பார்த்து வாழும் ஆட்கள்தான் என்னை சுயநலமி என்கிறார்கள்.

என்னை நீங்கள் நேரில் சந்திக்க நேர்ந்தால் என்னுடைய உடலைக் கூர்ந்து கவனியுங்கள். தங்கம் போல் ஜொலிக்கும். ஆனால்

கை நகங்களைப் பார்த்தால் குப்பைத்தொட்டி அள்ளுபவர் போல அல்லது குஷ்டரோகி போல இருக்கும். காரணம், முந்நூற்று அறுபத்தைந்தை முப்பதால் பெருக்கினால் 10,950 என்று வருகிறது. நான் அத்தனை நாட்களாக வைதேகியுடன் வாழ்ந்து வருகிறேன். இதில் நான் வெளியூர் சென்ற நாட்கள் 950 என்று வைத்து அதைக் கழித்து விட்டால் வரும் பத்தாயிரம் நாட்களும் இரண்டு இரண்டு மாதுளம் பழங்களை நான் வைதேகிக்கு உரித்துக் கொடுத்திருக்கிறேன். அதனால்தான் என் கை விரல்கள் அப்படி அசிங்கமாக ஆகி விட்டன. ஒரே ஒரு நாள் நீங்கள் இதைப் பரிசோதித்துப் பாருங்கள். விரல் நகம் பூராவும் கருத்துக் கண்றாவியாகி விடும்.

அடுத்தவன் சூத்தில் குச்சியை விடும் நற்செயல் பல்வேறு ரூபங்களில் வெளிப்படும். உதாரணம் இது: நேற்று இரவு பத்தரை மணி அளவில் பூனைப் பீயை அள்ளிப் போட்டுக் கொண்டிருந்தேன். தொடர்ந்து காலையிலிருந்து எழுத்து. மாலையில் புத்தக விழா. தொட்டால் விழுந்து விடுவேன் போல் இருந்தது. பார்த்தாலே தெரிந்தது. நான் வெந்நீர்தான் குடிப்பது. பூனை வேலையை செய்வதற்கு முன்னால் வெந்நீரைப் போட்டு ஃப்ளாஸ்கில் ஊற்றி விடுவோம் என்று சமையலறைக்குப் போனேன். கோகிலா “நான் கெட்டிலில் போட்டுத் தருகிறேன் சார்” என்றாள். கெட்டில் மின்சாரத்தில் ஓடுவதால் அரை நிமிடத்தில் போட்டு விடலாம். கோகிலா அப்படிச் சொன்னதைக் கேட்டதும் சீரியல் பார்த்துக் கொண்டே சாப்பிட்டுக் கொண்டிருந்த வைதேகி “அதெல்லாம் சாரே போட்டுக் கொள்வார், நீங்கள் உடனே மேலே போய் கௌதமை கவனியுங்கள்” என்றாள். அரை நிமிடத்தில் என்ன கெட்டு விடப் போகிறது? அவ்வளவுதான் நமக்கு இந்த வீட்டில் மரியாதை என்று நினைத்துக் கொண்டேன். ஆனாலும் கோகிலா எனக்கு வெந்நீர் போட்டு ஃப்ளாஸ்கில் ஊற்றி விட்டுத்தான் போயிருந்தாள்.

இன்னொரு பெரிய கதை சொல்கிறேன். கொரோனா சமயத்தில் வைதேகிக்கு ஒரு ஆன்மீக செமினார் வந்தது. ஸூமில்தான். காலையில் ஆறு மணியிலிருந்து எட்டரை வரை. தினமும்.

மூன்று வாரம். அந்த மூன்று வாரமும் நான் நடைப் பயிற்சிக்குப் போகவில்லை. காலையில் ஐந்துக்கே எழுந்து அவளுக்காக பால் காய்ச்சி ஹார்லிக்ஸ் போட்டு அவளை ஐந்தரைக்கு எழுப்புவேன். ஊசி விழுந்தால் கேட்கும் அளவுக்கு வீடே நிசப்தமாக இருக்க வேண்டும். ஆறரைக்கு இட்லி வைத்து ஆறே முக்காலுக்கு இட்லியைத் தட்டில் வைத்து அதில் சாம்பார் ஊற்றிக் கொடுப்பேன். இருந்த இடத்தை விட்டு அவள் நகர முடியாது. நகரக் கூடாது. அதனால் அவள் கை கழுவுவதற்கு ஒரு மக்கில் தண்ணீர் கொடுப்பேன். அப்படியே அதில் கையை விட்டுக் கழுவிக் கொள்வாள். பிறகு கை துடைக்க துண்டு கொடுப்பேன். பிறகு குடிப்பதற்குத் தண்ணீர். ஒருபோதும் ஒரு துளி சப்தம் கேட்டு விடக் கூடாது. சரி, ஒரு மணி நேரம் இருக்கிறதே என்று பக்கத்து அறையில் போய் உட்கார்ந்து விடக் கூடாது. அவளுக்கு ஏதாவது தேவைப்படும். என்னைக் கூப்பிடவும் முடியாது. அதனால் எட்டரை வரை அவள் அருகிலேயே உட்கார்ந்திருப்பேன். என் கணினியில் தட்டச்சு செய்யக் கூடாது. சத்தம் கேட்கும். சும்மாவே உட்கார்ந்திருக்க வேண்டும். இப்படியே மூன்று வாரம். கடவுள் கூட மனித ஜென்மம் எடுத்தால் இப்படியெல்லாம் இருக்க முடியாது ஐயா. ஆனால் இந்தத் தமிழ்ச் சமூகத்தில் என்னைப் பற்றி என்ன சொல்கிறார்கள் தெரியுமா? நான் குடித்து விட்டு வந்து வைதேகியை அடிக்கிறேனாம். பன்றிக்குப் பிறந்த பயல்கள்.

ஆனால் சுயநலமில்லாத வைதேகி மாதிரி ஆட்கள் எப்படி வாழ்கிறார்கள்? நானும் கொரோனா காலத்தில் மாதம் ஒருநாள் ஸூமில் தமிழ் இலக்கியவாதிகள் பற்றி உரையாற்றினேன். காலை ஆறு மணியிலிருந்து பத்து வரை. இடைவெளி இல்லாமல். தண்ணீர் குடித்தால் கூட என் சிந்தனை தடைப்பட்டுப் போகும் என்பதால் ஆறு மணிக்கு ஆரம்பித்து ஒன்பது வரை இடைவெளியே இல்லாமல் உரையாற்றுவேன். ஒன்பதுக்குக் கேள்வி பதில் நேரம் வரும்போதுதான் தண்ணீர் குடிப்பேன்.

பத்து மணிக்குக் கொலைப்பசியில் இல்லை, பசியில் மயக்கம் அடித்து விழும் நிலையில் - சமையல் அறையில் போய்ப் பார்த்தால் சுத்தமாகத் துடைத்து விட்டிருக்கும். அதற்கு

மேல் மாவை எடுத்து தோசை போட்டு சாப்பிட்டு விட்டு வைதேகிக்கும் தோசை போட்டுக் கொடுப்பேன்.

உண்மையில் சொல்கிறேன், மிலரப்பாவின் கதையை மட்டும் நான் வாசித்திருக்கவில்லை என்றால், வைதேகியை விட்டு விட்டு எப்போதோ ஓடிப் போயிருப்பேன்.

★

எதிர்மறை அதிர்வுகள்

இனிமேல் என்னிடம் வந்து என் வாசகர் வட்ட நண்பர்கள் குடிகாரர்கள் என்று யார் சொன்னாலும் அவர்களை என் காலில் கிடப்பதை எடுத்து அடிப்பேன். ஏன் இத்தனை வன்மமாக எழுதுகிறேன் என்றால், கடந்த ஏழெட்டு ஆண்டுகளாக அப்படித்தான் இந்த வன்மம் எனக்குள் கூடிக் கிடக்கிறது. அடக்கப்பட்ட சீற்றம். ஏதோ பேசிக் கொண்டிருக்கும்போது சிரித்தபடி "அட போங்க பெருமாள், ஒங்க வட்டமே ஒரு குடிகாரக் கும்பல், அவங்களைப் பத்திப் பேசாதீங்க" என்பார்கள். நானும் பதிலுக்கு சிரித்து வைப்பேன். அப்போதே அப்படிச் சொன்னவரை செருப்பால் அடிக்கத்தான் தோன்றும். தோன்றுவதையெல்லாம் செய்ய முடியுமா? இப்போது முடியும். மீண்டும் அப்படிச் சொன்னால் செய்வேன். எதற்குமே லாயக்கு இல்லாத, எந்த சாதனையையுமே செய்யாத நாதாரிகள்தான் அப்படிச் சொன்னார்கள். இதில் நகைமுரண் என்னவென்றால், என் வாசகர் வட்டத்தில் குடிக்காதவர்கள்தான் அநேகம்.

அதை விடுங்கள். யாரைப் பற்றியுமே புறம் பேசாதவள் புவனேஸ்வரி. சில மாதங்களுக்கு முன் என் நாவல் ஒன்று ஒரு சர்வதேசப் போட்டிக்கு அனுப்பப்பட்டு குறும்பட்டியலில் இடம் பெற்றது. ஆனால் கடைசியில் யாருமே சற்றும் எதிர்பாராத வகையில் தோற்று விட்டது. புவனேஸ்வரி சொன்னாள், இதற்குக் காரணம் கொக்கரக்கோ என்று. (கொக்கரக்கோ, இதைப் படிக்கிறாயா? இதைத் தட்டச்சு செய்யும் போது உன்னோடு சேர்ந்து கொஞ்சம் வைன் அருந்த வேண்டும் போல் உள்ளது!)

எப்படி என்று கேட்டேன்.

சொன்னால் உங்களுக்குக் கோபம் வரும். உங்களுக்குக் கோபம் வரும் எதையும் உங்களிடம் பேசக் கூடாது என்று சத்தியம் செய்திருக்கிறேன். மேலும், நீங்கள் இதை வைத்து என்னைத் திட்டி வேறு எழுதுவீர்கள். என்றாலும் என்னால் சொல்லாமல் இருக்க முடியவில்லை. நெஞ்சு பதறுகிறது. வயிறு எரிகிறது. உங்களுக்குப் பரிசு கிடைக்காததற்குக் காரணமே கொக்கரக்கோதான்.

அதுதான் ஏன் என்று கேட்கிறேன்.

அதை விவரித்துச் சொல்வது கஷ்டம். அவரிடம் உள்ள bad vibe உங்களை பாதிக்கிறது. அவ்வளவுதான் சொல்வேன். அவர் மேல் எனக்கு எந்தப் பிரச்சினையோ புகாரோ கிடையாது. ஆனால் அவருடைய bad vibe உங்களை பாதிக்கிறது. அதில் சந்தேகமே இல்லை எனக்கு.

நிச்சயமா. எனக்கும் அப்படித்தான் தோணுது. வைதேகியும் தினமும் அப்படித்தான் சொல்றா.

இப்போ அப்டித்தான் சொல்வீங்க. நாளைக்கு என்னைத் திட்டி எழுதுவீங்க.

சேச்சே. எழுத மாட்டேன். எனக்கே அப்டித்தான் தோணுது.

சரி, இந்த உரையாடலில் நான் வேறு எப்படி பதில் சொல்ல முடியும்? வைதேகியும் தினந்தோறும் இதையே சொல்கிறாள்.

மை டியர் வாசகரே, மேலே கொஞ்சம் பகுதியை அடித்து விட்டேன். ஏனென்றால், இந்த நாவலை முடித்தவுடன் புவனேஸ்வரியிடம் வாசிக்கக் கொடுத்தேன். எந்தவொரு கதையையும் நாவலையும் அப்படித்தான் கொடுப்பது வழக்கம். அவளிடமிருந்து எந்த அபிப்பிராயமும் வரவில்லை. முழுசாகப் படித்து முடித்து விட்டாளா என்று கூடத் தெரியாது. ஆனால் “மேலே சொன்னபடி நடக்கவில்லை, அது முழுத் தவறு, முழுமையான பிழை, இதை கொக்கரக்கோ படித்தால் என்னைப் பற்றி மிகவும் தவறாக நினைப்பார், தயவுசெய்து அந்தப் பகுதியை நீக்கி விடுங்கள் பெருமாள்” என்று சொன்னாள். எனக்குக் குழப்பமாகி விட்டது. என்ன செய்வதென்று புரியாமல் போனது. ஏனென்றால், இந்த நாவலை நான் வைதேகியிடம் கொடுத்துப் படிக்கச் சொன்னால் “நீ ஒரு அயோக்கியன், இப்படி எதுவுமே நடக்கவில்லை, நீ எப்போதுமே பேனைப் பெருமாளாக்குபவன், இக்கினியூண்டு விஷயத்தை ஊதிப் பெருக்குபவன், இந்த நாவலைக் குப்பையிலே போடு” என்று சொல்வாள். நோ நோ நோ... நான் வைதேகியையும் புவனேஸ்வரியையும் ஒப்பிடவில்லை.

ஒரு விஷயம் எப்படி நடந்தது என்பதை நான் எப்படி உள்வாங்கினேனோ அப்படித்தானே நான் எழுத முடியும்? நான் என்ன வருடாந்திர பட்ஜெட்டையா தாக்கல் செய்கிறேன்? மரியோ பர்கஸ் யோசா ஆண்ட் ஜூலியா அண்ட் த ஸ்க்ரிப்ட் ரைட்டர் என்ற நாவலை எழுதினார். அதில் எழுதியிருப்பது அத்தனையும் பொய் என்று ஆண்ட் ஜூலியா யோசா மீது வழக்குத் தொடுத்தார். வழக்கின் முடிவு என்ன ஆயிற்றோ தெரியாது. ஒருவேளை ஆண்ட் ஜூலியா சொல்வதே சரியாக இருக்கலாம். யோசா பொய் கூட எழுதியிருக்கலாம். ஆனால் அதனால் என்ன? நாவலுக்கு எது சுவையாக இருக்கிறது என்பதுதானே முக்கியம்? என்னதான் இது ஆட்டோஃபிக்ஷனாக இருந்தாலும் ஆட்டோபயகரஃபி இல்லையே?

சரி, விஷயத்துக்கு வருவோம். புவனேஸ்வரி கொக்கரக்கோ பெயரையே எடுக்கவில்லை. வாஸ்தவம்தான். ஆனால் உங்களைச்

சுற்றியுள்ள *bad vibes*இலிருந்து விலகுங்கள் என்றால் என்ன அர்த்தம்? என்னுடன் நெருங்கிப் பழகுபவன் கொக்கரக்கோ மட்டும்தான். ம்ஹூம், அப்படிச் சொல்வது கூட தவறு. நாங்கள் மட்டும்தான் அடிக்கடி பேசிக் கொள்கிறோம் (வைதேகி தரைத்தளத்தில் பூனைகளுக்கு உணவு கொடுப்பதற்காகச் செல்லும்போது), அடிக்கடி சந்திக்கிறோம் (மாதம் ஒருமுறை!), அடிக்கடி ஊருக்கு ஒன்றாகப் போகிறோம். (ஆறு மாதத்துக்கு ஒருமுறை!) மற்ற நண்பர்களோடு இவ்வளவு கூட இல்லை. ஆக, எதிர்மறை அதிர்வுகள் என்றால் அது கொக்கரக்கோவைக் குறிப்பதாகத்தானே அர்த்தம்? இன்னொன்று, கொக்கரக்கோ புவனேஸ்வரி பற்றித் தவறாக நினைத்தால்தான் என்ன? எங்கே எது சரியாக நடந்தது? கொக்கரக்கோவின் நாவல் ஒன்று ஒரு போட்டியில் தேர்வு ஆகி, அஞ்சு லட்சம் ரூபாய் பரிசு பெற்றது. அது பற்றி புவனேஸ்வரி வாயே திறக்கவில்லை. படித்தாளா இல்லையா என்றும் தெரியாது. படித்திருந்தால் பிடித்ததா இல்லையா என்றும் தெரியாது. இதெல்லாம் கூடப் பரவாயில்லை. யாரோ ரெண்டு பேர் "அந்த நாவலில் ஒண்ணுமே இல்லியே, அதுக்கு எப்படி இவ்ளோ பெரிய பரிசைக் குடுத்தாங்க?" என்று கேட்டதை அப்படியே என்னிடம் சொன்னாள் புவனேஸ்வரி. புவனேஸ்வரியின் மீது எனக்குக் கடும் கோபம் ஏற்பட்டது. யார் வேண்டுமானாலும் என்ன வேண்டுமானாலும் சொல்லலாம். அது அவர்கள் உரிமை. அதில் நாம் தலையிட முடியாது. ஆனால் அதை ஏன் அவள் என்னிடம் தெரிவிக்க வேண்டும்? அந்த நாவலை நான் தமிழின் மிக முக்கியமான படைப்பு என்று சொல்லியிருக்கிறேன். அப்படியிருக்கும்போது 'அதில் ஒண்ணுமே இல்லை' என்ற இரண்டு பேரின் கருத்து கலை இலக்கியம் பற்றிய என்னுடைய அழகியல் நுண்ணுணர்வை அவமதிப்பதாக இருக்கிறதே? குறைந்த பட்சம் புவனேஸ்வரி அதைப் படித்து, அதில் ஒன்றுமே இல்லை என்று கருதியிருந்தாலாவது அது குறித்து நாங்கள் இருவரும் விவாதிக்கும் சாத்தியம் இருக்கிறது. யாரோ இருவர் சொன்ன அவமரியாதையான கருத்தை நான் ஏன் செவி கொடுத்துக் கேட்க வேண்டும்?

இதையெல்லாம் நான் கொக்கரக்கோவிடம் சொல்லவில்லை. அந்த நாவலை எழுதுவதற்கு முன்னால் கொக்கரக்கோ ஒரு இரவு முழுவதும் அந்தக் கதையை என்னிடம் விவரித்தபோது “இப்படி ஒரு கதையை நான் கேள்விப்பட்டதோ படித்ததோ இல்லை, இது ஒரு உலகத் தரமான நாவலாக இருக்கும்” என்று சொல்லியிருந்தேன். ஒரு சினிமா இயக்குனரைப் பற்றிய கதை. அவன் வாயால் விவரித்ததை விட பல மடங்கு வீரியமாகவும் சிறப்பாகவும் வந்திருந்தது நாவல்.

இதை நான் புவனேஸ்வரியிடம் நூறு தடவையாவது சொல்லியிருப்பேன். அப்படியும் என்னிடம் வந்து யாரோ ரெண்டு பேர் நாவலில் ஒன்றுமே இல்லை என்று சொன்னார்கள் என்றால், நான் என்ன கேணப்புண்டையா? இத்தனை நாள் நான் படித்த படிப்பெல்லாம் வீணா? நான் என்ன கொக்கரக்கோ என் நண்பன் என்பதாலா அந்த நாவலைப் பாராட்டுகிறேன்? இது இத்தனைக் காலம் என்னோடு பழகிய புவனேஸ்வரிக்குத் தெரிய வேண்டாமா? ஆக, அந்த நாவலை புவனேஸ்வரி கண்டு கொள்ளவே இல்லை என்பதையே கொக்கரக்கோ கண்டு கொள்ளவில்லை என்கிற போது இந்தப் புனைகதையில் வரும் எதிர்மறை அலைகள் குறித்தா கவலைப்படப் போகிறான்?

அதனால்தான் உனக்கும் வேண்டாம், எனக்கும் வேண்டாம் என்று எழுதியதையே அடித்து விட்டேன். அடிக்கப்பட்டதனால் ’நீ சொல்லவில்லை’ என்பதும் வந்து விட்டது. அடிக்கப்பட்டாலும் வாசிக்க முடிவதனால் நான் இந்த விஷயத்தை எப்படி அனுபவம் கொண்டேன் என்பதும் வந்து விட்டது.

மேலும், இப்போதெல்லாம் என்னைச் சுற்றியுள்ள அன்பான பெண்கள் எல்லோருமே எதையாவது சொல்லி விட்டு பிறகு சொல்லவில்லை என்று சொல்லி விடுகிறார்கள். புவனேஸ்வரியின் மகன் ஆனந்தின் கல்யாண விஷயத்தை எடுத்துக் கொள்வோம். அந்த விஷயத்தை வைதேகியிடம் சொல்லாமல் அமுக்கி விடுவோம் என்பதுதான் என் திட்டமாக இருந்தது. சொன்னால் நான் அந்தக் கல்யாணத்துக்குப் போகக்

கூடாது என்று தடை உத்தரவு போட்டு விடுவாள் வைதேகி. ஏனென்றால், தினந்தோறும் கொக்கரக்கோவோடு சேர்ந்து புவனேஸ்வரிக்கும் திட்டும் வசையும் சாபமும் கிடைத்துக் கொண்டிருந்தது. கொக்கரக்கோவுடன் ஒப்பிட்டால் புவனேஸ்வரிக்குக் கம்மிதான். என்றாலும் இப்படிப்பட்ட கடும் யுத்தச் சூழலில் கல்யாண விஷயத்தை அமுக்கி விடுவதே உத்தமம். நான் புவனேஸ்வரியின் தங்கை கல்யாணத்துக்குப் போயிருக்கிறேன். சுருக்கமாகச் சொன்னால், ஆவணி அவிட்டம் தவிர மற்றபடி புவனேஸ்வரியின் எல்லா வீட்டு விசேஷங்களுக்கும் போயிருக்கிறேன். அவர்கள் அடிக்கடி வீடு மாற்றிக் கொண்டிருப்பார்கள். புதிதாகக் குடி போகும் போது பால் காய்ச்சுவர்கள் அல்லவா, அதற்கெல்லாம் கூடப் போயிருக்கிறேன். எப்படியென்றால், வைதேகியிடம் உண்மையைச் சொல்லாமல் வேறு ஏதாவது காரணம் சொல்லி விடுவேன். அதற்கெல்லாம் எந்தத் தடையும் இல்லை. ஆனால் ஆனந்த் கல்யாண விஷயத்தில் புவனேஸ்வரி என் பேச்சைக் கேட்கவில்லை. நானும் கணவரும் வந்து முறையாக பத்திரிகை வைக்கிறோம் என்றாள். மீண்டும் வேண்டாம் என்றேன். இல்லை, நேரில் அழைப்பதே முறை என்றாள். சரி, நடப்பது நடக்கட்டும் என்று விட்டு விட்டேன்.

ஏற்கனவே ஒருமுறை புவனேஸ்வரி இதுபோல் என் பேச்சைக் கேட்காமல் என் வாழ்வை நரகமாக்கி இருக்கிறாள். அது பற்றிய ராணுவ விசாரணையும் தண்டனையும் கிட்டத்தட்ட வாரம் ஒரு முறை என கடந்த ஏழெட்டு ஆண்டுகளாக என் வீட்டில் நடந்து கொண்டிருக்கிறது. எவ்வளவு திமிர் இருந்தா என் வீட்டுப் படியேறி வந்து 'ரைட்டர்னு தெரிஞ்சும் பெருமாளை ஏன் கல்யாணம் பண்ணிக்கிட்டீங்க'ன்னு கேப்பா அந்தத் தேவ்டியா? என் வீட்டுப்படி ஏறி வந்து கேட்டாளே, அவ நல்லா இருப்பாளா? இத்யாதி, இத்யாதி. அது என்ன திருஷ்டாங்கம் என்றால், எனக்கு ஒருமுறை ஹார்ட் அட்டாக் வந்த போது மருத்துவமனையை மாற்றினோம். அப்படி மாற்றும் போது ஆம்புலன்ஸில் என்னோடு ஏறி விட்டாள் புவனேஸ்வரி. ஏன் ஏறினாள்? எங்கள் வீட்டில் அப்போது

இரண்டு நாய்கள் இருந்தன. அவைகளை வாக்கிங் அழைத்துப் போகாவிட்டால் வீட்டுக்குள்ளேயே மல ஜலம் கழித்து அதன் மேலேயே புரண்டு ரகளை பண்ணி விடும். இது என் எல்லா நண்பர்களுக்கும் தெரியும். வைதேகியும் இது குறித்துப் புலம்பிக் கொண்டே இருந்திருக்கிறாள். சரி வைதேகி, நீங்கள் போய் நாய்களை கவனியுங்கள், நான் ஆம்புலன்ஸில் போகிறேன் என்று கிளம்பினாள் புவனேஸ்வரி. இதில் என்ன பிரச்சினை?

ஆனால் அந்தச் சம்பவம்தான் புவனேஸ்வரியின் மீது வைதேகி கொண்ட வெஞ்சினத்துக்கும் வன்மத்துக்கும் காரணம். இதில் இன்னும் பல காரணங்களும் சிக்கியிருக்கின்றன.

வைதேகியிடம் நான் நோய்வாய்ப்பட்டு சிக்கினால் அவள் என்னைக் கொன்று விடுவாள். இது வாசகர் வட்ட நண்பர்கள் அனைவருக்கும் தெரியும்.

சில உதாரணங்கள் தருகிறேன்.

ஹார்ட் பிரச்சினையை மாத்திரைகளாலேயே குணப்படுத்தலாம் என்று முடிவானது. ஆனால் ஆஞ்சியோகிராம் செய்ததால் ஒரு வார காலம் மருத்துவமனையிலேயே ஓய்வு எடுக்கலாம் என்று சொல்லியிருந்தார் மருத்துவர். என்னை இருபத்து நான்கு மணி நேரமும் கவனித்துக் கொள்ள கொக்கரக்கோ ஏற்பாடு செய்திருந்தான். இரவு பகல் பாராமல் கண் துஞ்சாமல் என்னை கவனித்துக் கொண்டவன் சாமிநாதன். ஐந்தாம் நாளே மருத்துவ மனைக்கு வந்த வைதேகி “கிளம்பு வீட்டுக்கு” என்று சொல்லி என்னை வீட்டுக்கு அழைத்துக் கொண்டு வந்து விட்டாள். வீட்டில் என்னை கவனித்துக் கொள்ள ஒரு நாதி கிடையாது என்று எனக்குத் தெரியும். வைதேகிக்கு நாய்களை கவனிக்க வேண்டும். நாங்கள் இருந்தது தனி வீடு. எப்போது பார்த்தாலும் விளக்குமாறும் கையுமாகக் குப்பை பெருக்கிக் கொண்டிருப்பாள் வைதேகி. அதனால் நான் வீட்டுக்குப் போகவே அஞ்சினேன். யாராவது என் கைப்பிடித்து அழைத்துச் சென்றால்தான் என்னால் நடக்கவே முடிந்தது. வீட்டுக்குப் போனதும் காலை பத்தரைக்கு இட்லி கிடைத்தது. எனக்கு எட்டு மணியிலிருந்து பசி கொல்ல ஆரம்பித்து விடும். மருத்துவமனையிலிருந்து

வீட்டுக்கு வந்த நாள் அன்று மதியம் இரண்டு மணி ஆகியும் சமையல் அறையில் எந்த நடவடிக்கையும் இல்லை. அப்போது பார்த்து "உனக்கு மருந்து வாங்கி வரப் போகிறேன்" என்று சொல்லி விட்டு வெளியே கிளம்பிப் போய் விட்டாள் வைதேகி. நான் பசியில் துடிக்க ஆரம்பித்தேன். இந்த எழவுக்குத்தானே நான் மருத்துவமனையிலேயே இருக்கிறேன் என்று சொன்னேன்? மருந்து வாங்கப் போனவள் அரை மணி ஆகியும் வரவில்லை. மருந்து கிடைக்கவில்லை போல. அது சரி, சாப்பிடவே ஒன்றும் இல்லாமல் நான் எப்படி மருந்து சாப்பிடுவது? அப்போதுதான் மும்பையிலிருந்து மோகன் ஃபோன் செய்தான். அம்மா எங்கே என்று கேட்டவனிடம் என் நிலையைச் சொல்லி அழுதேன். அவனோ அம்மா பக்கம் பேசினான். "அவங்க என்னா பண்ணுவாங்க டாடி? மருந்தும் தேவைதானே? உங்களுக்கு அம்மாவைப் பற்றித் தெரியாதா?" என்று ஏதேதோ உளறினான். திட்டுவதற்குக் கூட எனக்குத் திராணி இல்லை. பிறகு நிற்கவே முடியாத நிலையில் கையில் கிடைத்ததைப் பிடித்துக் கொண்டு நானே சமைக்க ஆரம்பித்தேன்.

இப்படித்தான் ஒரு விஷயத்தை நிர்வாகம் பண்ணுவாள் வைதேகி. ஆனால் தன்னைப் போல் யாராலும் நிர்வாகம் பண்ண முடியாது என்று நினைக்கிறாள். ஆனால் ஆச்சரியகரமாக அப்படித்தான் அவள் அலுவலகத்தில் பேர் வாங்கியிருக்கிறாள்!

உண்மைதான். பதினைந்து ஆண்டுகளுக்கு முன்பு எனக்கு ஹார்ட் அட்டாக் வந்த போது அப்போதும் வீட்டில் நாய் இருந்தது வைதேகி ஒற்றை ஆளாய் எனக்கு சிசுருஷை செய்தாள். கூட ஒத்தாசைக்கு அவள் தமையன் கஸ்தூரி ரங்கன் அவ்வப்போது வந்து பார்ப்பார். இரவில் கூடவும் இருந்தார். அப்படி இருந்தவள்தான் காலப்போக்கில் இப்படி ஆகியிருந்தாள்.

ஒரு சின்ன பிரச்சினையை மாபெரும் இமாலயப் பிரச்சினையாக மாற்றுவதில் வைதேகி கில்லாடி. ஒருநாள் இரவு மணி பதினொன்றரை மணிக்கு எனக்கு நெஞ்சில் வலி. அது ஹார்ட் அட்டாக்கா அல்லது வெறும் வாய்வுப் பிரச்சினையா

என்று முடிவு செய்ய முடியவில்லை. சமயங்களில் ஹார்ட் பிரச்சினையை வாய்வுப் பிரச்சினை என்று நினைத்து சும்மா இருந்து விட்டால் மரணம் சம்பவிக்கும். அதனால் சற்று அச்சமாக இருந்தது. ஆனால் ஹார்ட் அட்டாக் மாதிரி தெரியவில்லை. தாடை மற்றும் கையில் வலி இல்லை. அசாதாரணமாக வேர்க்கவில்லை. ஆனால் வாய்வு வலியாக இருந்தாலும் மருத்துவமனைக்குப் போக வேண்டும் போல் வலி அதிகரித்துக் கொண்டு போனது. வைதேகி உறங்கிக் கொண்டிருந்தாள். எழுப்பினாலும் "இதனால்தான் நான் உன்னை ஸ்ரீராமோடு சேராதே என்று சொன்னேன், இந்தக் கொக்கரக்கோ பொறுக்கியோடு சேர்ந்து குடிக்காதே என்று சொன்னேன்" என்று ஆரம்பித்து, எனக்கு நெஞ்சு வலியாக இருந்தால் உடனடி மரணத்தைக் கொண்டு வந்து விடுவாள். அதனால் அவளை எழுப்பாமல் கொக்கரக்கோவுக்கு ஃபோன் பண்ணினேன். அவன் காலையில் நான்கு மணிக்குப் படுத்து மதியம் பன்னிரண்டுக்கு எழுந்து கொள்பவன். உடனே எடுத்தான். அவனுக்கு ஃபோன் செய்ததற்குக் காரணம், அவன் தங்கைதான் என்னுடைய ஆயுர்வேத மருத்துவர். இந்த நேரத்தில் அவரை அழைக்கலாமா என்று கேட்க வேண்டும். கொக்கரக்கோ "அது தேவையில்லை" என்று சொல்லி விட்டு, "இது நிச்சயம் வாய்வுதான்" என்றான். கூடவே அதற்கு ஒரு ஆயுர்வேத மருந்தையும் சொன்னான். என்னிடம் முதல் உதவி என்ற அளவுக்குப் பலவித ஆயுர்வேத மருந்துகள் எப்போதும் இருக்கும். அவன் சொன்ன மருந்து என்னிடம் இருந்த்து. அப்போது அங்கே எழுந்து வந்த வைதேகி படு கோபமான குரலில் "என்னப்பா இந்த நேரத்தில அந்த அயோக்கிய நாய் கிட்ட பேசிக்கிட்டு இருக்கே?" என்று கேட்டாள்.

நான் சுருக்கமாக விஷயத்தைச் சொன்னேன். அதையும் கேட்டு விட்டு "அதுக்காக இந்த நேரத்துல ஃபோன்ல அரட்டை அடிக்கணுமா? இப்போதானே அமைதியா இருக்கணும்? இத்தனை வலியில கூட ஃபோன் பேசணுமா? ஒனக்கு இந்தப் பிரச்சினை வந்த்தே நீ ஃபோனும் கையுமா இருக்கிறதுனாலதான். ஒனக்கு சொன்னா கோபம் வரும்..." என்றாள். அந்த நள்ளிரவில்

நாலு தெருவுக்குக் கேட்கிறாற்போல் கத்தினேன். எனக்கு அன்று கொஞ்சமாவது நெஞ்சுப் பிரச்சினை இருந்திருந்தால் நான் கத்தின கத்தலில் நிச்சயம் அது ஹார்ட் அட்டாக்காக மாறி செத்திருப்பேன். வாய்வுப் பிரச்சினைதான் என்பதால் தப்பினேன். கொக்கரக்கோ சொன்ன மருந்தைக் குடித்து அரை மணி நேரத்தில் வலி சரியானது.

இந்தப் பின்னணி கருதித்தான் புவனேஸ்வரி ஆம்புலன்ஸில் ஏறினது. இன்னொரு விஷயம், புவனேஸ்வரிக்கும் கொஞ்சம் உலகளந்தான் குணமும் உண்டு. யாருக்காவது உடம்பு சரியில்லை என்றால் அந்த மருத்துவமனைக்கு ஆஜராகி விடுவாள். சிசுருஷையும் செய்வாள். யார் யாருக்கோ செய்யும் போது தன் குருவுக்குச் செய்ய மாட்டாளா?

இது பற்றி வைதேகி கடும் தூஷணைகளைக் கொட்டிக் கொண்டிருந்த நிலையில் ஒருநாள் புவனேஸ்வரி வைதேகிக்கு ஃபோன் செய்த போது ஃபோனிலும் வைதேகி ஏதேதோ சொல்லி விட்டாள்.

அப்போதுதான் புவனேஸ்வரி வீரத் திருமகளாக மாறி நியாயம் கேட்க எங்கள் வீட்டுக்கு வந்தது. சிங்கத்தின் குகையில் தலையைக் கொடுப்பதற்கு சமம் என்று எத்தனையோ எடுத்துச் சொன்னேன். புவனேஸ்வரி என் பேச்சுக்கு செவி கொடுக்கவே இல்லை.

நான் தபால் இலாகாவில் ஸ்டெனோவாக இருந்தபோது ஒருநாள் லிஃப்ட்டில் நுழைந்தேன். லிஃப்டின் உள்ளே சீஃப் பீயெம்ஜி இருந்தார். பயபக்தியுடன் சல்யூட் அடித்தேன்.

எந்த செக்ஷன் என்றார்.

ஸ்டெனோஸ் பூல் சார் என்றேன்.

என்ன பெயர்?

அறிவழகன் சார்.

முதல் மாடி வந்ததும் அவர் வெளியேறினார். நான் மூன்றாவது மாடி. லிஃப்ட்டிலிருந்து ஸ்டெனோஸ் பூல் ரொம்ப தூரம். போனால் அங்கே சீஃப் பீயெம்ஜியின் ஆர்டர்லி நின்று

கொண்டிருந்தார். ஒரு அம்பது பக்கம் இருக்கும். ஒரு மணி நேரத்தில் வேண்டும் என்று சொல்லி சீஃப் உங்களிடம் கொடுக்கச் சொன்னார் என்றார் ஆர்டர்லி.

அந்த அம்பது பக்கத்தையும் தட்டச்சு செய்ய ஒரு முழு நாள் எடுக்கும். ஒரு சல்யூட்டுக்கு இத்தனை பெரிய தண்டனை. அப்படியே அந்த ஃபைலை மற்ற ஸ்டெனோக்களிடம் கொடுத்து விட்டு நான் கன்னிமாரா நூலகம் சென்று விட்டேன்.

அடுத்த ஆண்டு வேறு ஒரு சீஃப் வந்த போது இதேபோல் ஒருநாள் லிஃப்ட்டில் அவரோடு மாட்டினேன். ஆனால் அவரைக் கண்டு கொள்ளவே இல்லை. யாரோ போல் மோட்டுவளையைப் பார்த்துக் கொண்டு நின்றேன். அவரும் என்னை ஏதோ பொதுஜனம் என்று நினைத்து விட்டார்.

இதேபோல் வைதேகியிடம் நீங்கள் மாட்டாமல் இருக்கும் வரை சரி. மாட்டினால் நான் தொலைந்தேன். உங்களோடு சேரக் கூடாது என்ற தடை உத்தரவு வந்து விடும்.

அட என்னங்க நீங்க, இந்த அத்தியாயத்தை நான் ஜனவரி மாதம் ஒன்பதாம் தேதி 2023ஆம் ஆண்டு எழுதுகிறேன். முந்தாநாள் என்ன செய்தேன் தெரியுமா? ஒரு தோள்பையை எடுத்து அதில் நான் புத்தக விழாவில் அணிந்து கொள்ள வேண்டிய ஜீன்ஸை எடுத்து வைத்துக் கொண்டு வீட்டில் வேறொரு ஜீன்ஸை அணிந்து கொண்டு கிளம்பினேன். ஏன் இந்தக் கேப்மாரித்தனமெல்லாம்? காரணம், பையில் வைத்திருந்த ஜீன்ஸ் தொடையிலும் முழங்காலிலும் கடுமையாகக் கிழிந்திருந்தது. அதை அணிந்து கொள்ள வீட்டில் தடை உத்தரவு இருந்தது.

"உன்னைப் போல் சமூகத்தில் பெரிய இடத்தில் இருக்கின்ற ஒரு கனவான் நாகரீகமாக ஆடை அணிய வேண்டாமா? நீ என்ன பொறுக்கியா? இதனாலெல்லாம்தான் சொல்கிறேன், நீ அந்தப் பொறுக்கியோடு சேராதே என்று? என்ன, கொக்கரக்கோ பயல்தானே இந்தக் கிழிந்த பேண்ட்டை வாங்கிக் கொடுத்தான்? நீ மட்டும் அதைப் போட்டால் நான் வீட்டை விட்டு வெளியேறி விடுவேன்."

அதனால்தான் அந்தக் கிழிந்த ஜீன்ஸை ரகசியமாகப் பையில் வைத்து எடுத்துக் கொண்டு போனேன். டாக்ஸியில் செல்லும் போது ஜீன்ஸை மாற்றிக் கொண்டேன். கஷ்டமாகத்தான் இருந்தது. ஜீன்ஸை மாற்றுவதற்காக ஷூவையும் கழற்ற வேண்டியிருந்தது. டிரைவர் என்னைப் பற்றி ஏதாவது மட்டமாக நினைத்திருப்பார்.

நேற்று ஏதோ நினைவில் இந்தத் தகிடுதத்தத்தைச் செய்யாமல் நேரடியாக அவள் தடை செய்திருந்த ஒரு சட்டையை அணிந்து விட்டேன். அந்த சட்டைக்கு ஏன் தடை என்றால், அது பொத்தல் பொத்தலாக இருந்தது. முந்தாநாளைப் போல் அதையும் பையில் வைத்து எடுத்துக் கொண்டு போய் காரில் மாற்றியிருக்க வேண்டும். எல்லா நேரத்திலுமா ஒருத்தன் கம்பி மேல் நடப்பது போலவே எச்சரிக்கையாக இருக்க முடியும்?

இப்படிப்பட்ட ஒரு பெண்மணிக்கு நேரில் வந்து அழைப்பிதழைக் கொடுக்கலாமா? ஆனால் புவனேஸ்வரி என்ன நினைத்திருப்பாள் என்றால், மோகனின் கல்யாணம் மும்பையில் நடந்தபோது புவனேஸ்வரியும் அவள் கணவரும் சென்னையிலிருந்து மும்பை வந்திருந்தார்கள். பிறகு சென்னையில் நடந்த வரவேற்பு விழாவுக்கும் வந்தார்கள். எல்லாவற்றுக்கும் வைதேகியும் நானும் நேரில் சென்றுதான் அழைத்திருந்தோம்.

ஆனால் ஐந்து ஆண்டுகளுக்கு முன் இருந்த புவனேஸ்வரி இல்லையே இப்போதைய புவனேஸ்வரி? இப்போது அவளுடைய பத்துப் பதினைந்து சிறுகதைகள் வெளியாகி புவனேஸ்வரி இன்று பிரபலம் அடைந்து விட்டாள். பார்க்க அழகாகவும் இருப்பதால் அவள் பின்னால் ஒரு ரசிகர் கூட்டமே துரத்துகிறது. ரசிகர் கூட்டத்தில் பெரும்பாலும் அறுபது வயதுக்கு மேற்பட்டவர்களாக இருப்பதுதான் கொஞ்சம் இடிக்கிறது. போகட்டும். புவனேஸ்வரி அழைப்பிதழைக் கொடுக்க வந்த சமயத்தில் நானாவது வாயை வைத்துக் கொண்டு சும்மா இருந்திருக்க வேண்டும். வாய்தான் எமன். எமன் பேசினான்.

“என்ன, எஸ்.ரா.வும் ஜெயமோகனும் வந்து விடுவார்கள், இல்லையா?”

“வந்துருவாங்கன்னு நெனைக்கிறேம்ப்பா.”

கணவனும் மனைவியும் வீட்டை விட்டுக் கிளம்பியதும் அக்னிப் பிழம்பாக மாறிய வைதேகி முதல் காரியமாக அந்தக் கல்யாணப் பத்திரிகையைக் கிழித்துக் குப்பையில் போட்டாள். இந்தக் கல்யாணம் நடந்து விடுகிறதா பார்க்கிறேன் என்று ஆவேசமாகக் கத்த ஆரம்பித்தாள். விடுங்கள். இன்னும் என்னென்னவோ செய்தாள், கத்தினாள். (நாவலைப் படித்த போது இந்த இடத்தை அடிக்கோடிட்ட கொக்கரக்கோ, “புவனேஸ்வரி வருத்தப்படுவார்கள் என்று நினைத்து இந்தப் பகுதியை நீ கொஞ்சம் மென்மையாக எழுதி விட்டாய் பெருமாள், இந்தச் சம்பவத்தை நீ என்னிடம் சொன்னபோது என் அடி வயிறு கலங்கியது, ஆனால் எழுத்தில் அப்படி வரவில்லையே?” என்று சொன்னான். இதில் என்ன மென்மை, கடுமை? கல்யாணப் பத்திரிகையைக் கிழித்துப் போட்டு விட்டு சபிப்பது என்பதை விடக் கடுமையானதா வைதேகி சொன்ன ஆயிரம் தேவ்டியா நாமாவளி? இந்த நாவலை நான் உள்ளது உள்ளபடியே எழுதினால் ஆயிரம் பக்கத்தையும் தாண்டி விடும். ஆகவே, அன்பு குறித்து என்னிடம் சேகரமான சில குறிப்புகளை மட்டுமே உங்களிடம் கடத்துகிறேன். இதை வைத்துக் கொண்டு நீங்கள் உங்களுடைய கற்பனைப் புரவியைத் தட்டி விடலாம்...)

அப்படி இங்கே தேவ்டியா நாமாவளி நடந்து கொண்டிருந்த வேளையில் வீட்டின் அழைப்பு மணி அடித்தது. உடனடியாக நாமாவளியை நிறுத்திய வைதேகி சற்று சுதாரித்துக் கொண்டு கதவைத் திறந்தாள். பார்த்தால் புவனேஸ்வரி. பர்ஸை வைத்து விட்டுப் போய் விட்டாளாம். உடனே வைதேகி செய்தது என்ன தெரியுமா?

வாடா செல்லம், உள்ள வா என்று உலகின் அன்பையெல்லாம் குரலில் தோய்த்து அழைத்தாள்.

(ங்கொய்யால, சாவுங்கடா எல்லாம்.)

எனக்கு இருபதாயிரம் செலவு செய்து வேஷ்டி சட்டை, வைதேகிக்கு பதினைந்தாயிரத்துக்குப் பட்டுப் புடவை. பட்டுப் புடவை எடுக்கும் போது மும்பையில் இருந்த வைதேகிக்கு புவனேஸ்வரி சென்னையிலிருந்து ஃபோன் போட்டு என்ன கலர் வேண்டும் என்றெல்லாம் காணொலியைக் காண்பித்துக் கேட்டிருக்கிறாள். பல புடவைகள் காண்பிக்கப்பட்டு, பரிசீலிக்கப்பட்டு, கடைசியில் வைதேகியின் விருப்பத்துக்கு ஏற்ற வண்ணத்தில்தான் பட்டுப் புடவை எடுக்கப்பட்டது.

“ஏம்மா, நீ கல்யாணத்துக்குப் போக வேண்டாம் என்று முடிவு செய்திருக்கும் பட்சத்தில் அப்போதே ‘இதெல்லாம் வேண்டாம்’ என்று சொல்லியிருக்க வேண்டியதுதானே? யார் உன்னைத் தடுத்தது?” என்று நான் கேட்டேன்.

எப்போதும் ஒரு தேர்ந்த வழக்கறிஞரைப் போல் பேசும் வைதேகி அன்றைய தினம் என் கேள்விக்கு சரியான பதில் சொல்லவில்லை. “வேணும்னுதான் பண்ணினேன்” என்று சமாளித்தாள்.

உண்மையான காரணம் என்னவென்றால், கல்யாணத்துக்குப் போகலாம் என்றுதான் இருந்திருக்கிறாள். ஆனால் புவனேஸ்வரியை நேரில் பார்த்ததும் மனம் ஆற்றாமையில் வெந்து பொசுங்கி விட்டது. கு.ப.ரா.வின் ஆற்றாமை கதை படித்திருக்கிறீர்கள்தானே? ‘எஸ்.ரா.வும் ஜெயமோகனும் வரும் அளவுக்கு நீ பெரிய எழுத்தாளராக ஆகி விட்டாயா? இரு, உன்னை கவனித்துக் கொள்கிறேன்.’ இதுதான் வைதேகி புவனேஸ்வரி வீட்டுக் கல்யாணத்துக்குச் செல்லாததற்கும், என்னையும் செல்ல விடாமல் தடுத்ததற்கும் உண்மையான காரணம்.

இன்னொரு காரணம், புவனேஸ்வரி என்னை அழைத்த பாங்கு. “அது என்ன அவள் உன்னை ஒருமையில் அழைக்கிறாள்?” என்று கேட்டாள் வைதேகி.

“அய்யய்யோ, இது என்னம்மா அபாண்டமா இருக்கு?”

"ஆமாம்ப்பா, உன்னைப் போய் ரொம்ப சுவாதீனமா பெருமாள்னு கூப்புர்றா. வாங்கப்பா போங்கப்பாங்கிறா. ம்? எங்கியோ கெடந்த நாயத் தூக்கி எங்கியோ ஒக்கார வச்சிருக்கிறே? என்னா அர்த்தம்? ம்? இரு இரு. நானும் கதை எழுதி ஒங்களெல்லாம் என்ன பண்றேன் பாரு. நான் மட்டும் எழுத ஆரமிச்சேன்... எவனோ சொல்றியே ஜெயமோஹன், எஸ். ரா.ன்னு... அவனுங்களையெல்லாம் தூக்கி சாப்பிட்டுர்றேன்... பாரு, அதுவும் நடக்கத்தான் போவுது... என்னாங்கடா, எழுத்தாளன்னா பெரிய புடுங்கியா? எவ்வளவு திமிரு இருந்தா என் வீட்டுப் படியேறி வந்து 'ரைட்டர்னு தெரிஞ்சும் ஏன் பெருமாளைக் கல்யாணம் பண்ணிக்கிட்டீங்க'ன்னு கேட்ருப்பா அந்தத் தேவ்டியா..."

பத்திரிகையைக் கிழித்துப் போட்டது போலவே பட்டு வேஷ்டி, பட்டுப் புடவை எல்லாவற்றையும் கூட தூக்கிக் குப்பையில் எறிவாள் என்று எதிர்பார்த்தேன். இல்லை. அப்படி நடக்கவில்லை. (அதில் எனக்குக் கொஞ்சம் ஏமாற்றம்தான் என்று சொல்லலாம்.) எல்லாவற்றையும் வேலைக்காரிகளுக்குக் கொடுக்கப் போகிறேன் என்று அறிவித்தாள். இந்த வாக்கியத்தை எழுதும் வரை அப்படி நடக்கவில்லை. நான் மட்டும் என் வேஷ்டி சட்டைகளை நைஸாகத் திருடி பயன்படுத்த ஆரம்பித்து விட்டேன். அதாவது, வெளியூர் போனால் எடுத்துக் கொண்டு போவேன். என்னிடம் பட்டு ஆடைகள் பல உண்டு என்பதால் புவனேஸ்வரி கொடுத்ததும் அதோடு சேர்ந்து விட்டது.

கல்யாணம் காலை எட்டு மணியிலிருந்து ஒன்பதரை, மேயர் ராமநாதன் ஹாலில் என்பதால் நான் நடைப்பயிற்சிக்குப் போகும் போதே அதே ஆடையுடன் போய் மணமக்களை தூரத்தில் இருந்து ஆசீர்வதித்து விட்டு வந்தேன். மாலையில் நடக்கும் வரவேற்புக்குப் போக முடியுமா இல்லையா என்று தெரியவில்லை.

மாலை வந்ததும் வைதேகியிடம் 'நான் மட்டும் போய்த் தலையைக் காண்பித்து விட்டு வருகிறேன்' என்றேன் மெதுவாக. போனால் இப்போதே விவாகரத்து செய்வேன் என்றாள்.

கண்ணிமைக்கும் நேரத்தில் "ஓகேம்மா, நான் போகல" என்று சொல்லி விட்டு ஏதோ முக்கியமான ஒன்றைத் தட்டச்சு செய்ய ஆரம்பித்து விட்டேன். விவாதமே செய்யவில்லை என்பது அவளுக்குப் பெரிய ஆச்சரியத்தைக் கொடுத்திருக்கும். எனக்கு புவனேஸ்வரியின் மீதுதான் வருத்தம். நான் சொன்னபடி ஏன் செய்யவில்லை? நான் பாட்டுக்கு ப்ரூ ரூம் போகிறேன் என்று சொல்லி விட்டு வரவேற்புக்கு வந்திருப்பேனா இல்லையா?

ஒரு மணி நேரம் சென்று என் அறையில் எட்டிப் பார்த்த வைதேகி, "உனக்கு என் மனப்பூர்வமான நன்றி பெருமாள், அவளைப் பழி வாங்க வேண்டும் என்று நினைத்தேன், பழி வாங்கி விட்டேன், இப்போது எனக்குத் திருப்தி, என் வீட்டுப் படியேறி வந்து 'ரைட்டர்னு தெரிஞ்சும் ஏன் பெருமாளைக் கல்யாணம் பண்ணிண்டீங்க'ன்னு கேட்டாள்ல... இப்போ பழி வாங்கிட்டேன், நீ இப்போது எனக்குச் செய்த உதவியை நான் ஒரு நாளும் மறக்க மாட்டேன்" என்றாள்.

'இது அல்லவோ ஆன்மீகம்!' என்று மனதுக்குள் சொல்லி அதை முடித்துக் கொண்டேன்.

பிறகு கொஞ்ச தூரம் சென்றவள் திரும்பி வந்து "அந்தப் பையன் நல்லா இருப்பான், அவனுக்கும் இதுக்கும் சம்பந்தம் இல்லை" என்றாள்.

அதற்கு மட்டும் மனதுக்குள் போடீ சுன்னி என்று நினைத்துக் கொண்டேன்.

ஆனாலும் எனக்கு எந்த வருத்தமும் இல்லை. நான் வாழ்வது ஒரு அடிமை வாழ்க்கை. இந்த வாழ்க்கையில் சில பல தகிடுதத்தங்களைச் செய்துதான் வாழ்ந்து கொண்டிருக்கிறேன். இந்த அடிமை வாழ்க்கையிலும் தினமும் எக்கச்சக்கமாக எழுதிக் கொண்டிருக்கிறேன். இந்த அடிமை வாழ்க்கையிலும் மாதாமாதம் குடித்துக் கும்மாளம் அடித்துக் கொண்டிருக்கிறேன். இந்த அடிமை வாழ்க்கையிலும் சில இளம் பெண்களோடு தொடர்பில் இருக்கிறேன். அவ்வளவுதான் முடியும். மற்றவர்களும் என்னோடு என் கொண்டாட்டத்தைப் பகிர்ந்து

கொள்ள வேண்டும் என்றால், நான் சொல்வதை வாயை மூடிக் கொண்டு கேட்க வேண்டும். அப்போதுதான் படகு கவிழாமல் ஓடும்.

எனக்கு அம்மாச்சியின் ஞாபகம் வந்தது. அம்மாச்சியின் கணவர் ராமசாமியின் தந்தை பெட்டியடியாக பர்மா சென்ற ஒரு நாட்டுக்கோட்டை செட்டி. இரண்டாம் உலக யுத்தத்தின் போது வங்காளம் வழியாக தாயகம் திரும்பி விட்டார் ராமசாமி. வந்த புதிதில் எக்கச்சக்கமாகக் காசு இருந்தது. புதுக்கோட்டையில் ஒரு பணக்கார இடத்தில் ராமசாமி தன் மூத்த பெண்ணை கல்யாணம் செய்து கொடுத்து விட்டு இறந்து போனார். அதற்குப் பிறகு கையில் பிடித்த தண்ணீர் காணாமல் போவதைப் போல அம்மாச்சியிடமிருந்த பணமெல்லாம் போயிற்று. மீதி பதினோரு குழந்தைகளை கரை சேர்க்க வேண்டும். அதெல்லாம் தனிக்கதை. புதுக்கோட்டை பெரியம்மா அரண்மனை போன்ற வீட்டில் வாழ்ந்தவர். ரொம்பப் பெரிய இடம். அம்மாச்சி உதவி கேட்ட போது அசிங்கமாகத் திட்டி அனுப்பி விட்டார். அம்மாச்சி போய் சேர்வராயன் கோவிலில் மண் அள்ளி வைத்து விட்டார். பெரியம்மாவுக்கு ஒன்றுமே ஆகவில்லை. அந்தக் குடும்பம் ஜாம் ஜாம் என்று இருந்தது. அம்மாச்சியின் கடைசி காலத்தில் ஒரு வருடம் மலத்தில்தான் கிடந்தார். எங்கள் வீட்டில் வைத்துக் காப்பாற்ற முடியவில்லை. எங்களுக்கே சோற்றுக்குத் திண்டாட்டம். இன்னொரு பெரியம்மா வீட்டில் இருந்தார் அம்மாச்சி. முதுமை நோய். நடக்க முடியவில்லை. நான் பார்த்த போதெல்லாம் கட்டிலில் மலத்திலேயே கிடந்தார். வீடே நாறியது மட்டும் அல்ல, தெருவே நாறியது எனக்கு இன்னமும் ஞாபகம் இருக்கிறது.

இதோ பாருங்கள், எனக்கு தினந்தோறும் செத்துப் போ செத்துப் போ என்று கடிதங்கள் வந்து கொண்டிருக்கின்றன. அதிலும் ஒரு பெண் எழுதுகிறாள். காலையில் நான்கு மணிக்கு எழுந்ததும் அந்த வார்த்தைகள்தான் கண்களில் படுகின்றன. நான் என்ன செத்தா போனேன்? அந்த இரண்டு வார்த்தைகளும் எனக்குக் கிடைக்கும் ஆன்மீகப் பயிற்சி என்று

எடுத்துக் கொள்கிறேன். என்ன சொல்கிறீர்கள் சௌந்தர், சரிதானே? அப்படி 'செத்துப் போ' என எழுதுபவர்கள் மீது கருணை பொங்குகிறது எனக்கு. ஒருவனை செத்துப் போ என்று சொல்பவரின் மனக் கொந்தளிப்பை என்னால் புரிந்து கொள்ள முடிகிறது. எல்லாமே மனிதர்களின் மனப்பிறழ்வுகள்தானே? அது பற்றியெல்லாம் கவலைப்பட்டுக் கொண்டிருக்க முடியுமா? ஒருவருக்குக் கல்யாணம் நடப்பதும், கல்யாணம் பாதியிலேயே நின்று போவதும், ஒருவர் வாழ்வதும் தாழ்வதும் எவருடைய சொல்லில் இருக்கிறது?

சரி, விஷயத்துக்கு வருகிறேன். புவனேஸ்வரியிடம் நடந்த கதையை கடுமையாகத் தணிக்கை செய்து சொன்னேன். "சே, போங்கப்பா, நீங்க முன்னாடியே சொல்லியிருக்கலாம், அழைப்பிதழ் கொடுக்க வர வேண்டாம்னு" என்றாள்.

சொன்னேனேம்மா?

இல்லவே இல்லை. நீங்கதான் எப்ப வர்றீங்க, எப்ப வர்றீங்கன்னு கேட்டுக்கிட்டே இருந்தீங்க. எனக்கு நல்லா ஞாபகம் இருக்கு.

நான் பதில் ஒன்றும் சொல்லவில்லை. நான் கேட்டுக் கொண்டே இருந்தது வாஸ்தவம்தான். ஏன் கேட்டேன் என்றால், வைதேகியிடம் அவர்கள் வருவதைத் தெரிவித்து விட்டேன். அதனால், அவள்தான் அவர்கள் எப்போது வருகிறார்கள் என்று கேட்டுக் கொண்டே இருந்தாள். ஆனால் இந்தக் கதைக்கெல்லாம் முன்னால் "நீங்கள் வராதீர்கள், நான் கமுக்கமாகக் கல்யாணத்துக்கு வந்து விடுகிறேன்" என்று நான் சொன்னதை புவனேஸ்வரி மறுத்து விட்டாள். இப்போது அதை மறந்தும் விட்டாள். அழைப்பிதழ் கொடுப்பதே முறை என்று வலியுறுத்தினாள். அதன் காரணமாகவே நான் வாயை மூடிக் கொள்ள நேர்ந்தது. இப்போது பந்து என் கோர்ட்டில் கிடக்கிறது. நான்தான் அவளை அழைப்பிதழை எடுத்துக் கொண்டு வரச் சொன்னேனாம். ம், சரி, எல்லாம் என் தப்புதான் என்று ஏற்றுக் கொண்டேன்.

இவ்வளவு சொல்லி விட்டு, காலையில் கல்யாணத்துக்குப் போன கதையைச் சொல்லாமல் விட்டால் எப்படி? உலகளந்தானும் நானும் கல்யாண மண்டபத்துக்குள் ஏழு மணிக்கு நுழைந்தோம். நுழையும்போதே வலது பக்கம் இருந்த டைனிங் ஹாலைப் பார்த்து "சாப்பிட்டு விட்டுப் போகலாமா?" என்று கேட்டார் உலகளந்தான். அவர் மண்டையிலேயே போடலாமா என்று வந்தது. நானே கடுமையான பீதியில் இருந்தேன். காரணம், வைதேகியிடமிருந்து ஃபோன் வந்து எடுத்துப் பேசினால் இந்த மேளதாளமெல்லாம் கேட்குமே? ஒருத்தனுக்கு ஒரு வாழ்க்கை தொடங்கும் நேரத்தில் இன்னொருத்தனின் வாழ்க்கை முடிந்து போகுமே? அதனால் திட்டமிட்டேன். ஃபோன் வந்தால் கல்யாண ஹாலிலிருந்து வெளியே ரோட்டுக்குப் போய்தான் வைதேகியைத் திரும்ப அழைக்க வேண்டும். பெரிய ஹால். ரோட்டுக்குப் போக ஐந்து நிமிடம் கூட ஆகலாம். ஏன் உடனே எடுக்கவில்லை என்றால் தடுமாறக் கூடாது. காதில் விழவில்லை என்று தயாராகப் பொய் சொல்ல வேண்டும். இப்படியெல்லாம் திட்டமிட்டபடி போய்க் கொண்டிருந்தால் உலகளந்தானுக்கு சாப்பாட்டு வெறி. ஏங்க இப்படிப் பக்கியா இருக்கீங்க, உள்ளே ஒத்தர் கூட இன்னும் சாப்பிட ஆரம்பிக்கவில்லை, பாருங்கள் என்று சற்று கடுப்புடன் சொன்னேன். சாரி சார், வரும்போது சாப்பிட்டுக்கலாம் என்றார். அப்போதும் சாப்பாட்டை விடவில்லை மனிதர்.

காசி யாத்திரை போன்ற கல்யாணச் சடங்குகள் நடந்து கொண்டிருந்தன. ஏழே முக்காலுக்குக் கிளம்பினோம். சாப்பிடாமல் போய் விடலாம் என்பது என் திட்டம். சாப்பிட்டால் வீட்டில் போய் சாப்பிட இயலாது. இன்றைய தினம் வீட்டில் சாப்பிடாவிட்டால் கல்யாணத்தில் சாப்பிட்டிருப்பானோ என்ற சந்தேகம் வரும். கையைக் கூட முகர்ந்து பார்க்கலாம். இதுவரை செய்ததில்லை, ஆனால் கலி முற்றிய இந்தக் காலகட்டத்தில் எது நடக்கும் எது நடக்காது என்று நம்மால் யூகிக்கவே முடிவதில்லையே?

உலகளந்தான் நேராக டைனிங் ஹாலின் உள்ளே போய் அமர்ந்தார். என்னென்னவோ வகைவகையாகச் சிற்றுண்டி

அய்ட்டங்கள். எனக்கு மனம் சரியில்லை என்பதனால் அல்ல, உண்மையில் எதுவுமே வாயில் வைக்க வழங்கவில்லை. எல்லாமே ப்ளாஸ்டிக் ருசி. அதுவும் தவிர, இப்போது எல்லாமே எந்திர மயமாகி விட்டது. நமக்கு யாரென்றே தெரியாத சில பல பணியாளர்கள் ரோபோ மாதிரி இட்லியையும் வடையையும் இன்னும் பல பலகாரங்களையும் இலையில் வைத்தபடி போய்க் கொண்டே இருக்கிறார்கள். தூரத்திலிருந்து விட்டுக் கூட எறிவார்கள் போலும், வருங்காலத்தில். முன்பெல்லாம் விருந்து அளிப்பவர்களின் வீட்டைச் சேர்ந்த ஒருவராவது பரிமாறும் இடத்தில் இல்லாமல் இருக்கவே மாட்டார்கள். சும்மாவேனும் கையை வைத்து விட்டு எழுந்து விட்டேன். உலகளந்தான் பக்கி ஏதோ இட்லி தோசையையே வாழ்க்கையில் பார்த்திராத மாதிரி வளைத்து வளைத்து அடித்து வெளுத்துக் கொண்டிருந்தது.

இதை விடுங்கள். பாரதீய வித்யா பவனில் ஆராவமுதாச்சாரியாரின் திருப்பாவை உபந்நியாசம் கேட்டேனோ இல்லையோ, ஆனால் வைதேகியிடம் பாரதீய வித்யா பவன் என்று சொல்லவில்லை. ஆதிகேசவ பெருமாள் கோவில் என்று சொல்லியிருந்தேன். நான்தான் உங்களிடம் சொன்னேனே, வைதேகியிடம் நான் இதுவரை ஒரு உண்மை கூட சொன்னதில்லை. ஏன் இடத்தை மாற்றினேன் என்றால், உபந்நியாசத்துக்கு எதேச்சையாக புவனேஸ்வரி வரலாம். வைதேகி பாரதீய வித்யா பவனுக்கே நேராக வந்து என்னை வீட்டுக்கு இழுத்துக் கொண்டு போகலாம். உபந்நியாசம் நடக்கும் போது நான் ஃபோனை எடுத்துப் பேச முடியாது இல்லையா? நாலைந்து அழைப்புக்கும் ஃபோனை எடுக்கவில்லையானால் வைதேகி நேரில் வந்து விடும் பழக்கம் உள்ளவள். அவளுக்கு மதுபானக் கூடமும் ஒன்றுதான், திருப்பாவை உபந்நியாசம் நடக்கும் பாரதீய வித்யா பவனும் ஒன்றுதான். அவள் ஃபோன் செய்தால் அவள் அடிமை எடுக்க வேண்டும். இல்லாவிட்டால் நேரில் வந்து விடுவாள்.

அப்படி நேரில் வந்து புவனேஸ்வரியையும் என்னையும் ஒன்றாகப் பார்த்தால் அங்கேயே ஒரு கொலை விழுந்தாலும்

ஆச்சரியப்படுவதற்கில்லை. இது ஆண் பெண் விவகாரம் இல்லை. ஒருநாள் உபந்நியாசத்துக்கு வினித் வந்திருந்தான். அவனோடு என்னைப் பார்த்திருந்தாலும் அதே வெட்டுக் குத்துதான். ஏன்? அந்த லூசுக் கூதி அவளை வைதேகி என்று பெயர் சொல்லி அழைத்து விட்டான். ஏன்டா, அவளை அம்மா என்று அழைத்துத் தொலைத்தால் என்ன? அவனிடம் கேட்டால் நீங்கள்தானே எல்லோரையும் பெயர் சொல்லி அழைக்கக் கற்பித்தீர்கள் என்கிறான். எப்படியாவது தொலைங்கடா. எனக்கு என்னை எப்படிக் காபந்து செய்து கொள்வது என்று தெரியும்.

கோவை விழா பற்றியும் வைதேகி இதேதான் சொன்னாள். நான் அங்கே வந்து, கொக்கரக்கோவை மட்டும் நேரில் பார்த்து விட்டால் அவனை உதைக்காமல் விட மாட்டேன். அப்படி ஒரு அடிதடி நடந்தால் நான் என்ன செய்ய வேண்டும் என்று நினைத்து நினைத்து எனக்குக் கடும் குழப்பமாக இருந்தது. ஏன் இவள் அடித்தால் கொக்கரக்கோ இவளைத் திருப்பி அடிக்க மாட்டானா? அவனுடைய ஒரு அடியில் இவள் செத்து விடுவாளே? சரி சரி, அடிதடி வருவதற்கு முன்னாலேயே நாம் கைகலப்பை விலக்கி விட்டுவிட வேண்டியதுதான். இப்படியெல்லாம் திட்டமிட்டுக் கொண்டிருந்தேன். எதற்கும் இருக்கட்டும் என்று ‘வைதேகி கோவை பக்கமே வரக் கூடாது’ என எல்லா கடவுள்களிடமும் கூட வேண்டிக் கொண்டேன். மனிதனை நம்புவதை விட கடவுளை நம்பலாமே, என்ன சொல்கிறீர்கள்? நினைத்தாலே எனக்குப் பதறியது, என்னைப் பற்றி எடுக்கப்பட்டிருக்கும் ஆவணப்படத்தை வைதேகி பார்த்தால் என்ன ஆகும்?

படத்துக்காக வைதேகியிடம் ஒரு நேர்காணல் கேட்டேன். என்னோடு வாழ்பவள். என் புத்தகங்களை முதன் முதலில் பதிப்பிக்கப் போராடியவள். உணவு எனக்கு மதம். உலகத் தரமான உணவை எனக்கு வழங்குபவள். “முதலில் நான் அந்தப் படத்தை முழுசாகப் பார்க்க வேண்டும். அதில் கொக்கரக்கோவும் புவனேஸ்வரியும் இல்லை என்றால்தான் பேட்டி தருவேன்.”

அடப்பாவி, அந்தப் படத்தை இயக்குபவனே கொக்கரக்கோதானே? இதைவிடப் பெரிய விஷயம் ஒன்று இருக்கிறது. படத்தில் என் தம்பி மற்றும் தங்கையின் நேர்காணலும் இருக்கிறது. கொக்கரக்கோ, புவனேஸ்வரி எல்லாம் சும்மா பிஸாத்து. என் தம்பி, தங்கையின் பேட்டியைப் படத்தில் பார்த்தால் திரைக்கூடத்தையே எரித்து விடுவாள் வைதேகி.

ம்ம்ம்... கொக்கரக்கோவின் எதிர்மறை அலைகள் பற்றித்தானே ஆரம்பித்தோம்? ஒரு பேச்சுக்கு அவனிடம் எதிர்மறை அதிர்வுகள் இருக்கின்றன, அதனால்தான் எனக்கு எந்த நன்மையும் நடக்க மாட்டேன் என்கிறது என்றே வைத்துக் கொள்வோம். ஆனால் எனக்கு நடக்கும் அல்லது நடக்கப் போகும் நன்மைகள் எல்லாவற்றையும் விட நான் உயிரோடு இருப்பது முக்கியம் இல்லையா? நான் இன்று உயிரோடும் பூரண ஆரோக்கியத்தோடும் - இன்றும் இருபத்தைந்து வயது பெண்களிடமிருந்து காதல் கடிதங்களைப் பெற்றுக் கொண்டிருக்கும் நிலையிலும் - வாழ்வதற்கு கொக்கரக்கோ முக்கியமான காரணம். அல்லது ஒரே காரணம். அவன் இல்லாவிட்டால் நான் பத்து ஆண்டுகளுக்கு முன்பே செத்திருப்பேன்.

அதிலும் அந்த சாவு தண்ணீர் தாகத்தினால் ஏற்பட்டிருக்கும்.

அங்கே செல்வதற்கு முன்னால் இன்னொரு ஜோக்கையும் சொல்ல வேண்டும். நான் இந்த எதிர்மறை அதிர்வுகள் பற்றி என் இணைய தளத்தில் எழுதியிருந்தேன். உடனே புவனேஸ்வரி, "நான் எப்போது கொக்கரக்கோ பற்றிப் பேசினேன்? சொல்லுங்கள் பெருமாள். ஒரு நாளாவது பேசியிருப்பேனா? நீங்கள் எழுதியிருப்பதைப் பார்த்தால் நான்தான் சொன்னேன் என்பது போலல்லவா இருக்கிறது? என்ன பெருமாள் இது? நான் எப்போது கொக்கரக்கோ பற்றிப் பேசினேன்?" என்று கேட்டாள்.

உடனடியாக எனக்கு இந்த உலகமே பைத்தியக்காரக் கூட்டமா அல்லது நான் பைத்தியமா என்ற சந்தேகம் வந்தது. வைதேகியும்

என்னவென்றால், சொல்வதையெல்லாம் சொல்லி விட்டு நான் எப்போது சொன்னேன் என்கிறாள். இந்த புவனேஸ்வரி என்னிடம் எதிர்மறை அதிர்வுகள் பற்றிப் பேசாத நாள் இல்லை. சரி, கொக்கரக்கோ என்ற பெயரை அவள் உச்சரிக்கவில்லை. உண்மைதான். ஆனால் 'உங்கள் "சேர்க்கை" சரியில்லை, உங்கள் நண்பர்களின் எதிர்மறை அதிர்வுகள்தான் உங்கள் வீழ்ச்சிக்குக் காரணம்' என்று சொன்னால் அது யாரைக் குறிப்பிடுவதாக அர்த்தம்? செல்வகுமாரையும் குமரேசனையுமா? அவர்கள்தான் எதற்குமே வாய் திறவாத, எந்த அதிர்வுகளுமே வராத ஜென் குருநாதர்கள் ஆயிற்றே?

சரி, தண்ணீர் சாவு பற்றிச் சொல்கிறேன். கொரோனாவுக்கு முன்பு நான் சீலே சென்றிருந்த போது அலுவலக நெருக்கடி காரணமாக கொக்கரக்கோவினால் என்னோடு வர முடியவில்லை. அதனால் சீலேவில் இருந்த பதினைந்து நாட்களும் தண்ணீர் இல்லாமல் நான் பட்ட கஷ்டங்கள் கொஞ்ச நஞ்சமல்ல. எனக்கு இரவில் மட்டுமே ஒன்றரை லிட்டர் தண்ணீர் குடிக்க வேண்டும். ஆனால் தென்னமெரிக்காவில் அதிலும் குறிப்பாக சீலேவில் - யாருமே தண்ணீர் குடிப்பதில்லை போல. எல்லோரும் வைனும் பியரும் பழரசமும் கோக்கும்தான் குடிக்கிறார்கள். தண்ணீரே எந்தக் கடையிலும் கிடைக்கவில்லை. நான் தங்கியிருந்த ஓட்டலிலும் தண்ணீர் கேட்டால் சோடாவைத்தான் தருகிறான். யாரும் சோடா குடிப்பதில்லையாதலால் கடுங்குளிரில் சோடா பாட்டிலுக்குள்ளே உறைந்த நிலையில் இருக்கும். வெளியேயும் ஸீரோ டிகிரி குளிர். எப்படிக் குடிப்பது? இதற்கும் கொக்கரக்கோவுக்கும் என்ன சம்பந்தம்? கொக்கரக்கோ வந்திருந்தால் இதற்கு ஏதாவது வழி செய்திருப்பான்? என்ன வழி? எங்கேயாவது தண்ணீர் கிடைக்கும் இடத்தைக் கண்டு பிடித்திருப்பான். என்னோடு கூட கார்த்திக் என்ற வாசகர் வந்திருந்தார். ஆஹா, அதை மட்டுமே நான் ஒரு தனி நாவலாக எழுதி விட்டேன். அதனால் இங்கே கூறியது கூறல் என்ற பிரச்சினை ஏற்படாமல் ஒரே வாக்கியத்தில் சொல்கிறேன். எங்கேயாவது போய் அரும்பாடு பட்டு ஒரு பாட்டில் தண்ணீர்

வாங்கி வைத்திருப்பேன். அதை நள்ளிரவில் குடித்து விட்டு வெறும் பாட்டிலை வைத்திருப்பார் கார்த்திக். போதுமா?

சரி, அதை விடுங்கள். சில மாதங்களுக்கு முன் ஏற்காடு போனேன். வாசகர் வட்டச் சந்திப்பு. கொக்கரக்கோ இருபத்து நான்கு இரண்டு லிட்டர் தண்ணீர் பாட்டில்கள் வாங்கினான். சொன்னால் நம்ப மாட்டீர்கள், எனக்காகவும் அவனுக்காகவும்தான் வாங்கினான். மற்றவர்கள் அவரவரின் தண்ணீர் தேவையை அவரவர் ஏற்பாடு செய்து கொள்ள வேண்டியது என்று திட்டம். மூன்று நாள் தங்கினோம். அது ஒரு வன விடுதி. ஏழெட்டு அறைகள். நானும் கொக்கரக்கோவும் கிளம்புகின்ற அன்று என் அறையிலும் சரி, மற்ற அறைகளிலும் சரி, பொட்டுத் தண்ணீர் இல்லை. என்னையும் கொக்கரக்கோவையும் தவிர எல்லோரும் கிளம்பி விட்டார்கள். வெறும் காலி பாட்டில்களே சிதறிக் கிடந்தன. பாட்டில் வாங்குவதற்கு கீழே இரண்டு கிலோமீட்டர் தூரம் நானும் கொக்கரக்கோவும் பைக்கில் சென்று வந்தோம்.

என்னைக் காண வருபவர்கள் என்னிடம் இருக்கும் தண்ணீரைக் குடிப்பதில் எனக்கு ஆட்சேபணையே இல்லை. ஆனால் தண்ணீர் குடித்து விட்டு வேறு பாட்டில் வாங்கி வைத்து விட்டுச் செல்லுங்கள் என்றுதான் சொல்வேன். அது மட்டும் நடப்பதே இல்லை. நள்ளிரவு தாகத்தில் எழுந்து கொள்ளும்போது தண்ணீர் இல்லாமல் பெரும் சிக்கலாகி விடும். ஓட்டலில் தங்கினால் அங்கே கேட்டு வாங்கிக் கொள்ளலாம். பிரச்சினை இல்லை. ஆனால் தூக்கம் போய் விடும்.

கொக்கரக்கோ என்னுடன் இருந்தால் நான் தண்ணீர் பற்றிக் கவலைப்பட வேண்டியதில்லை. “இதெல்லாம் சும்மா பெருமாள், ரூம் பாய் செய்யக் கூடிய வேலை” என்றான் கொக்கரக்கோ. இல்லை. எப்படியென்று சொல்கிறேன்.

ஒரு விழாவில் கலந்து கொள்ள டிசம்பர் பதினாறாம் தேதி (2022) கோயம்பத்தூர் செல்ல வேண்டும். பதினெட்டாம் தேதி ஞாயிற்றுக்கிழமை விழா. ஆனால் வெள்ளிக்கிழமை இரவு வேறொரு விழா இருந்தது. என் வாசகர் வட்ட நண்பர்கள்

தொடங்கும் பதிப்பகத் தொடக்க விழா. பதினாறு மதியம் கோவை செல்லும் விமானத்தில் கிளம்பினேன். இரவு பத்து மணிக்கு கோவையிலிருந்து 25 கி.மீ. தூரத்தில் உள்ள வடசித்தூர் கிராமத்தில் உள்ள ஒரு பண்ணை வீட்டில் விழா. இரவு பத்து மணி என்ற வினோதமான நேரத்துக்குக் காரணம், அன்று பகலிலேயே கோவை வர முடியாத நிலையில் இருந்தேன். டிசம்பர் 16 வைதேகியின் பிறந்த நாள் என்பதாலும், டிசம்பர் 18 என்னுடைய பிறந்த நாள் அன்று நான் வீட்டில் இருக்க மாட்டேன் என்பதாலும், டிசம்பர் 16 மாலை வரையாவது நான் வீட்டில் இருக்க வேண்டும் என்பது உத்தரவு. வடசித்தூருக்குப் போய்ச் சேர்ந்த போது இரவு பத்து மணி.

என்னால் ஒரு விஷயம் நம்ப முடியவில்லை. அந்த இரவு நேரத்திலும் பதிப்பகத் தொடக்க விழாவுக்கு நூறு பேர் வந்திருந்தார்கள். அதை விட ஆச்சரியம், விழா நள்ளிரவு ஒரு மணி வரை நீண்டு கொண்டிருந்த போதும் அந்த நூறு பேரில் ஒருவர் கூட குறையவில்லை. விழாவில் கடைசி வரை நாலைந்து பெண்களும் இருந்தது மற்றொரு ஆச்சரியம்.

வடசித்தூரிலிருந்து திரும்பி என் நண்பர் அருணாசலத்தின் காரில் நான் தங்கியிருந்த அன்னபூர்ணா ஐகான் ஓட்டலுக்கு வந்தோம். ஓட்டலில் நுழையும்போது மணி இரண்டே கால். ஏற்கனவே விழா அமைப்பாளரிடம் இன்னமாதிரி நான் ஓட்டலுக்குப் போய்ச் சேர நள்ளிரவு ஆகி விடும் என்று சொல்லியிருந்தேன். அமைப்பாளரும் என்னுடைய அறை எண்ணை அனுப்பியிருந்தார்.

ஐகான் மூன்று நட்சத்திர ஓட்டல். ஆனால் இந்தியாவில் மூன்று என்ன, ஏழு நட்சத்திர ஓட்டலாகவே இருந்தாலும் வரவேற்பு அறையில் அமர்ந்திருப்பவர்கள் பெரும்பாலும் மனநோயாளிகள்தான். அதைப் போலவேதான் எனக்கு அன்றைய நள்ளிரவு இரண்டேகால் மணிக்கு நடந்தது. "என் பெயர் கண்ணாயிரம் பெருமாள். எனக்கு இந்த ஓட்டலில் 706ஆம் எண்ணுள்ள அறை பதிவு செய்யப்பட்டிருக்கிறது. சாவி

தாருங்கள்." இதை எத்தனை பணிவாகச் சொல்ல முடியுமோ அத்தனை பணிவாகச் சொன்னேன்.

இந்தியாவில் உள்ள எல்லா ஓட்டல்களிலும் என்ன பதிலைச் சொல்வார்களோ அதே பதிலை ஐகான் வரவேற்பாளரும் சொன்னார்.

இல்லை. அறை காலி இல்லை.

இல்லை சகோதரரே. நான் உங்களிடம் கேட்டது, அறை காலியாக இருக்கிறதா இல்லையா என்று அல்ல. கண்ணாயிரம் பெருமாள் என்ற பெயரைக் கொண்ட எனக்காக அறை எண் 706 ஒதுக்கப்பட்டுள்ளது. என் அடையாள அட்டையைச் சோதித்து விட்டு எனக்கு அறைச் சாவியைக் கொடுக்க வேண்டியதுதான் உங்கள் பணி. வேறு எந்தப் பிரச்சினையும் இல்லை.

இந்த வார்த்தைகளை எத்தனை பணிவாகச் சொல்ல முடியுமோ அத்தனை பணிவாகச் சொன்னேன்.

ம்ச்ச என்று சலித்துக் கொண்டபடி, "நான்தான் சொல்கிறேனே சார், 706 காலி இல்லை. வேறு அறைகளும் காலி இல்லை" என்றார் வரவேற்பாளர்.

மணி இரண்டரை. கொலைப்பசி. தாகத்தில் நாக்கைக் கடித்துக் கொண்டிருந்தேன்.

என்ன செய்யலாம்? விழா அமைப்பாளருக்கு இந்த நேரத்தில் ஃபோன் செய்து பயன் இல்லை. ஏனென்றால் எனக்கு மிக நிச்சயமாகத் தெரிந்திருந்தது, இந்த வரவேற்பாளன்தான் ஏதோ குளறுபடி செய்கிறான் என்று. ஏனென்றால், இந்தியா முழுவதுமே ஓட்டல் வரவேற்பாளர்களின் முதல் வார்த்தை "நோ" தான். இவன் கொஞ்சம் வித்தியாசமாகத் தொடர்ந்து நோ சொல்லிக் கொண்டிருக்கிறான்.

பிறகு அந்த இளம் வரவேற்பாளனிடம் சொன்னேன், என் பக்கம் தவறு இருக்க வாய்ப்பே இல்லை. இந்தியா பூராவுமே இப்படித்தான் ஓட்டல் வரவேற்பாளர்கள் "இல்லை" என்றே

சொல்லிக் கொண்டிருக்கிறீர்கள். சரியாகப் பாருங்கள். கண்ணாயிரம் பெருமாள் என்ற பெயரில் இங்கே 706 என்ற அறை எண் எனக்காக ஒதுக்கப்பட்டிருக்கிறது.

முப்பது நொடியில் சாவியை எடுத்துக் கொடுத்தான் அந்த இளைஞன்.

அப்படியே அந்த இளைஞனின் சட்டையைக் கொத்தாகப் பிடித்து செவுளிலேயே நாலு கொடுக்க வேண்டும் போல் இருந்தது. என் அருகில் வினித்தும், அருண் பாண்டியன் என்ற புதிய நண்பரும் இருந்தார்கள். நள்ளிரவில் எவ்வளவு விளக்கியும் கேட்காமல் எத்தனை மண்டைக் குடைச்சல் கொடுத்து விட்டான்? கொஞ்சம் உரத்த குரலில் “ஏன் இப்படி ஓட்டல் வரவேற்பாளர்கள் மட்டும் எடுத்த எடுப்பில் ’நோ’ என்று மட்டுமே சொல்கிறீர்கள்? நான் எத்தனை விளக்கியும் கேட்காமல் ஏன் நீங்கள் இல்லை இல்லை என்றே சொல்லிக் கொண்டிருந்தீர்கள்? எனக்கு இப்போது பதில் தேவை” என்று அவனிடம் கத்தினேன்.

“சார், நான் உங்களை ரொம்ப நேரம் காத்திருக்க வைக்கவில்லைதானே, சாவியைக் கொடுக்கக் கொஞ்ச நேரம்தானே எடுத்துக் கொண்டேன்?” என்றான் இளைஞன்.

“உண்மைதான். ஆனால் இந்த நள்ளிரவில் நாங்கள் மூவரும் இன்னொரு ஓட்டல் பிடித்து அறை போடும் அளவுக்கு யோசிக்க வைத்தது தப்பு இல்லையா? இதுவே பகலாயிருந்தால் சரி. இந்த நள்ளிரவில் ஏன் டார்ச்சர் கொடுத்தீர்?”

“இருந்தாலும் நான் உங்களை ரொம்ப நேரம் காத்திருக்க வைக்காமல் சாவியைக் கொடுத்து விட்டேன்தானே?”

இல்லை, இந்த நாட்டில் பிறந்தது தப்பு என்று நினைத்துக் கொண்டு அறைக்கு வந்தேன்.

மணி மூன்று. இரவு நிகழ்ச்சியில் கிட்டத்தட்ட ஒன்றரை மணி நேரம் பேயாட்டம் போட்டிருக்கிறேன். நடன நிகழ்ச்சி. கொலைப் பசி. அதை விடக் கொடுமையாக தண்ணீர்த் தாகம்.

நாக்கை நாக்கைக் கடித்துக் கொண்டேன். அறையில் இரண்டு பாட்டில் இருந்தது. ஒவ்வொரு பாட்டிலும் 250 மில்லி. சாண் அளவு பாட்டில் இரண்டு. தேவையோ ஒன்றரை லிட்டர். வினித் கொஞ்சமும் கவலையில்லாமல் ஓட்டலில் கேட்டால் தருவார்கள் என்றான்.

அடப் போய்யா, தூக்கம் சொக்குது, பசி வேற கொல்லுது. அங்கே வடசித்தூரில் நிகழ்ச்சி நடந்த இடத்தில் பத்துப் பதினைந்து தாம்பாளங்களில் ஆப்பிளும், பப்பாளியும், திராட்சையும், இன்னும் பெயர் தெரியாத பத்து வகைப் பழங்களும் மலை மலையாகக் குவிந்து கிடந்தன. மூன்று மணி நேரமாவது உட்கார்ந்து அவ்வளவையும் உரித்திருக்க வேண்டும். பிரியாணி வேறு விதம் விதமாக இருந்தது. அங்கே அத்தனை கிடக்க இங்கே நாம் பட்டினி கிடக்கிறோம்.

கொலைப்பசியோடும், நாக்கைத் துண்டாடும் தாகத்தோடும் தூங்குவது சாத்தியம் இல்லை. ஆர்டர் பண்ணி சாப்பிடலாம். ஆனால் கிட்டத்தட்ட அதிகாலை ஆகப் போகிற இந்த நேரத்தில் அதெல்லாம் சாத்தியமா? விஷயம் இதுதான். அங்கேயே வடசித்தூர் கொண்டாட்டத்திலேயே இருந்திருந்தால் காலை ஐந்து மணி ஆகி விடும். பத்து மணிக்கு இருக்கும் தொடக்க விழாவுக்கு நான் செல்ல முடியாது. அதனால் வினித்தும் அருணும் என்னை ஐகான் அறைக்குக் கடத்திக் கொண்டு வந்து விட்டார்கள். அதுவரை சரி. ஆனால் தண்ணீரும் உணவும்?

ஸ்விக்கியில் போடவா, இருபத்து நாலு மணி நேரமும் சர்விஸ் உண்டு என்றான் வினித்.

என்னது, ஸ்விக்கியா? யோவ், அங்கே வடசித்தூரில் பிரியாணி மலைமலையாகக் குவிந்து கிடக்கிறது. அதைக் கொஞ்சம் ஒரு டப்பாவில் போட்டு எடுத்துக் கொண்டு வந்திருக்கலாம். அல்லது, வாழைப் பழம் தார் தாராக இருந்தது. ரெண்டைப் பிய்த்துக் கொண்டு வந்திருக்கலாம்.

நான் விமானத்திலும் சரியாக சாப்பிட்டிருக்கவில்லை. விமானத்தில் நாலைந்து முந்திரிப் பருப்பு அடங்கிய பாக்கெட்

கொடுத்திருந்தார்கள். அது ஞாபகம் வந்தது. அந்த டப்பாவைத் தேடி எடுத்து அந்த நாலைந்து முந்திரியைத் தின்று விட்டு, 250 மில்லி தண்ணீரைக் குடித்து விட்டு மூன்று மணிக்குப் படுத்தேன்.

இந்த நாவலின் தலைப்பில் அன்பு இருக்கிறது. சரியா? ஆனால் கொக்கரக்கோவிடம் அன்பு கிடையாது. ஆனால் கொக்கரக்கோ என்னோடு அன்றைய தினம் ஐகான் ஓட்டலுக்கு வந்திருந்தால் நான் தாகத்திலும் பசியிலும் துடித்திருக்க நேர்ந்திருக்காது.

என்னை ஐகான் ஓட்டலுக்கு அழைத்து வந்த அருணாசலமும் அன்பின் மொத்த வடிவமே. ஆனால் வினித், அருணாசலம், அருண் பாண்டியன் ஆகிய மூன்று அன்பாளர்கள் வந்தும் எனக்கு அன்றைய இரவு தண்ணீர் கிடைக்கவில்லை என்பதுதான் எதார்த்தம். அன்பே இல்லாத கொக்கரக்கோ வந்திருந்தால் தண்ணியும் கிடைத்திருக்கும். பழமும் கிடைத்திருக்கும். பெருமாளுக்குத் தேவைப்படும் என்று எடுத்து வந்திருப்பான் கொக்கரக்கோ. இது ஒரு ரூம் பாய் செய்யக்கூடிய வேலை என்கிறான். அதெல்லாம் எந்த ரூம் பாயாலும் செய்ய முடியாது.

இந்தத் தண்ணீர்க் கதையைக் கேட்டுக் கேட்டு சனிக்கிழமை அன்று ஸ்ரீராம் பதினாறு வாட்டர் பாட்டில்களை வாங்கிக் கொண்டு வந்தார். என்னங்க இது அந்யாயம், பதினாறு பாட்டிலா என்றேன். இருக்கட்டும், தேவைப்படும் என்றார் ஸ்ரீராம். அந்த பாட்டில்கள் என்ன ஆயின என்று அப்புறம் சொல்கிறேன்.

அன்பு வேறு, ஒரு வேலையை எடுத்தால் அதை முறையாகவும், பொறுப்பாகவும் செய்வது வேறு. என் வீட்டில் பத்து பூனைகள். வைதேகிக்கு மனிதர்களை விடவும் பூனைகளே பிடித்தம். வைதேகி அன்பின் மொத்த வடிவம். ஆனால் பூனைகளுக்கான தண்ணீர்ப் பாத்திரம் எப்போதுமே குப்பை மிதக்கத்தான் கிடக்கும். நான் மட்டுமே மூன்று அல்லது நான்கு வேளை தண்ணீரை மாற்றுவேன். வீட்டிலேயே இருக்கும்

பணியாளர்களிடம் கூட சொல்லிப் பார்ப்பேன். யாருமே செய்ய மாட்டார்கள்.

ஏதோ எனக்கு தண்ணீர் சாபம் போல. கோவையிலிருந்து திங்கள் கிழமை கிளம்பும் போதும் தண்ணீர்ப் பிரச்சினை. ஸ்ரீராம் வாங்கி வந்த பதினாறு பாட்டில்களில் நாலு தீர்ந்து போய் மீதி பன்னிரண்டு பாட்டிலும் அறையிலேயே இருந்தன.

திங்கள் கிழமை முன் மாலை மூன்றரை மணிக்கு விமானம். ஆனால் கோவை நண்பர்கள் தங்களின் அன்பு மழையில் என்னைத் திக்குமுக்காடச் செய்து விட்டதால் இத்தனை பரிசுப் பொருட்களையும் மலர்க்கொத்துகளையும் எப்படி விமானத்தில் எடுத்துக் கொண்டு செல்வது என்று யோசித்தேன். அப்படியே விட்டுவிட்டுப் போகவும் மனம் இல்லை. அப்போதுதான் ரமேஷ் காரில் சென்னை செல்கிறார் என்று கேள்விப்பட்டு அவர் காரிலேயே சென்று விடலாம் என்று முடிவு செய்தேன்.

நானும் ரமேஷும், புவனேஸ்வரியும் ஐகான் ஓட்டலிலேயே கீழ்த்தளத்தில் இருந்த உணவகத்தில் காலை உணவு சாப்பிட்டுக் கொண்டிருந்தோம். ஷாஹுல் ஹமீதும் மீனாம்பிகையும் சுஷில் குமாரும் என்னைப் பார்க்க வந்திருந்தார்கள். மேலே ஏழாம் தளத்தில் இருந்த என் அறையில் இருந்த என் உடமைகள் அனைத்தையும் அழகுற பெட்டியில் போட்டுக் கொடுத்தவர் ஷாஹுல் ஹமீது. அந்த வேலை எனக்கு எப்போதுமே வராது.

கார் கிளம்பி ஒரு மணி நேரத்தில் வழக்கம் போல் தண்ணீர் தாகம். "டிக்கியில் பன்னிரண்டு பாட்டில்கள் உள்ளன. காரைக் கொஞ்சம் நிறுத்துங்கள்" என்று ரமேஷின் டிரைவர் பத்மநாதனிடம் சொன்னேன். அவர் "இல்லை சார், பாட்டிலெல்லாம் அறையிலேயே இருக்கிறது" என்ற ஒரு குண்டைத் தூக்கிப் போட்டார்.

ஏன் எடுக்கவில்லை?

யாரும் அதையெல்லாம் எடுக்கச் சொல்லவில்லையே?

டஜன் பாட்டில்கள் வாங்கினாலும் எனக்குத் தண்ணீர் கிடைக்காது என்று சாபம் போல. பிறகு ரமேஷ் வைத்திருந்த தண்ணீரை வாங்கிக் குடித்தேன்.

சரி, பெரிய விஷயத்தைப் பார்ப்போம். ஐந்து ஆண்டுகளுக்கு முன்பு எனக்கு ஹார்ட் அட்டாக். என் வீட்டுக்கு அருகில் உள்ள ஒரு மருத்துவமனையில் சேர்க்கப்பட்டேன். அங்கே எனக்குத் தப்பான ஊசிகளைப் போட்டு உடம்பு பூராவும் யானை போல் ஊத வைத்து விட்டார்கள். உடம்பு பூராவும் அரிப்பு வேறு. அதை எதற்குப் போட்டார்கள் என்றால், பைபாஸ் ஆபரேஷன் செய்வதற்கு. அதாவது, நாலரை லட்சம் காசு பிடுங்குவதற்கு. கொக்கரக்கோ குறுக்கிட்டான். இரண்டாம் அபிப்பிராயம் வாங்க வேண்டும் என்றான். புவனேஸ்வரியிடமிருந்து ஒரு மருத்துவரின் எண்ணை வாங்கி ஃபோன் செய்தால் அவர் அறுவை சிகிச்சை வேண்டாம் என்று சொல்லி விட்டார். மட்டுமல்லாமல் உடனே பாரதிராஜா மருத்துவமனைக்குக் கொண்டு வாருங்கள் என்றார். அறுவை சிகிச்சை இல்லாமலேயே காரியம் முடிந்தது.

அது மட்டும் அல்ல, பத்து நாட்கள் பாரதிராஜா மருத்துவமனையில் எனக்கு சிகிச்சை கொடுக்கவும், இருபத்து நான்கு மணி நேரமும் என் பக்கத்திலேயே ஒருவர் இருந்து கவனித்துக் கொள்ளவும் ஏற்பாடு செய்தது எல்லாம் கொக்கரக்கோதான். முதலில் மருத்துவமனைக்கு அருகிலேயே இரண்டு அறையைப் போட்டான். ஒரு பெரும் நண்பர் குழாம் அங்கே தங்கியது. ஒவ்வொருவரையும் வட்ட சுழற்சியில் இயக்கினான் கொக்கரக்கோ. அதையெல்லாம் கொக்கரக்கோவைத் தவிர வேறு எவராலும் செய்திருக்க முடியாது.

கொக்கரக்கோ மட்டும் இல்லாவிட்டால் இரண்டாவது முறையும் எனக்கு அறுவை சிகிச்சை செய்து என்னை நிரந்தரமாக சக்கர நாற்காலியில் தள்ளியிருப்பார்கள். ஆனால் இப்போது நான் முப்பது வயது இளைஞனைப் போல் நடமாடிக் கொண்டிருக்கிறேன்.

ஆகவே, கொக்கரக்கோவின் எதிர்மறை அதிர்வுகளால் எனக்கு சர்வதேசப் பரிசு கிடைக்காவிட்டாலும் உயிரைத் தக்க வைத்துக் கொள்ள உதவுவது அவன்தானே?

மேலும், இந்த எதிர்மறை அதிர்வு என்பதும் ஒரு புல்ஷிட். இத்தனை எதிர்மறை அதிர்வுகள் இருக்கும் ஒருவனால் தொடர்ந்து இப்படி புத்தகங்களாக எழுதிக் குவித்துக் கொண்டிருக்க முடியுமா? (கிட்டத்தட்ட முப்பது புத்தகங்கள் எழுதியிருப்பான் கொக்கரக்கோ!) இப்படி ஒரு ஆவணப்படத்தை உருவாக்கியிருக்க முடியுமா? எதிர்மறை அதிர்வு உள்ள ஒருவனுக்கு இதெல்லாம் சாத்தியம் இல்லை.

இவ்வளவு ஏன், உலகளந்தானே கொக்கரக்கோவிடம் தோற்று விட்டார். உலகளந்தான் என்னிடம் ஒருமுறை கூட கொக்கரக்கோ பற்றி எதிர்மறையாகப் பேசியதில்லை. நல்ல வார்த்தையும் பேசியதில்லை. ஆனால் நான் உலகளந்தானிடம் கொக்கரக்கோ பற்றி தினமும் பேசுவேன். அதையெல்லாம் செவ்வனே கேட்டுக் கொள்வார் உலகளந்தான். நானும் உலகளந்தானும் ராஜபாளையம் போயிருந்தோம். ஸ்ரீவில்லிபுத்தூர் ராஜபாளையம் பக்கம் என்பதால் உலகளந்தானும் என்னோடு வந்தார். வினித்தும் வந்தான். நாங்கள் மூன்று பேர். அப்போது உலகளந்தான் பற்றிப் புதிதாக ஒரு விஷயம் தெரிய வந்தது. அதாவது, இந்த உலகளந்தான் அல்ல, நான் நடைப் பயிற்சியின் போது அந்த ஒரு மணி நேரத்தில் பார்க்கும் உலகளந்தான். இவர் வேறு ஆளாக இருந்தார். ஒரு சராசரி பிராமணனைப் போல் இருந்தார். நான் உலகளந்தானிடம் கடந்த முப்பது ஆண்டுகளாகச் சொல்லி வருகிறேன், எனக்கு உங்களைப் பார்த்தால் ஒரு க்ஷணம் கூட சராசரி என்று தோன்றவில்லை, பிராமணன் என்றும் தோன்றவில்லை என்று. ஆனால் ராஜபாளையத்திலும் ஸ்ரீவில்லிபுத்தூரிலும் உலகளந்தான் எனக்கு முழுக்க முழுக்க ஒரு சராசரியாகவும் ஒரு மயிலாப்பூர்வாசியாகவும் தோற்றம் தந்தார். அது எப்படி? சகலரையும் வா போ என ஒருமையில் பேசுவது. அடாவடியாகப் பேசுவது. அகங்காரமாகப் பேசுவது. டேய் யார்ரா நீ என்ற தோரணையில் பேசுவது. இதெல்லாம் எனக்குப் புதிது.

ஆனாலும் நான் ஒன்றும் சொல்லவில்லை. சென்னைக்கும் திரும்பி விட்டோம். அப்போது வினித் கொக்கரக்கோவிடம் சொல்லி, கொக்கொரக்கோ என்னிடம் சொன்ன விஷயம் என்ன தெரியுமா?

வினித்திடம் உலகளந்தான் சொல்லியிருக்கிறார்: வினித், இந்த கொக்கரக்கோ இருக்கானே, அவன் என்னையும் பெருமாளையும் பிரிக்கப் பாக்கறான்.

இந்தத் தகவலை கொக்கரக்கோ சொல்லக் கேட்டதும் எனக்கு ஒரு நண்பன் என்னுடைய பத்து வயது மகளை வன்கலவி செய்தது போலவே தோன்றியது. அல்லது, என் வீட்டுப் பெண்களை தேவடியாள் என்று சொன்னது போல் இருந்தது. ஆச்சரியம் என்னவென்றால், கொக்கரக்கோவும் இதே இரண்டு உதாரணங்களைத்தான் சொன்னான். ஆனால் இன்னொரு ஆச்சரியம் என்னவென்றால், உலகளந்தானிடம் இதைக் கேட்ட போது அவர் சிரித்தபடியே "பாருங்க சார், நான் எவ்ளோ பெரிய முட்டாளா இருக்கேன்னு" என்றார். இதையும் கொக்கரக்கோவிடம் சொன்னேன். "ஆஹா, ஏன்டா என் பத்து வயதுப் பெண்ணை கற்பழித்தாய் என்று கேட்டால், 'பாருங்க சார், நான் எவ்ளோ முட்டாளா இருக்கேன்னு' என்றா சொல்வார் இந்த ஆள்?" என்றான் கொக்கரக்கோ. எனக்கும் அதுவே தோன்றியது.

உலகளந்தானின் இந்த மாற்றத்துக்குக் காரணம், இவருடைய அண்ணன்தான். தினமும் ஒரு மணி நேரம் காலையில் ஊர் வம்பும் வெட்டிப் பேச்சும் பேசினால் ஒரு மனித மனம் இப்படித்தான் சிந்திக்கும். உலகளந்தானின் அண்ணனை அடிக்க வேண்டும் செருப்பால், உலகளந்தானிடம் தப்பேயில்லை.

ஆனால் யோசித்துப் பார்க்கும் போது நான்தான் கேணப்பயல் என்றும், உலகளந்தானிடம் முப்பது ஆண்டுகளாக ஒரு மாற்றமும் இல்லை என்றும், அண்ணனோடு தினமும் ஒரு மணி நேரம் வெட்டிக் கதை பேசுவதற்கும் உலகளந்தானின் இந்த சில்லறைத்தனத்துக்கும் ஒரு சம்பந்தமும் இல்லை என்றும் தோன்றியது.

உலகளந்தான் பல சமயங்களில் தான் ஒரு சராசரி என்று சொல்லியிருக்கிறார். அப்போதெல்லாம் நான் “நீங்கள் சராசரி இல்லை, ஏனென்றால், நீங்கள் சராசரியாக இருந்திருந்தால் நான் உங்களோடு பழகியிருக்க மாட்டேன்” என்று வாதிட்டிருக்கிறேன். ஆனால் உண்மை என்னவென்றால், உலகளந்தான் படு மோசமான சராசரியாகத்தான் இருந்திருக்கிறார், எனக்குத்தான் அதை அவதானிக்கும் திறமை இல்லை என்று புரிந்தது. ஏனென்றால், அலுவலகத்தில் அவரும் நானும் நெருங்கிப் பழகியிருக்கவில்லை. பணி ஓய்வு பெற்ற பிறகு அவரை நான் பார்ப்பதும் பழகுவதும் நடைப் பயிற்சியின் போது மட்டுமே. ஆனால் இரண்டு பேரும் ஒரு ஊருக்குப் போய் வந்ததன் மூலம் என்னைப் பற்றி அவருக்கும் அவரைப் பற்றி எனக்கும் தெரிந்து போய் விட்டது.

உதாரணமாக, சனிக்கிழமை காலை ராஜபாளையம் போய்ச் சேர்ந்தோம். ஸ்டேஷனுக்கு வந்து அழைத்துச் சென்றார் அங்கே கூட்டத்தை நடத்தும் நண்பர் கந்தசாமி.

ராஜபாளையம் ஒரு அற்புதமான ஊர். ஊரின் எல்லையில் வனம். வனம் நிறைய விருட்சங்களும் விலங்குகளும். ஸ்ரீவில்லிபுத்தூர் போய் கதிரவன் மெஸ்ஸில் சாப்பிட்டு விட்டு, ஆண்டாளை தரிசனம் செய்து விட்டு, ராஜபாளையம் திரும்பி வந்து மித்திரனை ஒரு பண்ணை வீட்டில் சந்திக்கலாம் என்று ஏற்பாடு. ஸ்ரீவில்லிபுத்தூரில் ஆண்டாள் தரிசனமெல்லாம் செவ்வனே முடிந்தது. ராஜபாளையம் திரும்பினோம்.

மித்திரன் பற்றி சுருக்கமாகச் சொல்ல வேண்டுமானால், தேவதச்சனுக்குப் பிறகு உரையாடல் மூலம் மகத்தான தத்துவ விசாரணைகளைச் செய்ய முடியும் என்பதற்கு உதாரணம் மித்திரன். அதனால் எனக்கு அவரோடு உரையாடுவதென்றால் அத்தனைப் பிரியம். நான் மதுரை போனால் கூட ஸ்ரீவில்லிபுத்தூரிலிருந்து அவரை மதுரைக்கு வரவழைத்து இரவு முழுவதும் பேசிக் கொண்டிருப்போம். எல்லாம் உலகளந்தானிடம் சொல்லியிருக்கிறேன். ஆனால் பண்ணைக்குக் கிளம்பும் தருணத்தில் உலகளந்தான் “நீங்கள்

ரெண்டு பேரும் போங்க. எனக்குக் கொஞ்சம் வேலையிருக்கிறது. சாய்ங்காலம் பார்க்கலாம்” என்று சொன்னார்.

எனக்குக் கொலைவெறி ஆனது. எல்லோரையும் அதிகாரம் பண்ணிக் கொண்டிருக்கிறார் என்று ஏற்கனவே உலகளந்தான் மீது நான் கடுப்பில் இருந்தேன். இப்போது மித்திரனோடு உரையாடுவது தவிர நமக்கு வேறு என்ன வேலை? இங்கே ராஜபாளையத்துக்கு நாம் எதற்காக வந்தோம்? மித்திரனை சந்திப்பதை விட முக்கியமான வேலை வேறு என்ன இருக்க முடியும்?

எல்லா கேள்விகளையும் அடக்கிக் கொண்டு, மித்திரனின் முக்கியத்துவம் பற்றி மீண்டும் ஒருமுறை சொன்னேன். உலகளந்தான் நான் சொல்வதைக் கேட்பதற்குக் கூடத் தயாராக இல்லை. “இல்லை சார். ராமசேஷனின் அம்மா அப்பா இங்கே ராஜபாளையத்தில்தான் இருக்கிறார்கள். அம்மாவுக்கு வேற உடம்பு சரியில்லை. அதனால்தான் போய்ப் பார்க்கலாம் என்று கிளம்புகிறேன்.”

அந்தத் தருணத்தில்தான் ‘இவர் நாம் நினைத்துக் கொண்டிருந்த உலகளந்தான் இல்லை, தப்பு நம் மீதுதான்’ என்று எனக்குத் தோன்றியது. பல விஷயங்கள் ஞாபகம் வந்தன. உறவினர் யாருக்காவது உடம்பு சரியில்லை என்று ஒரு சின்ன தகவல் வந்தால் போதும், இரண்டு இளநீரை வாங்கி ஸ்கூட்டரில் கட்டிக் கொண்டு கிளம்பி விடுவார் உலகளந்தான். எப்படி கண்ணகி என்றால் காற்சிலம்பு ஞாபகம் வருகிறதோ, அதேபோல் உலகளந்தான் என்றால் இரண்டு இளநீர்தான் எனக்கு ஞாபகம் வரும். தொடர்ந்து நாலைந்து நாட்களுக்குப் பார்க் பக்கம் வர மாட்டார். கேட்டால், காவேரீல இருக்கேன், இஸபெல்லாவில இருக்கேன், மீனாட்சீல இருக்கேன் என்பார். எல்லாம் எங்கள் மயிலாப்பூரின் பிரபல மருத்துவமனைகள். மாதத்தில் ஒரு வாரமாவது உலகளந்தானை இந்த மருத்துவமனை ஒன்றில் இரண்டு இளநீரோடு பார்க்கலாம். என்ன ஒரு மனிதாபிமானம் என்று அப்போதெல்லாம் நினைத்திருக்கிறேன். ஆனால்

இப்போது இது போன்ற ஒரு சராசரியை ஏன் அழைத்துக் கொண்டு வந்தோம் என்று தோன்றியது.

இப்படி இவர் மருத்துவமனை மருத்துவமனையாகப் போய் சேவை செய்து கொண்டிருக்கும் காலத்தில் நடந்த ஒரு சம்பவம் எனக்கு ஞாபகம் வருகிறது. நோயாளிக்குத் தொண்ணூறு வயது. வந்திருப்பது ஏதோ ஒரு அபூர்வமான வியாதி. லட்சத்தில் ஒருத்தருக்குத்தான் வருமாம். உலகளந்தான் தன் வழக்கம்போல் இரண்டு இளநீரோடு போனார். கிளம்பும்போது முதியவர் சொன்னாராம், டேய் ஒலகளந்தான், இந்த வியாதி அபூர்வமான வியாதியா இருந்தாலும் யாருக்கு வரும் வராதுன்னுட்டு நிச்சயமில்லே. ஒனக்குக் கூட வரலாம், யாருக்கு வேணா வரலாம்.

இப்படியெல்லாம் செருப்படி வாங்கியும் உலகளந்தானின் மன உறுதியை யாராலும் கலைக்க முடியவில்லை. இதோ இப்போது ராமசேஷனின் பெற்றோரைப் பார்க்கக் கிளம்பி விட்டார். போகும் வழியில் இளநீர் வாங்கிக் கொள்வாராயிருக்கும்.

வழக்கம்போல் மித்திரனுடனான உரையாடல் பிரமாதமாகச் சென்றது. கொக்கரக்கோவின் பேச்சை மட்டும் கேட்காமல் வெறும் கையை வீசிக் கொண்டு ராஜபாளையம் சென்றிருந்தேன் என்றால் லோக்கல் சரக்கைக் குடித்துப் பெரும் துன்பமாகியிருக்கும். ராஜபாளையத்தில் யார் வைன் சாப்பிடப் போகிறார்கள்? நூற்றைம்பது ரூபாய்க்கு ஓல்ட் மாங்க் ரம் கிடைக்கும்போது ரெண்டாயிரம் ரூபாய்க்கு யாராவது சீலே வைன் வாங்குவார்களா என்ன? எத்தனை பணம் இருந்தாலும் வீடு வீடாகக் கட்டிப் பார்ப்பார்களே தவிர உடம்பைப் பார்த்துக் கொள்ள யாருக்கு மனசு வரும்? நான் சென்னையிலிருந்து இரண்டு பாட்டில் சீலே வைன் வாங்கிக் கொண்டு போயிருந்தேன். சனிக்கிழமை ஒன்று, ஞாயிறு ஒன்று என்று கணக்கு. சனிக்கிழமை மித்திரனோடு ஒன்றைக் காலி பண்ணினேன். மித்திரனுக்கு ஒன்றும் தரவில்லை. மித்திரனும் என்னைப் போல் மதுபானப் பிரியர் என்றாலும் பண்ணை வீட்டுக்கு வரும்போது அவர் தனக்கான மது எதுவும் வாங்கி வரவில்லை. வனத்துக்குள் பண்ணை

வீட்டைக் கண்டு பிடிப்பதற்குள்ளேயே களைத்து விட்டதால் மதுவுக்கு முனையவில்லை.

இரவு அவர் குவார்ட்டர் பிராந்தியோடு வந்தார். எட்டு மணி அளவில் பேச்சை ஆரம்பித்தோம். ராஜபாளையத்து நண்பர்கள் நல்ல முறையில் அறை போட்டிருந்தார்கள். அறையின் பின்பக்கம் ஒரு சின்ன தோட்டம் மாதிரி இருந்தது. கன கச்சிதமாக நாற்காலி, மேஜை எல்லாம் இருந்தன. நானும் வினித்தும் மித்திரனும் அமர்ந்தோம். அப்போதும் உலகளந்தான் கட்டிலில் உட்கார்ந்தபடி ஏதோ மோட்டுவளையைப் பார்த்து சிந்தித்துக் கொண்டிருந்தார்.

ஒன்று சொல்ல வேண்டும். காலையிலிருந்தே அவர் எங்களோடு சேரவே இல்லை. ஸ்ரீவில்லிபுத்தூரில் கொஞ்சம் சேர்ந்தார். அதோடு முடிந்தது. யாரோ மாதிரி அவர் பாட்டுக்கு வந்தார், போனார். இவரை ஏன் அழைத்துக் கொண்டு வந்தோம் என்று நொடிக்கு நொடி எனக்குத் தோன்றிக் கொண்டே இருந்தது. இப்போது அவர் அறையில்தானே இருக்கிறார்? அப்படியும் ஏன் எங்களோடு வந்து சேராமல் ஏதோ மோட்டுவளையைப் பார்த்துக் கொண்டிருக்கிறார்? நாளை யாருக்கு இளநீர் வாங்குவது என்றா?

“இங்கே வாருங்களேன் உலகளந்தான்?” என்று ஒரு சத்தம் கொடுத்தேன். ஏதோ நான் அவரை விருந்துக்கு அழைப்பது போல் முகத்தை வைத்துக் கொண்டு பற்கள் தெரிய “ஹி. ஹி. இங்கேயே இருந்து கொள்கிறேன்” என்பது போல் கையால் சைகை கொடுத்தார்.

‘அப்படியானால் இப்போதே நீர் வண்டியைப் பிடித்து சென்னை போய்ச் சேரும்’ என்று சொல்லலாம் போல் வெறி ஏறியது. வினித்திடம் “அவரை இங்கே வரச் சொல், இல்லாவிட்டால் அவருக்கு வேறோர் அறை ஏற்பாடு செய்கிறேன் என்று சொல்” என்று சொல்லி அனுப்பி வைத்தேன். உடனடியாக அடித்துப் பிடித்துக் கொண்டு வந்து எங்கள் பக்கத்தில் உட்கார்ந்தார் உலகளந்தான்.

விரைவிலேயே மித்திரனின் குவார்ட்டர் பிராந்தி தீர்ந்து விட்டது. என் வைனில் கொஞ்சம் கொடுத்தேன். இப்படியாக நான் கொண்டு வந்த வைன் இரண்டு பாட்டிலும் முதல் நாளிலேயே காலி.

சீக்கிரமே தூங்கி விட்டோம். மறுநாள் பத்து மணிக்குக் கூட்டம். கண்ணாயிரம் பெருமாளை ராஜபாளையத்துக்குக் கூப்பிடாதீர்கள், வந்தால் குறைந்த பட்சம் மூன்று பெண்களையாவது கடத்திக் கொண்டு போய் விடுவான் என்று ஒருத்தர் தன்னை எச்சரிக்கை செய்ததாக கூட்டத்தில் தெரிவித்தார் கந்தசாமி. அடப் பாவிகளா, என்ன பேர் பார் என்று நினைத்துக் கொண்டேன்.

கொக்கரக்கோவின் பேச்சை ஒழுங்காகக் கேட்டிருக்கலாம். இரண்டு தினங்களுக்கு மூன்று பாட்டில் வாங்கிக் கொண்டு போகுமாறு சொல்லியிருந்தான். நான்தான் கொஞ்சம் கஞ்சத்தனம் பண்ணி இரண்டு வாங்கி வந்தேன். நண்பர்களிடம் சொல்லி இரண்டு பாட்டில் கார்ல்ஸ்பெர்க் அல்லது பட்வைஸர் பியர் வாங்கி வரச் சொன்னேன். கிடைக்கவில்லை என்று ஃபோன் வந்தது. சரி, இருப்பதிலேயே எது உயர்ந்த விலையோ அதை வாங்கி வாருங்கள் என்றேன். பிரிட்டிஷ் எம்பயர் என்ற லோக்கல் பியர்தான் கிடைத்தது. இரண்டு குடித்த பிறகு இன்னும் ஒன்று குடிக்கலாம் என்று தோன்றியது. மூன்றாவது வாங்கி வரச் சொல்லி குடித்தேன். கூட குடிப்பவர்கள் யாரும் இல்லை. வினித் குடிக்க மாட்டான். கொஞ்சம் போதை ஏறியதால் உலகளந்தானிடம் என் வருத்தத்தைத் தெரிவித்தேன். நீங்கள் இப்படி எதிலுமே கலந்து கொள்ளாமல் ராமசேஷனின் பெற்றோரைப் பார்க்கச் சென்றது எனக்குக் கடும் மனவருத்தத்தை ஏற்படுத்தி விட்டது என்றேன். அம்மாவுக்கு உடம்பு சரியில்லை என்று ராமசேஷன் மருந்து கொடுத்து விட்டார், அந்த மருந்து ராஜபாளையத்தில் கிடைக்காது, அதனால்தான் போனேன் என்று ஏதோ சால்ஜாப்பு சொன்னார் உலகளந்தான். மருந்தைத்தான் சேர்க்க வேண்டும் என்றால் அதற்கு நம்மிடம் பத்து பேர் இருந்தார்கள். கொடுக்கச்

சொல்லியிருந்தால் கொடுத்திருப்பார்கள். அல்லது, மித்திரனைப் பார்த்து விட்டு வரும்போது மாலை நேரத்தில் கூட கொண்டு போய்க் கொடுத்திருக்கலாம். உலகளந்தானுக்கு எங்களோடு ஒட்டவில்லை. அப்புறம் என்ன மயிருக்கு எங்களோடு வந்தார் என்பது எனக்கு உறுத்திக் கொண்டே இருந்தது. இன்னொரு விஷயம், அவர் பேசிய தோரணையைப் பார்த்தால், மித்திரனைப் பார்க்க அவர் வராதது எனக்கு ஏன் மன வருத்தத்தை அளிக்கிறது என்பதே அவருக்குப் புரியவில்லை என்று தோன்றியது.

மட்டுமல்லாமல் அவருக்கு வினித் போன்ற இளைஞர்களோடு அவன் வயது இருபத்தைந்து பழகவே தெரியவில்லை என்பதும் புரிந்தது. யாரும் எனக்கு சொல்லவில்லை. நானே பார்த்தேன். வீட்டில் கிழடு கட்டைகள் தன் பேரப் பிள்ளைகளை அதிகாரம் பண்ணும் இல்லையா, அது போல அதிகாரம் பண்ணிக் கொண்டிருந்தார் உலகளந்தான். அடப்பாவி, இதையெல்லாம் நாம் முப்பது ஆண்டுகளாக கவனிக்காமல் போய் விட்டோமே என்று ஆச்சரியப்பட்டேன்.

மூன்று ஆண்டுகளுக்கு முன்பு கோயம்பத்தூரில் ஒரு இலக்கிய விழாவுக்கும் நானும் உலகளந்தானும் ஒன்றாகத்தான் போனோம். ஆனால் அப்போது என்னோடு கூடவே ஏழெட்டு பேர் தங்கியிருந்தார்கள் என்றபடியால் நான் உலகளந்தானை கவனிக்கவில்லை. அப்போதே வினித் சொன்னான், இப்படி ஒரு ஆளோடு எப்படிப் பழகுகிறீர்கள் என்று. ஏன் என்று கேட்டேன்.

எவனோ ஒரு ஆள் தொலைக்காட்சியில் விவாதம் பண்ணுகிறானாம், பெயர் மறந்து போனேன், அவனை ஏதோ ஒரு ஃபூக்கோ ரெஞ்ஜுக்கு என்னிடம் சொல்லியிருந்தார் உலகளந்தான். நானும் கேட்டு விட்டு மறுநாள் போய் உலகளந்தானைத் திட்டினேன். ராணுவ ஆட்சி வந்தாத்தான் சார் நாடு உருப்படும் என்று சில ஆட்டோக்காரர்கள் பேசி நான் கேட்டிருக்கிறேன். அந்த மாதிரிதான் அந்தத் தொலைக்காட்சி சிந்தனையாளன் உளறிக் கொண்டிருந்தான். அவனைப்

பற்றித்தான் என்னிடம் பேசி உதை வாங்கியது போதாது என்று வினித்திடமும் பேசியிருக்கிறார் உலகளந்தான்.

அது மட்டும் அல்ல, ஏதோ ஒரு குப்பைப் படத்துக்கு எல்லோரும் சென்றார்கள். நான் வரவில்லை என்று சொல்லி விட்டேன். படம் பார்த்து விட்டு வரும் வழியில் அந்தப் படத்தை ஆகா ஓகோ என்று புகழ்ந்து கொண்டு வந்திருக்கிறார். அதற்கென்னப்பா, அவர் அபிப்பிராயம் அது என்றேன். "இல்லை இல்லை, பயங்கரமாக வாதம் பண்ணுகிறார். தான் சொன்னதை நாங்களும் ஒத்துக் கொள்ள வேண்டும் என்று போடு போடு என்று போடுகிறார்; இத்தனைக்கும் நாங்களாக அவரிடம் பேசவில்லை. எங்களுக்குள்ளேதான் பேசிக் கொண்டு வந்தோம். இவர்தான் அனாவசியமாக ஆஜராகி ரொம்பவும் படுத்தி எடுத்து விட்டார். இன்னொன்றும் பெருமாள். அந்த ஆள் உங்கள் எழுத்தை ஒன்று கூடப் படித்ததாகவும் தெரியவில்லை" என்றான் வினித்.

"கொக்கரக்கோ இருந்தானா? ஒன்றும் சொல்லவில்லையா?" என்று கேட்டேன்.

"என்னிடம் ரகசியமாக வந்து, ஏய்யா அந்தக் கெழங்கிட்ட வாய் குடுக்குறேனு கேட்டார்" என்றான் வினித்.

என் முப்பது ஆண்டு நண்பரை எல்லோரும் சராசரி என்றும், கிழவன் என்றும் சொன்னதைக் கேட்டு எனக்கு வருத்தமாக இருந்தது. கிழவன் என்பது வயதை அல்ல என்று உங்களுக்குத் தெரியும் என்று நம்புகிறேன். கிழட்டுத்தனம். உலகளந்தானிடம் அப்படியே சொன்னேன்.

"அதெல்லாம் ஒண்ணும் இல்லை சார். அவங்களுக்கு என்னைப் பிடிக்கலை போல இருக்கு. அவ்வளவுதான்" என்று ஒதுக்கித் தள்ளி விட்டார் உலகளந்தான்.

நான் சொன்னது அவருக்குப் புரியவில்லை. "இல்லை உலகளந்தான், இளைஞர்களிடம் உங்கள் கருத்தைச் சொல்லி அந்தக் கருத்தை அவர்கள் ஒப்புக் கொள்ள வேண்டும் என்று வற்புறுத்தாதீர்கள்" என்றேன்.

“அப்படியெல்லாம் நடக்கவே இல்லை. அவர்கள் கருத்தை அவர்கள் சொன்னபோது என் கருத்தையும் சொன்னேன், அவ்வளவுதான்” என்றார் உலகளந்தான். ’எது, ராணுவ ஆட்சி வந்தால் எல்லாம் சரியாய்டும் சார்’ என்ற சமூகவியல் கருத்தையா? என்னுடைய அந்த நண்பர்கள் எல்லாம் உலக சினிமாவில் முக்கால்வாசியைப் பார்த்து விட்டு, உலக சினிமா பற்றி நான் எழுதியிருக்கும் அரை டஜன் புத்தகங்களையும் படித்து விட்டு நிற்கிறார்கள். அவர்களிடம் போய் உம் கருத்தைச் சொன்னீரா?

ஏழு மணிக்கு ரயில். ரயிலில் ஏறியது ஞாபகம் இருக்கிறது. உள்ளே போய் கொஞ்ச நேரம் மியூசிக் கேட்கலாம் என்று மொபைலில் பாட்டுப் போட்டது ஞாபகம் இருக்கிறது. அப்புறம் “ஏன்டா கொங்கோத்தா இப்படி சாவடிக்கிறீங்க... நான் மியூசிக் கேட்டா ஒனக்கு என்னடா? வீட்டுலயும் ஒருத்தி மியூசிக் கேட்காதே கேட்காதே என்று சாவடிக்கிறா, அதே மாதிரி நீயும் ஏன்டா சாவடிக்கிறே?” என்று கண்டபடி உலகளந்தானைத் திட்டியது ஞாபகம் இருக்கிறது.

காரணம் என்னவென்றால், இரண்டு தினங்களுமே எனக்கு உலகளந்தானோடு இருந்தது வைதேகியோடு இருந்தது போலவே இருந்தது. மேலும், அவர் இரண்டு தினங்களாக யாரோ போல், இது எதிலுமே தனக்கு சம்பந்தமே இல்லாதது போல் நடந்து கொண்டதும் மன உளைச்சலைக் கொடுத்திருந்தது.

அதற்கு மேல் உலகளந்தான் நான்கு முறை என் கால்களைத் தொட்டுக் கும்பிட்டது ஞாபகம் இருக்கிறது. உடனடியாக எனக்கு முழுப் பிரக்ஞையும் திரும்பி விட்டது. ஆனால் உலகளந்தான் ஏன் நம் காலைத் தொட்டுக் கும்பிட வேண்டும்? அதுவும் நாலு முறை? நாமும் அவர் காலை நாற்பது முறை தொட்டுக் கும்பிடலாம். ஆனால் ஏன்? காலைத் தொடுவதா பிரச்சினை? மேலும், நாம் என்ன செய்தோமோ அதை சுயநினைவில் செய்யவில்லை. அப்படியிருக்கும்போது ஏன் அவர் என் காலில் விழ வேண்டும். சுயநினைவில் செய்திருந்தால் பொறுப்பு எடுத்துக் கொண்டிருக்கலாம். மேலும், இந்த லோக்கல்

சரக்கை இனிமேல் உயிரே போனாலும் தொடக் கூடாது என்றெல்லாம் நினைத்துக் கொண்டேன்.

"என்ன நடந்தது உலகளந்தான், ஏன் என் காலைத் தொட்டு வணங்கினீர்கள்?"

"சேச்சே, அப்படிலாம் ஒண்ணும் நடக்கலியே? விடுங்க விடுங்க."

"என்னது, ஒண்ணுமே நடக்கலியா? ஒண்ணுமே நடக்காமயா நீங்க என் காலைத் தொட்டுக் கும்புட்டீங்க? அதை நம்புறதுக்கு நான் என்ன கேணப்புண்டையா?"

மறுநாள் வினித் நடந்த விஷயத்தையெல்லாம் கொக்கரக்கோவிடம் சொல்லி கொக்கரக்கோ என்னிடம் சொன்னான். பிறகு நான் விலாவாரியாக வினித்திடமும் கேட்டேன். அப்போதுதான் உலகளந்தான் யார் என்று தெரிந்தது. அந்த வைர வார்த்தைகளை மட்டும் உலகளந்தான் வினித்திடம் சொல்லியிருக்காவிட்டால் இந்த நாவலை நான் எழுதியிருக்கவே மாட்டேன். அந்த வைர வார்த்தைகள்: "அங்கே இவர் வைஃப் எத்தனை பாடுபட்டு இவரைக் காபந்து பண்றாங்க. இவர் இப்படிக் குடிச்சு வீணாப் போறாரே?"

இந்த வார்த்தைகள்தான் இந்த நாவலின் மைய முடிச்சு. அப்போது உலகளந்தானின் பக்கத்தில் இருந்தவர் ஒரு லாயர் உலகளந்தானிடம் "இவர் யார் சார்?" என்று கேட்டிருக்கிறார். "இவர் ஒரு எழுத்தாளர் சார். ஆனா இவங்கள்ளாம் எழுதுறது நமக்குப் புரியாது. நானும் எவ்வளவோ சொல்லிப் பார்த்தேன், கல்கி சுஜாதா மாதிரி எழுதுங்கோன்னுட்டு. ம்ஹூம். கேட்க மாட்டாங்க."

இதற்காகத்தான் உலகளந்தானை என் மிதியடியால் அடிக்க வேண்டும் என்று நினைத்தேன். அட பாடு, கல்கியும், சுஜாதாவும் தமிழ் சமூகத்தை ஃபிலிஸ்டைன் சமூகமாக ஆக்கியிருக்கிறார்கள் என்று எத்தனை ஆண்டுகளாக எத்தனை மணி நேரம் உமக்கு நான் விவரித்திருக்கிறேன்? ம்? அப்போதெல்லாம் எனக்கு நீ ஆமாஞ்சாமி போட்டாய் இல்லையா? நீ எனக்கு புத்தி சொன்னாயா? கழுதை விட்டை சாப்பிடுகிற மட்டி மூதி!

மறுநாள் விட்டு மறுநாள் உலகளந்தானை பார்க்கில் பார்த்த போது, வைதேகி என்னைப் பாடுபட்டுக் காப்பாற்றுவதையும் நானோ குடித்துச் சீரழிவது பற்றியும் அவர் சொன்ன வார்த்தைகளைப் பற்றிக் கேட்டேன். என்ன சொன்னார் தெரியுமா?

தப்புக்கு மேல் தப்பு. முன்னதே பரவாயில்லை என்றபடி சப்பைக்கட்டு கட்டினார். "இவர் வைஃப் இவரை என்ன பாடு படுத்துகிறார் பாருங்கள். அதனால்தான் இவர் இப்படிக் குடித்து வீணாய்ப் போகிறார்!"

அட நாயே... சரி, ஒவ்வொன்றுக்குமாக பதில் சொல்கிறேன்.

வைதேகி எத்தனை பாடுபட்டு என்னைக் காபந்து செய்கிறாள். வாஸ்தவம்தான். காலை வெய்யில் என்றும் பாராமல்- அவளுக்கு வெய்யிலில் நின்றால் உடனடியாகத் தலைவலி வரும் நொச்சிக்குப்பம் போய் எனக்காக வலை மீன் வாங்கி வந்து சமைக்கிறாள். வலை மீன் ஐஸில் வைக்காத புத்தம் புதிய மீன். அய்யங்கார் பெண். எனக்குக் கருவாடு பிடிக்கும் என்று கருவாடு கூட போட்டுத் தருகிறாள். என் முகம் பளபளக்கிறது, என் தோல் ஜொலிக்கிறது என்று பலரும் சொல்லி வருகிறார்கள். போன வாரம்தான் எனக்கு ஸ்நான எண்ணெய் தயார் பண்ணிக் கொடுத்தாள். எப்படித் தயார் செய்வது?

நல்லெண்ணெயில் சிறிதளவு மிளகு, பூண்டு, சீரகம், பச்சரிசி, சேர்த்து புகை மற்றும் நெடி ஏறாதவாறு காய்ச்ச வேண்டும். இது தலைக்குத் தேய்க்கும் எண்ணெய். உடம்புக்கான எண்ணெய்: தேங்காய் எண்ணெய், பாதாம் எண்ணெய், ஜொஜோபா எண்ணெய் (ஒரு கப், அரை கப், கால் கப் என்ற அளவு) மூன்றையும் கலந்து இதில் பாடம் பண்ணின மனோரஞ்சித மொக்கு, பாடம் பண்ணின ரோஜா மொக்கு, பாடம் பண்ணின சுகந்திப் பூ, பாதாம் பருப்பு ஆகியவற்றைப் போட்டு காய்ச்ச வேண்டும். ஒன்றை உடம்பிலும், ஒன்றைத் தலையிலும் தேய்த்து அரை மணி நேரம் ஊறிய பிறகு கடலை மாவு போட்டுக் குளிக்க வேண்டும். இதுதான் என் தேகப் பொலிவுக்குக்

காரணம். இதைச் செய்து கொடுப்பது வைதேகி. இப்படி அவள் எனக்கு செய்யும் சிசுருஷை ஒரு நூறு இருக்கும்.

ஆனால் எல்லாமே தங்கக் கூண்டு வாழ்க்கை. அதுதான் என் புகார்.

ஒவ்வொரு நாளும் எனக்கு எப்படி விடிகிறது தெரியுமா? நேற்று நள்ளிரவு பன்னிரண்டு மணிக்கு என் அறையில் விளக்கைப் போட்டு எதையோ தேடினாள் வைதேகி. என்ன கருமமோ என்று கண்ணை மூடிக் கொண்டு தூங்கினேன். எனக்குக் கொஞ்சம் சப்தம் கேட்டாலும் முழிப்பு வந்து விடும். பிறகு தூக்கமே வராது. தேடி விட்டுப் போன பிறகு மறுபடியும் கொஞ்ச நேரம் கழித்து வந்து மீண்டும் விளக்கைப் போட்டுத் தேடினாள். நன்றாக எழுந்து விட்டேன். பழுப்பு நிறப் பூனை காணவில்லை. அவள் தினமும் உறங்கச் செல்லும் முன் பத்து பூனைகளும் இருக்கிறதா என்று எண்ணுவாள். நான் ஒருநாளும் எண்ணியதில்லை. பதினோரு மணிக்குத் தேடியிருக்கிறாள். ஒன்பதுதான் இருந்திருக்கிறது. ஒரு மணி நேரமாகத் தேடியும் கிடைக்காததால் என் அறையில் வந்து தேடுகிறாள். வீட்டில் உள்ள பீரோக்களிலெல்லாம் தேடியாயிற்றாம். என் சயன அறையில் ஜன்னலைத் திறந்து வைத்திருப்பேன். இது வழியாகத்தான் ஓடி விட்டது என்றாள். அதாவது, பூனை காணாமல் போனதற்கு நான்தான் காரணம் என்று அர்த்தம். நள்ளிரவில் இவளோடு சண்டை போட்டால் எனக்கு நெஞ்சு வலி வந்து விடும் என்பதால் நான் ஒன்றும் சொல்லவில்லை.

பிறகு நான் படுத்து விட்டேன். ஆனால் தூக்கம் வரவில்லை. வைதேகி அவள் அறைக்குப் போய் விட்டாள். காலையில் சொன்னாள், இரவு பூராவும் தேடினாளாம். கீழேயெல்லாம் போய்த் தேடியிருக்கிறாள். நீ ஜன்னலைத் திறந்து வைத்ததால்தான் ஓடி விட்டது என்றாள் மீண்டும். இதோ பார், ஜன்னலையும் மூடி விட்டு கதவையும் மூடி விட்டுத் தூங்கினால் எனக்கு மூச்சு விட முடிவதில்லை, மூச்சு விட முடியாமல் செத்து விடுவேன். இதை கொஞ்சம் முரட்டுத்தனமான தொனியில் சொன்னேன். பிறகு “நான் ராத்திரி பூராவும் தூங்கவில்லை, நான் இப்போது

தூங்கப் போகிறேன். நீங்களே (நானும் செவிலிப் பெண்ணும்) இட்லி போட்டு சாப்பிட்டுக்கோங்க இல்லேன்னா எதையாவது பண்ணித் தொலஞ்சு போங்க, எனக்குத் தெரியாது" என்று நஞ்சை உமிழ்வது போல் சொன்னாள்.

தொலைந்து போகச் சொன்னபோது காலை மணி ஆறு. இப்படித்தான் ஒவ்வொரு நாளும் எனக்கு விடிகிறது. ஒவ்வொரு நாளின் கதையையும் எழுதினால் நீங்கள் இதைப் படிக்காமல் போய் விடுவீர்கள். ஒரு பானைக்கு ஒரு சோறு பதம்.

நான் வழக்கம் போல் மௌனம் சாதித்தேன். மௌனம் என்ன மௌனம்? அவள் என் உள்ளத்தில் செலுத்தும் விஷத்தை இரண்டு வார்த்தை மந்திரத்தால் முறிக்கிறேன். போடீ சுன்னி.

போன வாரம் நடந்த கதை. நான் அருஞ்சொல் இதழுக்காக சமஸ் அனுப்பிய கேள்விகளுக்கான பதிலை எழுதிக் கொண்டிருந்தேன். மாலை நான்கு மணி இருக்கும். ஏற்கனவே ஜெயமோகன் ஏதோ ஒரு வார்த்தையைத் தவறாகச் சொல்லி விட, உடனே தமிழ்நாடே பொங்கி எழுந்து அவரை அடி அடி என்று அடித்தது ஞாபகம் இருந்ததால் கவனமாக யோசித்துத் தட்டச்சு செய்து கொண்டிருந்தேன். ஆனால் ஒன்று, ஜெயமோகன் பேட்டி வாய்ப் பேட்டி. இது எழுத்து. ஆனாலும் எழுத்தில்தான் இன்னும் கவனமாக இருக்க வேண்டும் என்று தோன்றியது.

வைதேகி யாரையோ பெருங்குரலில் ஃபோனில் கன்னாபின்னாவென்று திட்டிக் கொண்டிருந்தாள். எழுதுவதற்கு இடைஞ்சலாக இருந்தது. கதவை மூடி விட்டு எழுதினேன். பத்து நிமிடம் வந்து திறந்தாள். ஆனால் ஃபோனில் யாருக்கோ ஓத்தாம் பாட்டு கிடைத்துக் கொண்டிருந்தது.

"தோ பாருங்க சார். நீங்க என் பையனை ஏமாத்திட்டீங்க. ஏன் சார், வெறுமனே ஒரு அறையில் பத்து நிமிஷம் எலெக்ட்ரிகல் வேலை செய்றதுக்கு 5000 ரூபாயா? எந்த ஊர் நியாயம் சார் இது? இதுக்கு நீங்க பேசாம போய் பேங்கைக் கொள்ளை அடிக்கலாமே? இப்படி என் பையனை ஏமாத்திப் புடுங்கறதை

விட வேற வேலை ஏதாவது செய்யலாமே? என் பையன்தான் கிடைச்சாரா நீங்க பணம் சம்பாரிச்சு வீடு கட்ட? சும்மா பேசாதீங்க சார், நான்தான் பாதிக்கப்பட்டவொ. நான் பேசறதை நீங்க கேளுங்க. நீங்க பேசறதை நான் கேக்க வேண்டிய அவசியம் எனக்கு இல்லை. நான் பணம் குடுத்து உங்க கிட்ட ஏமாந்து இருக்கேன். நான் சொல்றதைத்தான் நீங்க கேக்கணும். ஒரே நாள்ள பங்களா கட்டணும்ங்கிற உங்க ஆசை எனக்குப் புரியுது. அதுக்குப் போயி எதாவது நகைக் கடையைக் கொள்ளை அடிக்க வேண்டியதுதானே? ஏன் என் பையனை ஏமாத்துறீங்க?"

நிறுத்துகிறேன். இதே மாதிரி இரண்டு மணி நேரம் ஓடியது பேச்சு. அவனும் விடவில்லை. தான் ஏமாற்றவில்லை என்பதை இந்த அம்மாளிடம் நிறுவியே தீருவது என்று நினைத்து விட்டான் போலிருக்கிறது. நான் கதவைச் சாத்துவதும் பத்து நிமிடத்தில் அவள் வந்து திறப்பதுமாக இன்னொரு உப பாண்டவம் ஓடிக் கொண்டிருந்தது.

யோகா குரு சௌந்தர் மட்டும் என் வாழ்வில் அறிமுகமாகாதிருந்தால் நான் என்ன செய்திருப்பேன் தெரியுமா? சாந்தோமிலிருந்து செயிண்ட் ஜார்ஜ் கோட்டை வரை கேட்கும் அளவு சப்தத்துடன் அந்தக் கதவை படாரென்று மூடியிருப்பேன். அந்த அதிர்ச்சியில் வைதேகிக்கு வலிப்பு வந்திருக்கும். பெரிய சப்தம் அவளுக்கு வலிப்பை உண்டு பண்ணும். சௌந்தர் மட்டும் அல்ல. அந்த ரெண்டெழுத்து மந்திரமும் கொலை, தற்கொலை ஆகிய இரண்டையும் தவிர்க்கப் பெரிதும் உதவுகிறது. எனவே அதைப் பயன்படுத்தித்தான் ஆக வேண்டியிருக்கிறது. போடீ சுன்னி. மனசுக்குள் போடீ சுன்னி சொல்லி விட்டு சும்மா இருந்து விடுகிறேன். ஒரு கட்டத்தில் அந்த எலக்ட்ரீஷியனிடம் பேசியபடியே என்னிடம் "ஏம்ப்பா நான் திறந்து திறந்து வைக்கிறேன், நீ மூடிக்கிட்டே இருக்கே?" என்று ஆவேசமாக்க் கேட்டாள். நான் சாந்தமாக, "எழுதறதுக்கு இடைஞ்சலா இருக்கும்மா சத்தம்" என்றேன்.

எலக்ட்ரீஷியனிடம் பேசிக் கொண்டிருக்கும்போதே மோகனும் வந்தான். பார்ரா, அநியாயமா அவன்ட்ட நீ அஞ்சாயிரம்

ரூபா ஏமாந்துட்டே. அந்த வேலைக்கு ஆயிரம் ரூபாதான் தர்லாம். நீ என்னையும் கேக்காம அஞ்சாயிரம் குடுத்துருக்கே. என்னை யாரும் மதிக்கிறது கிடையாது. நீயும் உங்கப்பன் மாதிரியே இருக்கே.

இதே ரீதியில் ஏழு அல்லது எட்டு நிமிடம் இருக்கும். ஏமாற்றியவனை வறுத்தது போல் இப்போது ஏமாந்தவனை வறுத்துக் கொண்டிருந்தாள். ஏதோ பெரிதாக சல்லென்று சத்தம் கேட்டது. மோகன் தன் ஃபோனைத் தரையில் வீசி உடைத்து விட்டான்.

அவன் வீடு எங்கள் வீட்டுக்கு மேல் தளத்தில் உள்ளது. வெளியே போனவன் திரும்பி வந்து, “இந்த ஃபோன் ரெண்டு லட்சம் ரூபாய். அஞ்சாயிரத்துக்கு என் உயிரை எடுத்தீங்க. இப்போ ரெண்டு லட்சம் போச்சு, இது இல்லாட்டி எனக்கு ஆஃபீஸ் வேலை செய்ய முடியாது. இதோ இப்பவே போய் ரெண்டு லட்சம் குடுத்து புதா ஃபோன் வாங்கியாகணும். சந்தோஷமா ஒங்களுக்கு?” என்று கேட்டான்.

ஐஃபோன். லேட்டஸ்ட் மாடல்.

ஒரு கப்பல் கம்பெனியின் நிர்வாகத்தையே தன் தலையில் போட்டுக் கொண்டு வேலை செய்யும் மோகன் இந்த அஞ்சாயிரம் பிரச்சினையில் மாட்டிக் கொண்டான். இரண்டு மூன்று நாள் கழித்து மோகனிடம் நான் “இப்படியெல்லாம் செய்யாதேப்பா, என் வாசகர்களிடம் யாசகம் வாங்கி வாழ்ந்து கொண்டிருக்கிறேன், ஒவ்வொரு பைசாவும் முக்கியம்” என்று சொன்னபோது “அம்மா அப்படிச் செய்யும்போது என் மூளையில் ஆயிரம் பூரான் ஓடுவது போல் இருக்கிறது” என்றான்.

இப்படித்தான் சுப்ரஜாவிடம் மாட்டிக் கொண்ட ராஜகோபாலும் சொன்னார். இதே வார்த்தைகள். அந்தக் கொடூரம் தாங்க முடியாமல்தான் “என் கைக்குழந்தையை எடுத்து சுவரில் அடித்துக் கொன்று விட்டுத் தற்கொலை செய்து கொள்ளப் போகிறேன்” என்றார்.

ஏதோ வேகத்தில் நான் ராஜகோபாலின் கதையை உங்களுக்கு முழுசாகச் சொல்லவில்லை. ராஜகோபால் சிறு வயதில் ஹிந்துஸ்தானி சங்கீதம் கற்றுக் கொண்டிருக்கிறார். நன்றாகவே பாடுவார். சுப்ரஜா இல்லாத சமயங்களில் எனக்குச் சிலபோது பாடிக் காண்பித்திருக்கிறார். எனக்கு வயிறு பற்றி எரியும். அவ்வளவு நன்றாகப் பாடுவார். கச்சேரி செய்தால் நிச்சயம் புகழ் பெறுவார். சந்தேகமே இல்லை. ஆனாலும் அவரால் கச்சேரி செய்ய முடியாது. சாதகம் பண்ண ஆரம்பித்தாலே "உங்க ஒப்பாரியைக் கொஞ்சம் நிறுத்துங்க" என்று ஆரம்பித்து விடுவாள் சுப்ரஜா. யசோதா அதற்கும் மேலே. காதுகளில் பஞ்சை அடைத்துக் கொள்வாள். விளங்குமா?

குழந்தையை சுவரில் அடித்துக் கொல்லவில்லை. ஆனால் நாற்பது தூக்க மாத்திரைகளைப் போட்டுத் தற்கொலைக்கு முயன்றார் ராஜகோபாலன். பிழைத்துக் கொண்டார்.

உலகளந்தானுக்கு மட்டுமல்ல, என் வாசகர் வட்டத்திலேயே கூட பலருக்கும் கொக்கரக்கோவைப் பிடிக்காது. அவர்களையெல்லாம் என் உயிர் மீது அக்கறையில்லாதவர்கள் என்றே எடுத்துக் கொள்கிறேன். காரணம், அவர்களுக்கு என் சூழ்நிலையோ என் வாழ்க்கையோ தெரியவில்லை.

வாஸ்தவத்தில் கொக்கரக்கோவின் வாழ்வில் அல்லது சிந்தனையில் உலகளந்தான் என்ற நபரே இல்லை. மட்டுமல்லாமல், கொக்கரக்கோ இதுவரை யாரைப் பற்றியும் புறம் சொல்லி நான் கேட்டதே இல்லை. அவனுக்குப் பலரையும் பிடிக்காது. ஆனால் யார் பற்றியும் அவன் புறம் சொல்ல மாட்டான். ஏனென்றால், பெருமாள் என்ன மூடரா, அவருக்குத் தெரியாதா என்ற மரியாதைதான். அடுத்தவனுக்கு புத்தி சொல்பவர்களெல்லாம் மரியாதை கெட்டவர்கள் என்றே நினைக்கிறேன்.

ஏன்டா பாடு உலகளந்தான், இப்படி ஒரு மனநோய்க் கூடாரத்தில் வாழ்ந்து கொண்டு, தினமும் இரண்டாயிரத்திலிருந்து மூவாயிரம் வார்த்தைகள் எழுதிக் கொண்டிருக்கும் என்னைப் பார்த்தா குடித்து அழிகிறேன் என்று சொன்னாய், நாயே? மாதம் ஒருமுறை

வெளியூர் வரும்போது குடிக்கத்தான்டா குடிப்பேன். அப்படிக் குடித்தால் குடிகாரனா? அப்படிக் குடிக்கவில்லையானால் என் மூளையிலிருந்து ரத்தம் கசியும். தெரியுமாமாடா உனக்கு? அதனால்தான் குடிக்காததால்தான் என் மைத்துனர் கஸ்தூரி ரங்கனுக்கும் என் நண்பர் முத்துவுக்கும் மூளையில் ரத்தக் கசிவு ஏற்பட்டது. நானும் அப்படி ஆக வேண்டுமாடா பரதேசிப் பயலே? உங்களுக்கெல்லாம் அடுத்தவர் வாழ்வை விமர்சிக்கும் உரிமையை எவன்டா கொடுத்தான்? அதிலும் குடி என்றவுடன் தடியைத் தூக்கிக் கொண்டு ஓடி வருகிறீர்களே, நாதாரிகளா, உங்களையெல்லாம் காயடித்துப் போட வேண்டும்.

சரி, இரண்டாவது விஷயத்துக்கு வருகிறேன். உலகளந்தான் தன் பேச்சை மாற்றினார் அல்லவா? நான் அப்படிச் சொல்லவில்லை இப்படிச் சொன்னேன் என்று. எப்படி? என் மனைவி எனக்கு டார்ச்சர் கொடுக்கிறாளாம். அதை மறப்பதற்காக நான் குடித்து சீரழிகிறேனாம். டேய் டேய் டேய்...பாடு... நான் என் மனைவிக்கு எடுபிடிதான். ஒத்துக் கொள்கிறேன். ஆனால் எடுபிடி மாதிரி நடிக்கிறேன்டா லூசுக் கூதி. இப்படி என்னைப் பற்றிச் சொல்வதற்கு முன்னால் நீ உன்னைப் பற்றி யோசித்தாயா? உனக்காக உன் மனைவி நொச்சிக்குப்பம் போய் மீன் வாங்கி சமைப்பாளா? சரி, உனக்கு மீன் பிடிக்காது. வேறு அவள் உனக்காக என்ன செய்திருக்கிறாள்? நீ சொன்னதே இல்லையே? நீங்களெல்லாம் எப்பேர்ப்பட்ட பணப் பிசாசுகளாக இருந்தால் உன் பேத்தி அந்த இளநீர்க்காரரிடம் போய் அப்படிக் கேட்பாள்? பிணத்தின் நெற்றியில் உள்ள காசை எடுத்துப் பாக்கெட்டில் போட்டுக் கொள்ளும் பேர்வழிகளடா நீங்களெல்லாம். நீயா என் மனைவி பற்றிப் பேசுகிறாய்? தன் தாலி, வளை, மோதிரம் எல்லாவற்றையும் கழற்றி விற்று அந்தக் காசில் என்னுடைய ஒவ்வொரு புத்தகத்தையும் பதிப்பித்தவள் என் மனைவி? தெரியுமா உனக்கு? எத்தனை முறை சொல்லியிருக்கிறேன், உன் நரகல் மூளையில் அதெல்லாம் சேரவில்லையா?

டேய் உலகளந்தான், நீ உன் மனைவிக்கு, மகளுக்கு, பேத்திக்கு அடிமை. உனக்கு அவர்களையும் பணத்தையும் விட்டால்

வேறு எதுவுமே இல்லை. உனக்கு நண்பர்களும் இல்லை. நீ அடிக்கடி என்னிடம் என்ன சொல்லுவாய்? “போதும் சார் வாழ்ந்தது, வாழ்க்கை சலிப்பாக இருக்கிறது.” ஏன் என்று கேட்டால், நீ உன் வாழ்நாள் முழுவதுமே உன் மனைவிக்கும், மகளுக்கும், பிறகு பேத்திக்கும் ஆக மூவருக்குமே எடுபிடியாக, ஒரு அடிமையாக வாழ்ந்து கொண்டிருக்கிறாய். அதனால்தான் வாழ்க்கை உனக்கு சலிக்கிறது. செத்துப் போகலாம் என்று தோன்றுகிறது.

ஆனால் எனக்குப் பத்துப் பன்னிரண்டு தோழிகள் உண்டு. அதில் ஒருத்தி நேற்று ஒரு மெஸேஜ் அனுப்பியிருந்தாள், நீ இரண்டு ஆண்டுகளாக ஏமாற்றிக் கொண்டிருக்கிறாய், உடனே வந்து என்னைப் புசி என்று.

இதிலிருந்து என்ன புரிகிறது உன் நரகல் மூளைக்கு? நான் என் பெண்டாட்டியிடம் அவளுடைய எடுபிடி மாதிரி நடித்துக் கொண்டிருக்கிறேன். அது அவளுக்கும் தெரியும். அவளுக்குத் தெரியும் என்பது எனக்கும் தெரியும். இன்னொரு விஷயம் மூடனே, இதுவரை எனக்குத் தலைவலி, முதுகு வலி, இடுப்பு வலி, மூட்டு வலி, ஜுரம், ஜலதோஷம் என்று எதுவுமே வந்தது இல்லை. எப்படி? இந்த அறுபத்தொன்பது வயதில். நீதான் என்னோடு இத்தனை காலம் பழகிக் கொண்டிருக்கிறாயே, எப்போதாவது நான் அங்கே வலி இங்கே வலி ஜுரம் ஜலதோஷம் என்று முடங்கியிருக்கிறேனா? இரண்டு முறை ஹார்ட் அட்டாக் வந்தது. அவ்வளவுதான். இப்படி உடல் வளர்த்தேன் உயிர் வளர்த்தேன் என்று வாழ்ந்து கொண்டிருக்கும் என்னை நீ என் பெண்டாட்டி மாதிரியே “குடிகாரன்” என்று ஒற்றை வார்த்தையில் சுருக்குகிறாயே, உன் உடம்பு எப்படி இருக்கிறது, நீ எப்படி வாழ்கிறாய் என்று யோசித்திருக்கிறாயா? இத்தனைக்கும் நான் எந்த உணவுக் கட்டுப்பாடும் வைத்துக் கொள்வதில்லை. தினமும் இனிப்பு சாப்பிடுகிறேன். தினமும் சர்க்கரை போட்டு ஐந்து காஃபி குடிக்கிறேன். இரண்டு நாளைக்கு ஒருமுறையாவது ஆவக்காய் தொக்கை சூடான சோற்றில் போட்டுப் பிசைந்து உண்கிறேன்.

தினமும் ரசத்தில் கூட நெய் போட்டுக் கொள்கிறேன். அப்பளம் உண்டு. தினமும் விதவிதமான ஊறுகாய்கள் உண்டு. மாமிசம் உண்டு. சமோசா உண்டு. விலக்கு என்று எதுவுமே இல்லாமல் வாழ்ந்து கொண்டிருக்கிறேன். மாட்டுக் கறி தவிர வேறு எல்லாம் எனக்கு சம்மதம். உணவு எனக்கு மதம். உணவு எனக்கொரு கொண்டாட்டம். ஆனாலும் இதுவரை எந்த உடல் நோவும் வந்ததில்லை. ஏன் தெரியுமா? என் உலகில் பணம் இல்லை. என் உலகில் அடுத்தவன் இல்லை. அடுத்தவனே இல்லாதபோது அவன் குடிகாரனா சுன்னியா என்றெல்லாம் நான் ஏன் கவலைப்படப் போகிறேன்?

டேய் பாடு உலகளந்தான், உனக்கு ஒன்றே ஒன்று சொல்கிறேன். நான் இப்படி வாழ்வாங்கு வாழ்வதற்கு ஒரே காரணம் என்ன தெரியுமா? நான் என்னை நேசிக்கிறேன்.

இத்தனையும் எப்படிப்பட்ட சூழலில் தெரியுமா? சில பணக்கார வீடுகளிலும் அலுவலகங்களிலும் ஓம் என்ற மந்திரம் எப்போதும், இருபத்து நான்கு மணி நேரமும் மெல்லிய ஒலியில் ஒலித்துக் கொண்டே இருக்கும். அந்த மாதிரி எனக்கு ஒன்று நடக்கும். திடீரென்று என் அறைக்கு வரும் வைதேகி, "உனக்கு ஒன்று சொல்கிறேன் பெருமாள். உனக்கும் எனக்கும் எந்த சம்பந்தமும் இல்லை. நீ யாரோ. நான் யாரோ. நீ என்ன வேண்டுமானாலும் செய்து விட்டுப் போ. எனக்குக் கவலையே இல்லை. நீ என் வாழ்க்கையிலேயே இல்லை. நீயே புரிந்து கொண்டிருப்பாயே? நான் இப்போதெல்லாம் உன் விஷயம் எதிலுமே தலையிடுவதில்லையே? கவனித்தாய்தானே?" என்று சொல்லி விட்டுப் போவாள்.

ஆனால் நானோ அவளுடைய சந்தோஷத்துக்காக வளர்க்கும் பத்து பூனைகளுக்கு வாரம் பதினேழாயிரம் ரூபாய்க்கு பூனை உணவு வாங்கிப் போடுகிறேன். பணம்? நண்பர்களிடம் பிச்சை. வாசகர்களிடம் பிச்சை. பிறகு மாதம் அறுபத்தெட்டாயிரத்துக்கு நான் எங்கே போவது? இதில் அவ்வப்போது சில பணக்கார நண்பர்களிடமிருந்து செருப்படியும் கிடைக்கும். வாங்கிக் கொண்டுதான் ஆக வேண்டும். வேறு வழி? இந்தப் பூனைகள்

இல்லாவிட்டால் எனக்கு ஒரு பைசா தேவையில்லை. சிங்கம் மாதிரி வாழலாம்.

ஒரு நண்பர் இருந்தார். பூனை உணவுக்காக மாதம் பத்தாயிரம் கொடுப்பார். அதாவது, மாதாமாதம் நேரில் வந்து பத்துப் பதினைந்தாயிரத்துக்கு பூனை உணவு வாங்கிக் கொடுத்து விட்டுப் போவார். ஆனால் எப்படி வருவார் என்றால், நாளை வருகிறேன் என்பார். வர மாட்டார். மறுநாள் நான் மெஸேஜ் அனுப்புவேன். இன்று வர முடியுமா? நாளை கட்டாயம் வருகிறேன். வர மாட்டார். ஒரு இரண்டு நாள் கழித்து மெஸேஜ் அனுப்புவேன். நாளை பார்க்கலாமா? நாளை மறுநாள் வருகிறேன். வர மாட்டார்.

"சரி, நீங்கள் பணக் கஷ்டத்தில் இருக்கிறீர்களா, பூனை உணவுக்குப் பணம் செலவு செய்ய முடியாவிட்டால் பரவாயில்லை. விட்டு விடலாம். நீங்கள் என்னிடம் வெளிப்படையாக இருக்கலாம்."

உடனே ஃபோனில் அழைத்து விடுவார். என்ன பெருமாள் இது, இப்படியெல்லாம் பேசிக் கொண்டு? ஒரு பணப் பிரச்சினையும் இல்லை. நாளை மாலை நான்கு மணிக்கு அங்கே இருப்பேன்.

மறுநாள் மாலை அவருடைய தூரத்து உறவினரின் வீட்டில் ஏதாவது துக்கச் செய்தி வந்து விடும். இப்படி மாத முதல் தேதியில் ஆரம்பிக்கும் கதை இருபத்தைந்தாம் தேதி முடியும். இருபத்தைந்தாம் தேதி நேரில் வந்து விடுவார். நான் பூனைகளுக்கு அறுபத்தெட்டாயிரம் ரூபாய் மாதம் செலவு செய்கிறேன். வாசகர்களிடமிருந்து யாசகம் பெற்று. அதில் ஒரு பத்தாயிரம் தருவதற்கு நான் ஒருவரை மாதம் பூரா ஊம்ப வேண்டும்.

இதெல்லாம் யாருக்காக? வைதேகியின் சந்தோஷத்துக்காக. ஆனால் அவள் என்ன சொல்கிறாள்? உனக்கும் எனக்கும் சம்பந்தமே இல்லை. நீ யாரோ. நான் யாரோ.

அதுவும் எப்படி? சில வீடுகளில் சில அலுவலகங்களில் ஓம் மந்திரம் இருபத்து நான்கு மணி நேரமும் ஒலிக்கும் இல்லையா, அப்படி. அதை வைதேகி என்னிடம் சொல்லாத நாளே இல்லை.

சரி என்று நேற்று பதில் சொன்னேன். ஏம்மா, உனக்கும் எனக்கும் சம்மந்தம் இல்லை. இதை நம்பி நான் ஓடி விட்டேன் என்றால், நீ என்ன செய்வாய்? இந்தப் பத்து பூனைகளுக்கும் எப்படி உணவு கொடுப்பாய்? பணம் ஏது?

உனக்கு என்னைப் பற்றித் தெரியாது பெருமாள். பிச்சை எடுப்பேன். பிச்சை எடுப்பதுதான் எனக்குப் பிடித்த விஷயம். வீடுகளில் பிச்சை எடுக்க மாட்டேன். கோவில் பணி செய்து விட்டுப் பிச்சை எடுப்பேன்.

இரண்டு எழுத்து மந்திரத்தோடு இன்னொரு மந்திரத்தையும் சேர்த்துக் கொள்வேன். மனதில்தான். ங்கோத்தா... போடி சுன்னி.

இப்படி ஒரு வாழ்க்கையில் ஏதோ ஒருநாள் குடித்து விட்டு உளறி விட்டேனாம், பாடு, என்னைப் பார்த்துப் பரிதாபப்படுகிறான் பரதேசிப் பயல்.

★

துறவு

இந்த நாவலின் முதல் படியை புவனேஸ்வரிக்கு அனுப்பியபோது இதில் உள்ள விவரப் பிழை (அவளுடைய அபிப்பிராயத்தில்) பற்றிக் குறிப்பிட்டதோடு இன்னொரு செய்தியும் அனுப்பினாள்.

“பெருமாள், எனக்கு உறவுகள் மீது நம்பிக்கை போய் விட்டது. மிகவும் தனிமையாக உணர்கிறேன். பந்தங்களிலிருந்து கொஞ்சம் கொஞ்சமாக விலகிக் கொண்டிருக்கிறேன்.”

இந்த வார்த்தைகளை நான்தான் சொல்ல வேண்டும். நீ சொல்லக் கூடாது புவி. உன் அலுவலகத்தில் மனிதர்கள் இருக்கிறார்கள். உன் வீட்டில் மனிதர்கள் இருக்கிறார்கள். அன்பு செலுத்தக் கூட அல்ல, சண்டை போடுவதற்காகவாவது உன்னைச் சுற்றி மனிதர்கள் உண்டு. ஆனால் எழுத்தாளனின் வேலை மிகவும் தனிமையானது. ஒரு சிறிய அறையில் உட்கார்ந்து எழுத்துக்களைத் தட்டிக் கொண்டே இருக்க வேண்டும். நாள் முழுவதும். மனிதர்கள் சூழ இருந்தாலும் நான் தனியாகவே உணர்கிறேன் என்று நீ சொல்லலாம். பதினைந்து ஆண்டுகளாக நாம் தினமும் ஒரு மணி நேரம் பேசிக் கொண்டிருந்தோம். இப்போது நான் உன்னை அழைப்பதில்லை. ஏனென்றால், உன் கதவும் சாளரங்களும் மூடிக் கிடக்கின்றன. வந்து வந்து பார்த்து விட்டுத் திரும்பிக் கொண்டிருக்கிறேன்.

என்னையும் கொக்கரக்கோவையும் பிணைப்பது என்ன? எழுத்தைத் தவிர வேறு எதுவுமே இல்லை. நாங்கள் இருவருமே செண்டிமெண்டுகளில் வாழும் ஆட்கள் இல்லை. எனக்கும் அவனுக்கும் ஏன் ஒத்துப் போகிறது என்றால், அவனுக்குக் குடும்பமே இல்லை. எனக்கும் இல்லை. குடும்பத்தில் இருப்பது போல் நடிக்கிறேன். அவ்வளவுதான். அவன் வாழ்விலிருந்து இரண்டு உதாரணங்களைத் தருகிறேன்.

அவன் மகள் பன்னிரண்டாம் வகுப்பில் இருக்கிறாள். அடுத்த ஆண்டு எழுத வேண்டிய ஏதோ ஒரு முக்கியமான போட்டித் தேர்வுக்கு அவள் பயிற்சி வகுப்புக்குச் செல்ல வேண்டும். தினம் காலை ஆறு மணிக்கு வகுப்பு. நீங்கள் அவளைக் கொண்டு போய் விடும் பொறுப்பை எடுத்துக் கொள்ளுங்கள் என்றாள் மனைவி. கொக்கரக்கோ மறுத்து விட்டான். வேறு நல்ல ஏற்பாடு வேண்டுமானால் செய்கிறேன், என்னால் போக முடியாது என்று சொல்லி விட்டான். அவன் அந்தப் பொறுப்பை ஏற்றிருந்தால் அவன் வாழ்க்கை சீர்குலைந்து போயிருக்கும். குடும்பத்துக்கு வேண்டிய பொருளாதாரத்தைக் கூட அவனால் ஈட்டியிருக்க முடியாது. இரண்டு முக்கியக் காரணங்கள். ஒன்று, அவனுடைய உறக்க காலம். காலை நான்கிலிருந்து மதியம் பன்னிரண்டு. மகளைக் கொண்டு போய் விட்டான் என்றால் அவன் தூக்கமே காலியாகி அவனுக்குப் பைத்தியம் பிடித்திருக்கும். இன்னொன்று, வேலை விஷயமாகவும் தனிப்பட்ட பயணம் காரணமாகவும் மாதத்தில் பாதி நாள் அவன் சென்னையில் இருக்க மாட்டான். ஆக, அதிலும் பிரச்சினை.

இதை இந்த இந்திய நாட்டில் ஒரு தகப்பன் கூட செய்ய மாட்டான். குழந்தைகளின் படிப்பைத் தன் உயிரை விட முக்கியமாக நினைக்கும் பெற்றோர் வாழும் தேசம் இது. இரண்டாவது, கொக்கரக்கோ மலேஷியாவில் இருக்கிறான். சென்னையில் மனைவிக்கு டெங்கு ஜுரம். இங்கே சென்னையில் மனைவியை கவனித்துக் கொள்ள ஆளே இல்லை. அவன் உடனே விமானத்தைப் பிடித்து சென்னை வரவில்லை. அவன் வீட்டுக்கே ஆம்புலன்ஸ் வருமாறு ஏற்பாடு செய்தான். மருத்துவமனை ஆட்களே அவன் மனைவியை போரூர்

ராமச்சந்திராவில் அனுமதித்தார்கள். ஆம்புலன்ஸிலிருந்து உள்ளே போவதற்குக் கூட உதவியாட்கள் இருந்தார்கள். கொக்கரக்கோவே இங்கே இருந்திருந்தால் கூட அத்தனை கவனிப்பு இருந்திராது. அப்படி கவனித்து ஒரு வாரம் கழித்து வீட்டுக்கு அனுப்பினார்கள். இரண்டு குழந்தைகளையும் மனைவியின் பெற்றோர் வந்து அழைத்துச் சென்றார்கள். அவர்களும் சென்னைவாசிகள்தான்.

இதையே கொக்கரக்கோவின் நண்பன் கோபால் எப்படி எதிர்கொண்டான் என்பதையும் சொல்கிறேன். அச்சு அசலாக வைதேகி என்ன பண்ணுவாளோ அதையே பண்ணினான் கோபால். அதற்காகத்தான் இந்த நாவலை எழுதிக் கொண்டிருக்கிறேன். கோபால் மட்டுமல்ல, பெரும்பாலானவர்கள் ஒரு பிரச்சினை என்றால் அதை அப்படித்தான் எதிர்கொள்கிறார்கள். கோபாலும் கொக்கரக்கோவும் ஹைதராபாதில் இருந்தார்கள். இரவு மணி பதினொன்று. இருவரும் மது அருந்திக் கொண்டிருந்தார்கள். கோபாலுக்கு ஒரு ஃபோன் வருகிறது. கோபாலின் மூன்று வயதுக் குழந்தைக்கு வலிப்பு வந்து விட்டது. கோபால் இப்போதே, இந்த க்ஷணமே அரக்கோணத்துக்குப் போக வேண்டும் என்று கூக்குரலிட்டு அழ ஆரம்பித்து விடுகிறான். இரண்டு ரவுண்டு வேறு போட்டிருக்கிறான் இல்லையா?

"டேய் லூசுக் கூதி, பேசாமல் இன்னும் ஒரு ரவுண்டைப் போட்றா. நீ இப்ப பண்ண வேண்டியது ஊருக்குக் கிளம்பிப் போறது இல்ல. நீ இப்போ கிளம்பினா ஃப்ளைட்ல போனா கூட - அரக்கோணம் போய்ச் சேர பன்னண்டு மணி நேரம் ஆய்டும். இப்போ அவங்களுக்கு உடனடித் தேவை பணம். ஒரு லட்சம் ரூபாய் பணத்தை உடனடியாக ட்ரான்ஸ்ஃபர் பண்ணு. அடுத்தது, உன் சொந்தக்காரங்ககிட்ட உடனே உன் வீட்டுக்குப் போகச் சொல்லு. உன் பொண்டாட்டிய தைரியமா ஆம்புலன்ஸுக்கு ஃபோன் பண்ணச் சொல்லு. எல்லாத்துக்கும் பணம் வேணும். உடனே பணத்தை அனுப்பிட்டு ரவுண்டைப் போடு."

“நீ மனுசனே இல்ல, மிருகம். உணர்ச்சியே இல்லாத மிருகம்.”

“டேய் ங்கோத்தா. சொல்றத செய்டா முட்டாப் புண்ட... உன்னை மாதிரி ஆளுங்கதான்டா கொலகாரனுங்க...”

இன்னும் விரிவாக எழுத வேண்டியதில்லை. உங்களுக்கே இப்போது புரிந்திருக்கும். உலகத்தில் பெரும்பாலான முட்டாக்கூதிகள் கோபாலைப் போல்தான் இருக்கிறார்கள். வைதேகியும் அந்த ரகம்தான். நம்முடைய நீதிமான் உலகளந்தான் அப்படி இல்லை. எதை எப்போது எப்படிச் செய்ய வேண்டும் என்பதில் கெட்டியான ஆள்தான். ஆனால் அவருடைய பிரச்சினை, அடுத்தவன் சூத்தை நோண்டுவது.

இப்படியெல்லாம் இல்லாமல் இருப்பதால்தான் என்னால் கொக்கரக்கோவுடன் இயல்பாகப் பழக முடிகிறது. அன்பு அன்பு என்று சொல்லிக் கொண்டு அடுத்தவன் சூத்தை நோண்டும் எவனோடும் என்னால் பழக முடிவதில்லை. கொக்கரக்கோவை உன் வாழ்விலிருந்து அப்புறப்படுத்து என்கிறாள் வைதேகி. சரி, அப்படியே செய்வோம் என்று ஒரு நண்பரை தாய்லாந்துக்கு அழைத்தேன். அவருக்கு அலுவலகத்திலிருந்து கூட விடுப்பு கிடைத்து விட்டது. வீட்டில் கிடைக்கவில்லை. இதுதான் விஷயமே. கொக்கரக்கோ வீட்டிலிருந்தும் விலகியிருக்கிறான். கொக்கரக்கோவிடம் எந்தப் பிரச்சினையும் கிடையாது. கிளம்பலாம் என்றால் கிளம்பலாம்தான். கொஞ்சம் தேதிதான் முன்னே பின்னே இருக்கும். அதை சமாளித்து அதற்கேற்பத் திட்டமிட்டுக் கொள்ளலாம்.

ஆக, எனக்கு கொக்கரக்கோவை விட்டால் பழகுவதற்கு வேறு எந்த மனித ஆத்மாவும் இல்லை. கொக்கரக்கோவையும் மாதம் ஒருமுறைதான் சந்திக்க முடியும். அது ஒரு வங்கிக் கொள்ளை மாதிரியோ அல்லது இன்னொரு தேசத்தின் மீது படையெடுப்பது போலவோ திட்டமிட வேண்டும். அத்தனை பொய்கள் சொல்லி ஒரு நாடகத்தை நிகழ்த்த வேண்டும்.

அதெல்லாம் கிடக்கட்டும். ஏன் நீ உன்னுடைய கதவையும் சாளரங்களையும் அடைத்தாய்? எல்லா வாசல்களையும்

உள்ளேயிருந்து பூட்டி விட்டுத் தனியாக இருக்கிறேன் என்று வருந்தினால் அதற்கு யார் என்ன செய்ய முடியும்? சாவி உன் கையில்தானே இருக்கிறது?

என் நண்பர் மணி ஒரு தினசரியின் முதலாளி. நெருங்கிய நண்பர். ஒருமையில் அழைப்பதும் ஒரே சிகரெட்டை இருவரும் குடிப்பதுமான நட்பு. முப்பது ஆண்டுகளுக்கு முன் ஒரு உரையாடலின் போது நான் தினசரிகளையே படிப்பதில்லை என்று சொன்னேன். வாங்குகிறாய் அல்லவா என்று கேட்டார். வாங்குவதும் இல்லை என்றேன். "எனக்காக உன்னால் மாதம் தொண்ணூறு ரூபாய் செலவு செய்ய முடியாதா?" என்று கேட்டார். செவுளில் வாங்கியது போல் இருந்தது. ஏனென்றால், நாங்கள் வாரம் ஒருமுறை சந்திப்போம். ஒவ்வொரு சந்திப்பிலும் அவருக்குப் பத்தாயிரம் ரூபாய் செலவாகும். ஏனென்றால், நான் ரெமி மார்ட்டின் போன்ற வெளிநாட்டு சரக்குகள் மட்டுமே அருந்துவேன். மறுநாளிலிருந்து அவர் தினசரியை வாங்க ஆரம்பித்தேன்.

அதேபோல் எனக்காக செலவு செய்ய உன்னிடம் தினம் ஐந்து நிமிடம் கிடையாதா பெண்ணே? ஐந்தே ஐந்து நிமிடம்? காலை எழுந்ததும் மலஜலம் கழிக்கிறோம். பல் துலக்குகிறோம். குளிக்கிறோம். சாப்பிடுகிறோம். இன்னும் என்னென்னவோ செய்கிறோம். ஏன், நான் எழுதும் விஷயங்களைப் படிக்க ஐந்து நிமிடத்துக்கு மேல் ஆகுமா, சொல்? அவற்றை எழுதுவதற்கு எனக்கு ஒரு மணி நேரமோ ரெண்டு மணி நேரமோ ஆகிறது. ஆனால் படிப்பதற்கு ஐந்து நிமிடம். அதற்கு மேல் ஆகாது. அந்த ஐந்து நிமிடம் உன்னிடம் இல்லை. பிறகு என்ன பேசுவது?

எத்தனையோ நாட்கள் நம் உரையாடல் வெற்றுக் காகிதங்களாக ஆகியிருக்கின்றன.

அப்புறம் என்னம்மா?

சொல்லுங்கப்பா...

ஒண்ணும் இல்லம்மா. நாளைக்குப் பேசலாமா?

சரிப்பா.

இதோ பார் புவி, என் சுவாசமே எழுத்துதான். என் எழுத்தைப் படிக்காதவர்களோடு என்னால் உரையாடவே முடியாது. என்ன பேசுவது சொல்?

என் எழுத்து பற்றி போகன் சங்கர் எழுதிய கட்டுரையைப் படித்தாயா?

இல்லப்பா, நேரமே இல்லப்பா.

அதுதான் என் எழுத்து பற்றி இதுவரை எழுதப்பட்டதிலேயே உச்சம். படித்து விடு.

மறுநாள் உன்னை அழைத்தேன்.

போகன் சங்கர் கட்டுரை படித்தாயா?

இல்லப்பா. நேத்து பூரா ஒரே வேலப்பா.

சரிம்மா. விடு.

அதற்குப் பிறகு நாலு நாட்கள் நான் உன்னை அழைக்கவில்லை. இப்போது அதை நீ படித்துக் கூட இருக்கலாம். எனக்கு ஆர்வம் போய் விட்டது. ஆனால் கடந்த மூன்று வாரமாக உன்னை நான் அழைக்கவில்லை. ஏன் தெரியுமா? ஒரு வார இதழில் என் நேர்காணல் ஒன்று வாராவாரம் வெளிவருகிறது. என் வாழ்நாளின் மிக முக்கியமான நேர்காணல். அதைப் படித்தாயா என்று கேட்பேன். நீ இல்லை என்று சொல்லி விட்டால் உன்னை வெறுத்து விடுவேன் என்ற காரணத்துக்காகவே உன்னை நான் அழைக்காமல் இருக்கிறேன்.

இப்படித்தான் நம்மில் இந்த விலகல் ஏற்பட்ட்து.

உனக்கே தெரியும், நான் ஏன் பச்சைக்கண்ணை என் வாழ்விலிருந்து விலக்கினேன்? என் எழுத்தை அவள் படிக்கவில்லை. படிக்கத் தயாராகவும் இல்லை. பொதுவாக இப்படி ஒரு பெண்ணை ஒரு ஆண் விலக்கம் செய்தால் அவள் அடிபட்ட வேங்கையாக மாறுவாள். பழி வாங்கத் துடிப்பாள். மீட்டூவில் போட்டுத் தள்ளுவாள். என் ஒட்டு மொத்த வாழ்க்கையே சகதியில் வீழும். அப்படியும் என்

வாழ்வைப் பணயம் வைத்தேன். வாழ்வே போனாலும் சரி, என்னால் என் எழுத்தை வாசிக்காத ஒருவரோடு பழக முடியாது என்று அவளை விலக்கினேன். அவளுக்கு என் நன்றி. அவள் என்னை அப்படியெல்லாம் பழி வாங்கவில்லை.

நான் எழுத்தால் வாழ்கிறேன். என் குருதியும் என் சதையும் எழுத்து. என் சுவாசம் எழுத்து. எல்லாமே எழுத்து. என்னோடு சரீர சம்பந்தம் வைத்துக் கொள்ளாமல் பழகும் ஓரிரு பெண்களில் நீ ஒருத்தி. காரணம், நான் ஆடியைப் போன்றவன். நீ என்னை குரு என்றாய். நான் உன்னை சிஷ்யையாக வரித்தேன். ஒரு பெண் என்னை அப்பா என விளித்தாள். அவளை நான் மகளாகக் கொண்டேன். ஆகவே, உன்னையும் என்னையும் பிணைப்பதும் எழுத்தாகத்தான் இருக்க வேண்டும். எனக்கு சர்வதேச விருது கிடைத்தால் நீ மில்க் ஸ்வீட் சாப்பிடுவதை விட்டு விடுவேனென்று அம்மனிடம் பிரார்த்திருப்பதாக என்னிடம் சொன்னாய். எத்தனை பெரிய விஷயம்! ஆனாலும் நடைமுறை வாழ்வில் என் எழுத்தை வாசிக்காமல் நம் இருவராலும் உரையாடவே முடியவில்லையே?

அதனால் இப்போதும் சொல்கிறேன். என்னைப் படித்து விட்டு வா. எவ்வளவு நேரம் வேண்டுமானாலும் பேசலாம்.

இதற்குப் பிறகும் நீ பந்தங்களிலிருந்து விலக விரும்பினால் அது உன் விருப்பம்.

என் அனுபவத்திலிருந்து ஒரே ஒரு கருத்தைச் சொல்கிறேன். ஏதோ ஒரு மன உளைச்சலின் காரணமாகவோ, வெறுப்பின் காரணமாகவோ, சலிப்பின் காரணமாகவோ துறவின் பக்கம் சென்றால் அங்கேயும் உனக்கு மகிழ்ச்சி கிடைக்காது. மன உளைச்சல் மிகுதியாகத்தான் ஆகும். அதற்கு உன் குடும்பத்திலேயே உதாரணங்கள் உண்டு.

குற்றாலத்தில் அனாதையாய்க் கிடந்தவளின் கதை

அப்போது எனக்கும் வைதேகிக்கும் கல்யாணம் நடந்து இரண்டு ஆண்டுகள் ஆகியிருந்தன. இன்றைய கணக்கில் சரியாக இருபத்தெட்டு ஆண்டுகளுக்கு முன்பு கலாப்ரியா நடத்திய குற்றாலம் கருத்தரங்கு. விஷயம் தெரியாதவனாகவோ அல்லது அனுபவமின்மையினாலோ வைதேகியையும் அழைத்துக் கொண்டு குற்றாலம் போனேன். பகல் பூராவும் பேச்சு, உரையாடல், விவாதம். இரவிலும் பேச்சு, உரையாடல், விவாதம். ஒரே வித்தியாசம், இரவில் மதுவும் சேர்ந்து கொண்டது. பகல் முழுவதும் அருவியில் பொழுதைப் போக்கிக் கொண்ட வைதேகிக்கு இரவில் என்ன செய்வது என்று தெரியவில்லை. என்னோடு வருகிறாயா என்று கேட்டேன். அதெல்லாம் வேண்டாம்ப்பா என்று சொல்லி விட்டு அறையிலேயே தங்கி விட்டாள். நான் நள்ளிரவு கடந்து அறைக்குப் போனால் கொட்டக் கொட்ட முழித்துக் கொண்டிருந்தாள். இப்படியே மூன்று தினங்கள் கடந்தன.

இந்த விஷயம் அதோடு முடிந்திருந்தால் நான் ஏன் இதை இத்தனை வருடங்கள் கழித்து வேலை மெனக்கெட்டு இந்த நாவலில் சேர்க்கப் போகிறேன்? குறைந்த பட்சம் மாதம் ஒருமுறையாவது வைதேகி என்னிடம் வந்து “என்னை

குற்றாலத்தில் அனாதையாக விட்டுவிட்டுப் போனவன்தானே நீ?” என்று குற்றம் சாட்டுவதை வழக்கமாகக் கொண்டிருக்கிறாள்.

அந்தக் குற்றாலம் சம்பவத்துக்குப் பிறகு நாங்கள் இருவருமாகச் சேர்ந்து வெளியூர் எங்கேயும் சென்றதில்லை. குற்றாலத்திலிருந்து திரும்பியதுமே எங்கள் வீட்டுக்கு பப்பு வந்து விட்டது. ஆள் மாற்றி ஆள் மாற்றி நானோ வைதேகியோ பப்புவை கவனித்துக் கொள்வோம். அநேகமாக நான்தான் அடிக்கடி ஊர்ப் பயணம் செய்வேன் என்பதால் அவள்தான் பப்புவை கவனிக்க வேண்டி வந்தது. நான் என்ன செய்ய முடியும்? அவளுக்கும் ஊர்ப் பயணம் இருந்திருந்தால் பப்புவை நான் பார்த்துக் கொண்டிருந்திருப்பேன். நாய்களை நாய் ஷெல்ட்டரில் விடுவதை நானும் வைதேகியும் விரும்புவதில்லை. ஆகவே, கடந்த இருபத்தெட்டு ஆண்டுகளாக நாங்கள் இருவருமாகச் சேர்ந்து எந்த வெளியூரும் சென்றதில்லை.

இதை வாசிக்கும் உங்களுக்கு இதன் வீரியம் புரிய சாத்தியம் இல்லை. யாருக்குமே அது அதை அனுபவித்துப் பார்த்தால்தான் தெரியும். ஆகவே, இன்னமும் இதை நான் விவரிக்க வேண்டும் என்று தோன்றுகிறது. ஐந்து ஆண்டுகளுக்கு முன் மோகனுக்குக் கல்யாணம் நடந்தது. பெண் மராத்தி. கல்யாணம் மும்பையில். அப்போது எங்கள் வீட்டில் இரண்டு நாய்கள் இருந்தன. ஆரம்பத்தில் இருந்த பப்பு இறந்து, அப்போது புதிய பப்புவும் ஸோரோவும் வந்திருந்தன. பப்பு லாப்ரடார். ஸோரோ க்ரேட் டேன்.

இப்போது இந்த இரண்டையும் எங்கே கொண்டு போய் விட்டு விட்டு இருவரும் மும்பை செல்வது? ஷெல்ட்டரில் விட்டால் இரண்டும் மனநோயாளிகளைப் போல் ஆகி விடுகின்றன. ஷெல்ட்டரில் விடுவதற்கு ஒரு நாய்க்கு ஒரு நாளைக்கு ஆயிரம் ரூபாய். ஒரு சிறிய இரும்புக் கூண்டில் அடைத்து வைப்பார்கள். அது ஒரு கொடுஞ்சிறை. எங்கள் நாய்களை நாங்கள் கயிறு போட்டுக் கூட கட்டியது இல்லை. நாயைக் கட்டிப் போடுபவர்கள் அடுத்த ஜென்மாவில் தெருநாயாகத்தான் பிறப்பார்கள் என்பதில் எனக்கு எந்தச் சந்தேகமும் இல்லை.

வைதேகிக்கு உஷா என்று ஒரு தோழி உண்டு. அவளுக்கு நாய்கள் மீது வாஞ்சை அதிகம். அவள் வந்து என் வீட்டில் இருந்து நாய்கள் இரண்டையும் பார்த்துக் கொள்கிறேன் என்று வாக்களித்தாள். ஆனால் பகலில்தான் அவளால் பார்த்துக் கொள்ள முடியும். அதிலும் ஒரு பகல்தான். இரவு ஒன்பதுக்கு அவள் வீட்டுக்குக் கிளம்ப வேண்டும். எங்கள் வீட்டு சாவி ஒன்றை அவளிடம் கொடுத்தோம். அதைக் கொண்டு வீட்டைப் பூட்டி விட்டு அவள் கிளம்பி விடுவாள். என்னிடம் ஒரு வீட்டுச்சாவி இருக்கிறது. நான் பத்து மணிக்குள் வீட்டுக்குப் போய் விடுவேன். ஒருவேளை விமானம் தாமதமானாலும் அதிகாலைக்குள் வீட்டுக்குப் போனால் போதும். அதிகாலையில்தான் நாய்களை மலஜலம் கழிக்க வெளியே வாக்கிங் அழைத்துச் செல்ல வேண்டும். இரவு முழுவதும் பிரச்சினை இல்லை. எனக்கு மும்பையில் மாலை ஏழரைக்கு விமானம். அப்படியானால் பத்து மணிக்குள் சென்னை திரும்பி விடலாம்.

வைதேகி மட்டும் ஒரு வாரம் மும்பையிலேயே இருந்து கல்யாண காரியங்களை முடித்து விட்டு சென்னை திரும்புவாள். நான் காலையில் போய் இரவு பத்துக்குள் திரும்பி விடுவேன். பக்காவான திட்டம். உஷா அதிகாலையிலேயே எங்கள் வீட்டுக்கு வந்து விட்டாள். நாங்கள் இருவரும் அதிகாலையிலேயே மும்பை கிளம்பி விட்டோம். நான் மாலையில் ஏழரை மணி விமானத்தைப் பிடிக்கக் கிளம்பிக் கொண்டிருந்த போது முத்துவிடமிருந்து ஃபோன் வந்தது. “நாம் இன்ன ஓட்டலில் சந்திப்போம்.” அந்தக் குறிப்பிட்ட நட்சத்திர விடுதி விமான நிலையத்துக்கு அருகிலேயே உள்ளது. நான் இரவே சென்னையில் இருக்க வேண்டியதன் அவசியத்தைச் சொன்னேன்.

அதற்கு முத்து ஒரு மாற்று வழி சொன்னார். “யோசித்து பதில் சொல்லுங்கள். இந்த ஏழரை மணி விமானத்தை ரத்து செய்து விடலாம். நள்ளிரவு இரண்டு மணிக்கு ஒரு விமானம் இருக்கிறது. அதில் டிக்கட் போடுகிறேன். அதைப் பிடித்தால் நீங்கள் வீட்டுக்கு ஐந்து மணிக்குப் போய் விடலாம்.”

அதன்படி முத்துவும் நானும் அந்த நட்சத்திர விடுதியில் பன்னிரண்டு மணி வரை வைன் அருந்தியபடியே பேசிக் கொண்டிருந்து விட்டு அதிகாலையில் வீடு வந்து சேர்ந்தேன். அந்த இரவு ஒன்பது மணியிலிருந்து காலை ஐந்து மணி வரை பப்புவும் ஸோரோவும் வீட்டில் பதவிசாக இருந்தன.

ஆக, இந்த முப்பது ஆண்டுகளில் நானும் வைதேகியும் ஒன்றாகச் சேர்ந்து வெளியூர் போனது நாய்கள் இல்லாமல் வாழ்ந்த இரண்டு ஆண்டு காலகட்டத்தில்தான். அதுதான் குற்றாலம் கருத்தரங்கு. அங்கே போய் நான் வைதேகியோடு கூடவே அவள் நிழலைப் போல் இல்லாமல் என் இலக்கிய நண்பர்களோடு மூன்று தினங்கள் தொடர்ந்தாற்போல் பேசிக் கொண்டிருந்ததற்கான விசாரணையும் தண்டனையும் கடந்த இருபத்தெட்டு ஆண்டுகளாக மாதம் ஒருமுறை நடந்து கொண்டிருக்கிறது.

இந்த நிலையில்தான் விருது செய்தி வந்தது. உங்கள் மனைவியோடு வாருங்கள் என்று அன்புடன் சொன்னார்கள் அமைப்பாளர்கள். அவர்களுக்குத் தெரியுமா அவர்கள் போட்டது ஆட்டம் பாம் என்று. நானும் விளையாட்டுத்தனமாக வைதேகியிடம் விஷயத்தைச் சொல்லி விட்டேன். அவளும் சம்மதம் சொல்லி விட்டாள்.

வீட்டில் பத்து பூனைகள் உள்ளன. நாய் என்றால் கூட ஷெல்ட்டர் இருக்கிறது. பூனைகளுக்கு இல்லை. அதிலும் பத்து பூனைகளையெல்லாம் ஷெல்ட்டரில் விடுவது பற்றி யோசிக்கவும் முடியாது. பணிப்பெண் பூங்கோதையைப் பார்த்துக் கொள்ளச் சொல்லலாம் என்றாள் வைதேகி.

“ஆனால் அங்கே வந்து விழாவில் என்னை யாராவது இன்ஸல்ட் பண்ணினால் அடுத்த ஃப்ளைட்டைப் பிடித்து வந்து விடுவேன்” என்று தன் பங்குக்கு ஒரு ஆட்டம் பாமைப் போட்டாள் வைதேகி.

அப்படியெல்லாம் யார் செய்யப் போகிறார்கள்? அந்த அமைப்பைச் சேர்ந்தவர்கள் எல்லோரும் ரொம்ப அமெரிக்கையான ஆட்கள், உத்தமமான வாசகர்கள் என்றேன்.

“ஏன், உன்னுடைய நண்பர்கள் செய்வார்களே?” என்றாள்.

நான் பதில் ஒன்றும் சொல்லவில்லை. ஏனென்றால், கலாட்டா பண்ண வேண்டும் என்ற நோக்கத்திலேயே ஒரு இடத்துக்குப் போனால் கலாட்டா நடக்கத்தானே செய்யும்?

வைதேகியே ஞாபகப்படுத்தினாள்.

பத்து ஆண்டுகளுக்கு முன்பு கொக்கரக்கோ அவளை அவமானப்படுத்தி விட்டானாம்.

காமராஜர் அரங்கில் என் புத்தக வெளியீட்டு விழா. அந்த அரங்கில் சினிமா பிரபலங்களின் விழாக்கள்தான் நடக்கும். 2500 பேர் அமரக்கூடிய பிரம்மாண்டமான அரங்கு. தமிழ்நாட்டில் எழுத்தாளர்கள் விளிம்பு நிலைக்குத் தள்ளப்பட்டிருப்பதால், நாமும் நம்முடைய இருப்பை சமூகத்துக்கு உரத்துச் சொல்ல வேண்டும் என்பதற்காக அந்த அரங்கில் நான்கு லட்சம் ரூபாய் செலவழித்து என் வாசகர் வட்டத்தினர் அந்த விழாவை நடத்தினார்கள். 1500 பேர் வந்திருந்தார்கள். ஒரு திங்கள்கிழமைதான் அரங்கம் கிடைத்தது. தொடர்ந்தாற்போல் ஏழெட்டு தினங்கள் அரசு விடுமுறை முடிந்து அன்றைய தினம்தான் அலுவலகங்களும் கல்வி நிலையங்களும் திறக்கிறார்கள். ஜனவரி இரண்டாம் தேதி என்று நினைக்கிறேன். என்னுடைய வாசகி ஒருவர் பள்ளி ஆசிரியை. கோவையில் வசிப்பவர். திங்கள்கிழமை ஒருநாள் தற்காலிக விடுப்பு கேட்டிருக்கிறார். தலைமையாசிரியர் கடும் கோபத்தில் “இப்படிப் பொறுப்பு இல்லாமல் கேட்டதற்கே உங்களை வேலையிலிருந்து நீக்க வேண்டும்” என்று கத்தியிருக்கிறார். உடனே என் வாசகி, கையில் தயாராக வைத்திருந்த ராஜினாமா கடிதத்தை நீட்ட, அதற்குப் பிறகுதான் தலைமையாசிரியர் அந்தப் பெண்ணிடம் இத்தனை சீரியஸான விஷயம் என்ன என்று கேட்டு, விடுப்பும் கொடுத்திருக்கிறார். அந்தப் பெண் என் பேச்சு முடிந்த அடுத்த கணமே கோவை கிளம்பும் ரயிலைப் பிடிப்பதற்காக அடித்துப் பிடித்துக் கொண்டு ஓடினார். எதற்குச் சொல்கிறேன் என்றால், ஏழெட்டு நாள் தொடர் விடுமுறைக்குப் பிறகான முதல் வேலைநாளாக இருந்த போதிலும் அந்த

பிரம்மாண்டமான அரங்கில் 1500 பேர் வந்திருந்தார்கள் என்றால் அதன் பெருமை எனக்கு உரியது அல்ல. அந்த அளவுக்கு என் வாசகர் வட்ட நண்பர்கள் களத்தில் இறங்கி வேலை செய்தார்கள். சாலை சந்திப்புகளில் கட் அவுட் வைப்பதிலிருந்து பஸ்ஸின் பின்னே நோட்டீஸ் ஒட்டுவது வரை. இதை எல்லாம் நள்ளிரவில்தான் செய்ய வேண்டும். பஸ்ஸில் நோட்டீஸ் ஒட்டும் போது பஸ் தொழிலாளிகள் சங்கத்தினர் வந்து பிரச்சினை செய்திருக்கிறார்கள். கட் அவுட் வைத்த போது போலீஸ்காரர்கள் வந்து பிரச்சினை செய்திருக்கிறார்கள். நோட்டீஸ் ஒட்டுவதற்குப் பசை இருக்கிறது. ஆனால் பசை இறுகி விட்டது. அதை இளக்குவதற்குக் கொஞ்சம் தண்ணீர் தேவை. நள்ளிரவில் தண்ணீருக்கு எங்கே போவது? அப்போது மேற்பார்வை வேலைக்காக கொக்கரக்கோ அங்கே இருந்திருக்கிறான். சாலையில் பிய்த்துக் கொண்டு ஓடிக் கொண்டிருந்த பாதாள சாக்கடை நீரை அவன் தன் கைகளால் எடுத்து வந்து பசையைக் குழைத்துக் கொடுக்க, அதற்குப் பிறகு நோட்டீஸை ஒட்டியிருக்கிறார்கள்.

அதனால்தான் அந்த 1500 பேர். ஏழெட்டு நாள் அரசு விடுமுறைக்குப் பிறகான முதல் பணிநாளான திங்கள்கிழமை அன்று.

காமராஜர் அரங்கில் நடந்த அந்த விழாவில் கொக்கரக்கோவிடம் தண்ணீர் கேட்டிருக்கிறாள் வைதேகி. கொக்கரக்கோ அதைக் கண்டு கொள்ளவில்லையாம். அந்தத் தருணத்திலிருந்து கொக்கரக்கோவின் மீது கொலைவெறியில் இருக்கிறாள் வைதேகி.

ஒன்று விட்டு ஒருநாள் இது சம்பந்தமான நீதி விசாரணையும் தண்டனைப் படலமும் எனக்கு என் இல்லத்தில் நடக்கும். சமயங்களில் தினமுமே கூட நடக்கும்.

“அழுது விட்டேன் தெரியுமா அன்றைக்கு? நான் மேடையேறக் கூடாது என்று சொல்லி என்னைக் கீழேயே உட்கார வைத்து விட்டாய் நீ. ’நம்முடைய விழாவில் உன்னை நான் மேடையில் அமர வைத்தால் நன்றாக இருக்காது’ என்று

சொல்லி என்னைக் கீழேயே உட்கார வைத்து விட்டாய் நீ. அப்போது நான் தாகமெடுத்தால் யாரைக் கேட்பேன்? அந்த அயோக்கியன் கொக்கரக்கோவைத்தானே கேட்பேன்? அவன் கொடுக்கவே இல்லை. உடனே என் மகன் என்ன செய்தான் தெரியுமா? மேடையேறிப் போய் கொக்கரக்கோவை மிரட்டி விட்டு வந்தான். 'இனிமேல் கொண்டு என் அம்மாவை நீ அவமானப்படுத்தினால் உன்னை நான் உண்டு இல்லை என்று பண்ணி விடுவேன், ஜாக்கிரதை' என்று. எத்தனை அழுதிருப்பேன் தெரியுமா அன்று?"

டேய் ங்கோத்தா, என்னாங்கடா நடக்குது இங்கே? தண்ணி வேணும்னா ங்கொய்யால வெளீல போய் அங்கேருந்த தண்ணி கேன்லேர்ந்து குடிச்சிருக்கலாமேடா. சரி, கொக்கரக்கோ கொடுக்கலைன்னா என்னா, அவன் என்ன மஜீஷியனா காத்துல தண்ணி வரவழைக்கிறதுக்கு? உம் பையன்தான் இருந்தான்ல, அவனைப் போய் எடுத்துக்கிட்டு வரச் சொல்ல வேண்டியதுதானே? அரங்கத்தை விட்டு வெளியே போனால் கடை. அங்கே கூட தண்ணீர் கிடைக்கும். அது மட்டும் அல்லாமல், அரங்கத்தின் பின்னால் காஃபி, டீ, சமோஸா எல்லாம் கொடுப்பதற்கு ஏற்பாடு செய்திருந்தான் கொக்கரக்கோ.

வாரத்துக்கு மூன்று முறை, அப்படியானால் மாதத்துக்குப் பன்னிரண்டு முறை. அப்படியானால் வருடத்துக்கு 12 x 12 = 144. இப்படியே பத்து ஆண்டுகளுக்கு 1440 தடவைகள் நான் மேற்கண்ட பிலாக்கணத்தையும் அதைத் தொடரும் வசைகளையும் சாபங்களையும் கேட்டிருக்கிறேன். கேட்டுக் கொண்டேயிருக்கிறேன்.

கேட்கும் போதெல்லாம் எனக்கு ஒரு தீவிரமான மனநோயாளியின் பிதற்றல் போல் தோன்றும். ஆனாலும் பதில் பேச முடியாது. பதில் பேசினால் விளைவுகள் இன்னும் கொடூரமாக மாறும். காலையில் ஒரு அரை மணி நேரம் மண்டகப்படி நடந்து விட்டு அன்றைய நாள் பூராவும் சாவு வீடு போல் இருக்கும் வீட்டில் நான் பதில் வேறு பேசி நிலைமையை மேலும் மோசமாக்கினால் என்னால் அப்புறம்

எழுதவே முடியாமல் போய் விடும். அதை விட அவள் என்ன சொன்னாலும் என்ன பிதற்றினாலும் வாயை மூடிக் கொண்டு கிடக்கலாம்.

நான் நண்பர்களிடம் சொல்வதுண்டு, நான் ஒரு சுண்ணாம்புக் காளவாய்க்குள் இருந்து கொண்டு எழுதுகிறேன் என்று. நாள் பூராவும் உங்களை சம்பந்தா சம்பந்தம் இல்லாமல் ஒருவர் திட்டிக் கொண்டும் சபித்துக் கொண்டும் இருந்தால் நீங்கள் எப்படி எழுதுவீர்கள்? நான் எழுதுகிறேன். வசைச் சொற்களும் சாபச் சொற்களும் பறந்து கொண்டிருக்கும் இந்த இல்லத்திலிருந்துதான் நான் எல்லாவற்றையும் எழுதிக் கொண்டிருக்கிறேன். என் எழுத்தைப் படித்து பலரும் வாய் விட்டுச் சிரிக்கிறார்கள். அலுவலகத்தில், பஸ்ஸில், எந்த இடமாக இருந்தாலும் வெடித்துக் கொண்டு வருகிறது சிரிப்பு. சுற்றியிருப்பவர்கள் பார்க்கும் போது லஜ்ஜையாக இருக்கிறது. ஆனாலும் என்னுடைய எழுத்தைப் படித்து சிரிப்பைக் கட்டுப்படுத்த முடியவில்லை. அந்த எழுத்தை இப்படி ஒரு சுண்ணாம்புக் காளவாயிலிருந்து கொண்டுதான் எழுதுகிறேன். இந்த சுண்ணாம்புக் காளவாயில் நான் எரிந்து பஸ்பமாகியிருக்க வேண்டுமே? அப்படி ஆகாமல் குத்துக்கல்லைப் போல் உட்கார்ந்து எழுதிக் கொண்டே இருக்கிறேனே? ஆம், என்னைச் சுற்றி நான் எழுப்பியிருக்கும் ஒரு அடர்த்தியான பனிச்சுவர் இந்தக் காளவாயின் கொதிப்பிலிருந்து என்னைக் காப்பாற்றி வருகிறது. இத்தனைக் கொடிய காளவாயில் எனக்குக் குளிருகிறது. அந்தப் பனிச்சுவர்தான் காரணம்.

ஒருநாள் கொக்கரக்கோவிடம் கேட்டேன், ஏன் அப்பா, அந்தப் பெண்மணியிடம் கொஞ்சம் அவள் கேட்ட தண்ணீரைக் கொடுத்துத் தொலைத்திருந்தால்தான் என்ன?

தண்ணியாவது சுன்னியாவது, என்னா நெனச்சுக்கிட்ருக்கீங்க? மொதல்ல எனக்கு அப்டி ஒரு விஷயம் நடந்ததே தெரியாது. ஏன்னா அவங்க கேட்டதே எனக்குக் காதுல விழல. அப்டியே விழுந்திருந்தாலும் நான் குடுத்திருக்க மாட்டேன். ஏன்னா, பதினஞ்சு நாளா சோறு தண்ணியில்லாம ராப்பகலா ஒழச்சு

இவ்ளோ பெரிய கூட்டத்தைக் கூட்டியிருக்கோம். நீங்கள்ள எங்களுக்கு மோரும் பானகமும் கொண்டாந்து குடுத்திருக்கணும். நீங்க என்ன என் வீட்டுக்கு வந்த விருந்தாளிங்களா? ஓங்க வூட்டுக்கார்ரோட ஃபங்ஷன் இது. நீங்கதான் எங்களுக்கு உபசாரம் செஞ்சு இருக்கணும். நாலு லட்சம் செலவாச்சு. எப்டி வந்துச்சு அவ்ளோ பணம்? எத்தனை பேர்ட்ட எடுத்த பிச்சை? (கொக்கரக்கோ சொன்னது வேறு வார்த்தைகள், நான்தான் இங்கிதம் கருதி மாற்றியிருக்கிறேன்!) எனக்கு அவுங்க தண்ணி கேட்ட விஷயமே தெரியாது. ஓங்க பையன் வந்து ஏங்கிட்ட சொன்னதும் ஞாபகம் இல்லை. ஏன்னா, காண்டெக்ஸ்டே புரிலைன்னா ஒத்தர் சொல்றது என்னா புரியும்?

இதுதான் கொக்கரக்கோ சொன்ன பதில்.

ஆனால் என்னுடைய ஆச்சரியம் என்னவென்றால், இந்தத் தண்ணீர்ப் பிரச்சினைக்காகவா ஒருவர் ஒரு ஆளை பத்து ஆண்டுகளாக 1440 தடவைகள் திட்டிக் கொண்டும் சபித்துக் கொண்டும் இருப்பார்கள்? அப்படி என்ன அது கொலைக் குற்றமா?

எனக்கு இந்த இடத்தில் இன்னொரு விஷயம் ஞாபகம் வருகிறது. வைதேகிக்குப் பதின்மூன்று வயதாக இருக்கும்போது வீட்டில் ஒன்றன் பின் ஒன்றாகக் கேடுகள் வந்து கொண்டே இருந்திருக்கின்றன. வைதேகியின் தந்தை ஒரு ஜோதிடரை அழைத்து எல்லோருடைய ஜாதகத்தையும் பார்த்தார். வீட்டிலேயே பேரழகி வைதேகிதான். பதின்மூன்று வயதில் நடிகை ஹேம்மாலினி எப்படி இருந்தாரோ அப்படி இருந்திருக்கிறாள். ஜோதிடன் வைதேகியின் தந்தையிடம் சொன்னான், வைதேகியைக் கை காட்டி, இவளால்தான் இத்தனைக் கேடும் சூழ்கிறது, இவளுக்கு இன்றே இப்போதே கன்னி கழித்தாக வேண்டும், செய்து விட்டால் தோஷம் போய் விடும்.

ஜோதிடனே பரிகாரம் செய்வதற்குத் தோதான ஆளாகத் தெரிந்தான். அறையில் வைத்துக் கன்னி கழித்தான். தந்தையும் யசோதாவும் அறைக்கு வெளியே நின்று விளக்குப் பிடித்தார்கள்.

அப்பேர்ப்பட்ட அயோக்கியர்களை மன்னித்து விட்டாள் வைதேகி. வீட்டில் மிளகாய் பஜ்ஜி செய்தால் சுடச் சுட அதை எடுத்துக் கொண்டு நாலு வீடு தள்ளியிருந்த பெற்றோர் வீட்டுக்கு ஓடிப் போய் தந்தையிடம் கொடுத்து விட்டு வருவாள். தந்தையையும் தமக்கையையும் கொஞ்சோ கொஞ்சு என்று கொஞ்சினாள்.

கொக்கரக்கோ என் நண்பன். எனக்காக எத்தனையோ காரியங்களைச் செய்து வருகிறான். என் வலது கரமாகத் திகழ்கிறான். அவன் மீது ஒரு சில்லறைத்தனமான குற்றத்தை வீசி எறிந்து விட்டு தினந்தோறும் அவனுக்கு மரண தண்டனை விதித்துக் கொண்டிருக்கிறாள் வைதேகி.

இதனால் கொக்கரக்கோவுக்கு எந்த நஷ்டமும் இல்லை. வைதேகிதான் பாவம், வெறுப்பு என்ற சிலுவையைச் சுமந்து திரிந்து கொண்டிருக்கிறாள்.

கொக்கரக்கோ மீதான நீதி விசாரணையின் போதும், சாப மழையின் போதும் என் மீது வந்து விழும் புகார்கள் என்ன தெரியுமா? அந்த அயோக்கியன் உன்னைப் பயன்படுத்தி, உன்னை உபயோகப்படுத்தி பெரிய ஆளாகி விட்டான்.

அப்படியெல்லாம் ஒருவன் ஆக முடியுமா? நான் மட்டும் என்ன சுயம்புவாகவா தோன்றினேன்? நானே அசோகமித்திரனையும் ஆதவனையும் மற்றும் இன்னோரன்ன எழுத்தாளர்களையும் படித்துத்தானே எழுதத் தொடங்கினேன்? சரி, அப்படியே ஒருவனை நானே வளர்த்து விட்டேன் என்று இருந்தால்தான் என்ன? அதற்காக நீ மகிழ்ச்சி அல்லவா அடைய வேண்டும்? எம்ஜியார் காலத்தில் அவரால் முன்னுக்கு வந்தவர்கள் ஆயிரத்துக்கும் மேல் இருக்குமே? அவர் பக்கத்தில் நின்று கொண்டிருந்தவர்களில் பலர் இன்று கல்வித் தந்தையாக உருவாகவில்லையா? எம்ஜியார் யாருக்கெல்லாம் உதவினாரோ அவர்கள் எல்லோருடைய ஆசியும் அன்பும்தானே அவருடைய இறுதிக் காலத்தில் பக்கபலமாக இருந்தன?

வன்மம். வன்மம்தான் வைதேகியை வாழ வைத்துக் கொண்டிருக்கிறது என்று புரிந்து கொண்டேன்.

கொக்கரக்கோவோடு நீ பழகக் கூடாது என்று ஒருநாள் தடை உத்தரவு பிறந்தது. அதனால் நான் அவனோடு திருட்டுத்தனமாகப் பழக வேண்டியதாயிற்று. இந்தத் தடை உத்தரவு வந்து ஐந்து ஆண்டுகள் ஆகிறது. ஐந்து ஆண்டுகளாக அவனை நான் திருட்டுத்தனமாகத்தான் சந்தித்துக் கொண்டிருக்கிறேன். எனக்கும் அவனுக்கும் தொடர்பே இல்லை என்பதால் அவனோடு நான் வீட்டில் இருக்கும் போது தொலைபேசியில் பேச முடியாது. வைதேகி வீட்டில் இல்லாத போது மட்டுமே பேச முடியும். அந்த நேரம் காலை பத்து மணிக்குத்தான் கிடைக்கும். அப்போதுதான் வைதேகி பூனைகளுக்கு உணவு கொடுப்பதற்காக வெளியே போவாள். ஆனால் அப்போது கொக்கரக்கோவுக்கு நள்ளிரவு. அவன் காலை ஐந்து மணிக்குத்தான் தூங்கவே போவான். ஆக, மெஸேஜ் மூலமாகத்தான் தொடர்பு கொள்ள முடியும். அதையும் மீறி ஏதோ முக்கிய விஷயமாக ஒருநாள் கொக்கரக்கோ எனக்கு ஃபோன் செய்து விட்டான். ஃபோனை எடுத்த வைதேகி அவனிடம் சொன்னது:

"இனிமேல் நீங்க அவருக்கு ஃபோன் பண்ணாதீங்க, சரியா?"

சொல்லி விட்டு ஃபோனைத் துண்டித்து விட்டாள்.

நான் அப்போது அவள் அருகில்தான் இருந்தேன்.

இதைப் படிக்கும் நண்பர்களே, தோழர்களே, நீங்களாக இருந்தால் அப்போது என்ன செய்திருப்பீர்கள்? நான் சுண்ணாம்புக் காளவாயில் இருந்து கொண்டு எழுதுகிறேன் என்பதன் அர்த்தம் இப்போது புரிகிறதா? நான் அந்தச் சம்பவத்துக்கு எந்த எதிர்வினையும் காட்டவில்லை. எதுவுமே நடக்காதது போல அமைதியாக இருந்து விட்டேன்.

கத்தினால் லயம் கெடும். என்னால் எழுத முடியாமல் போகும்.

என் எழுத்தின் செய்தி என்ன தெரியுமா? மானுட சுதந்திரம். சுதந்திரமே என் உயிர் மூச்சு. என் தாரக மந்திரம்.

ஆனால் என்னால் எனக்குத் தேவையான ஒருவருக்கு ஃபோன்

கூட செய்ய முடியாது. அவரும் என்னை அழைக்க முடியாது. என்ன ஒரு நகைமுரண்?

இருந்தாலும் நான் மகிழ்ச்சியாக இருக்கிறேன். காரணம், என் சுதந்திரத்தை விட சுதந்திரம் பற்றிய செய்திகளைத் தாங்கி வரும் என் எழுத்து எனக்கு முக்கியம். எக்காரணம் கொண்டும் என் எழுத்து முடங்கி விடக் கூடாது. அதனால் எந்த அவமானத்தையும், எவ்வளவு கெடுபிடியையும் தாங்கிக் கொள்கிறேன்

இது எல்லாமே நான் உன் நல்லதுக்காகவே செய்கிறேன் என்பதாவது உனக்குப் புரிகிறதா என்று கேட்டாள் ஒருநாள் வைதேகி.

இந்த இடத்தோடு இந்த நாவலை முடித்து விடலாம் இல்லையா? இந்த நாவலின் செய்தியே இதுதான். இருந்தாலும் இன்னும் சொல்ல செய்திகள் உண்டு என்பதால் நாவல் தொடருகிறது.

என்ன நல்லது தெரியுமா என்று வைதேகியே தொடர்ந்தாள்.

கொக்கரக்கோதான் உன்னைக் குடிக்க வைக்கிறான். நீ குடிகாரனாக இருப்பதற்குக் கொக்கரக்கோதான் காரணம்.

(ஹே, உலகளந்தான்! உம்முடைய இடத்துக்கே வைதேகியும் வந்து விட்டாள்! சேர்ந்து ஆடுங்கள் கும்மி!)

ஒரு கிளாஸ் வைன் குடித்து நான் செத்துப் போய் விடுகிறேன்! வைன் என்ன சயனைடா, சாப்பிட்டதும் சாவதற்கு? வைன் குடித்து விட்டுத்தானே மேற்கத்திய எழுத்தாளன் அத்தனை பேரும் தொண்ணூறு வயதுக்கு மேலும் ஆரோக்கியமாக வாழ்ந்து கொண்டிருக்கிறான்கள்? எனக்கு இப்போது அறுபத்தொன்பது வயது. ஆரோக்கியத்தில் நான் என்ன கெட்டுப் போய் விட்டேன். மதுவையே தொடாத உலகளந்தான் அறுபத்தைந்து வயதில் இருதயத்தில் ஸ்டண்ட் வைத்துக் கொண்டிருக்கிறார். மதுவையே தொடாத என் நண்பன் ப்ரகாஷ் ஐம்பது வயதிலேயே மேலே போய் விட்டான்.

முத்துவுக்கு என்ன ஆயிற்று தெரியுமா? மும்பையிலிருந்து சென்னைக்கு மாற்றல் வந்தது. சென்னை வேண்டாம், பெங்களூர் செல்லுங்கள் என்றேன். கேட்கவில்லை. மிகப் பெரிய உயர் அதிகாரிதான். இருந்தாலும் நான் ஃபோனில் அழைக்கும் போதெல்லாம் புலம்பினார். புலம்பினார் என்று ஒரு வார்த்தையில் சொல்லி விட்டேன். ஒரு நாவல் எழுதலாம். அத்தனை அழுத்தம் வேலையில். எப்போதாவது என்னோடு வந்து ஒரு கிளாஸ் வைன் அருந்தியிருந்தால் அவருக்கு நடந்தது நடந்திருக்காது. வேலையின் அழுத்தத்தில் மூளையில் ரத்தக் கசிவு. தேகத்தில் ஒரு பக்கம் செயலிழந்து விட்டது. சரியாகப் பேசவும் முடியவில்லை. எப்படி இருந்த வாழ்க்கை எப்படி ஆகி விட்டது பாருங்கள் என்றார். நான் ஒரு கதை எழுதி உங்களுக்கு அனுப்புகிறேன் என்றேன். அதுதான் இந்தக் கதை.

★

தம்ரூட்டை முன்வைத்து ஒரு நீதிக்கதை

பல வாசகர்கள் இலக்கியம் என்றால் நாட்டுக்கும் வீட்டுக்கும் நாலு நல்லதைச் சொல்ல வேண்டாமா என்றே கேட்டுக் கொண்டிருக்கிறார்கள். அவர்களின் எதிர்பார்ப்புக்கு ஏற்ற எழுத்தாளர்களும் இருக்கிறார்கள். ஆனால் நமக்கே நல்லது எது கெட்டது எது என்று தெரியாதபோது நம்மால் எப்படி நாட்டுக்கும் வீட்டுக்கும் நல்லது சொல்ல முடியும் என்பது என் கட்சி. மேலும் நான் எழுதினால் அது அநீதிக் கதையாகத்தான் இருக்குமே ஒழிய எப்படி நீதிக்கதையாக இருக்க முடியும், இல்லையா? இப்படியெல்லாம் சில சமயம் நான் வருத்தப்பட்டதுண்டு. ஆனால் இன்றைய தினம் என்னுடைய அந்த நீண்ட நாள் குறை தீர்ந்தது. தம்ரூட்டை வைத்து உங்களுக்கெல்லாம் சொல்ல எனக்கு ஒரு நீதி கிடைத்து விட்டது.

நீதி என்பது கூட சின்ன வார்த்தை. தர்சனம் என்பதே சரி. சுந்தர ராமசாமிக்குப் பிடித்த வார்த்தை. என் கதைகளில் தர்சனம் இல்லாதது பற்றி எனக்குப் பெரிய மனக்குறை உண்டு. ஆனால் அதற்கு நானொரு கொடூரமான கொலை பாதகத்தைச் செய்ய வேண்டியிருக்கும். என்னதான் கதை என்றாலும் அதை

நான் செய்ய விரும்பவில்லை. முகமூடிகளின் பள்ளத்தாக்கு படித்திருக்கிறீர்களா, அந்தப் பள்ளத்தாக்கில் யாரும் சிரித்தால் சிறை. சிரிப்பதென்பது ஒருவித அசட்டு உணர்ச்சியின் வெளிப்பாடு. அந்த அசட்டு உணர்ச்சியிலிருந்துதான் எல்லாவிதமான அழுக்குகளும் தோன்றுகின்றன. என் மனைவி, என் குடும்பம், என் பிள்ளை, என் வாரிசு, என் சொத்து... இந்த அழுக்குகள்தான் நம்முடைய நடப்பு சமூகம் இந்த அளவுக்கு அழுகிக் கிடப்பதற்குக் காரணம். எல்லாவற்றுக்கும் அடிப்படை சிரிப்பு. அதற்குப் போடு ஒரு தடை. அதேபோல் இசைக்கும் தடை. இசை கேட்டால் முகமூடிகளின் பள்ளத்தாக்கில் கிட்டத்தட்ட மரண தண்டனையே உண்டு. அதேபோல் என் கதை மாந்தர் அனைவரையும் காயடித்து விட்டு விட்டால் தர்சனத்தைக் காணலாம். உங்களுக்கும் காண்பிக்கலாம். ஆனால் இந்தப் பிரச்சினையையெல்லாம் மீறி இன்று இந்தக் கதையில் உங்களுக்கு நானொரு தர்சனத்தைக் காண்பிக்க இருக்கிறேன்.

சுரேஷ் என்ற மாணவர் என்னைச் சந்திக்க விரும்பினார். இன்ஃபினிட்டி பார்க்குக்கு சனிக்கிழமை காலை ஏழு மணிக்கு வரச் சொன்னேன். சொன்னதோடு அதை மறந்தும் போனேன். அன்று காலை வழக்கம்போல் பார்க்குக்குப் போனபோது சுரேஷ் தன்னை அறிமுகப்படுத்திக் கொண்டார். ஆனால் நானோ அவரோடு பேசக் கூடிய நிலையில் இல்லை. ஒரு முக்கியமான தொலைபேசி உரையாடலில் இருந்தேன். அந்தத் தொலைபேசி நண்பரையும் அப்போது விட்டால் அப்புறம் பிடிக்க முடியாது. நீங்கள் வருவதே தெரியாதே என்றேன் சுரேஷிடம். நேற்று இரவு செய்தி அனுப்பினேன் என்று சொல்லி செய்தியைக் காண்பித்தார். ஆமாம், அனுப்பியிருக்கிறார். எனக்கு வந்து சேரவில்லை. சரி, நீங்கள் உலகளந்தானோடு பேசிக் கொண்டே நடைப் பயிற்சி செய்யுங்கள், நான் பேசி முடித்து விட்டு வருகிறேன் என்றேன். இடையில் கண்ணன் வந்தார். வருவதாக நேற்றே சொல்லியிருந்தார். பல நாட்கள் அவரும் நானும் சந்திக்க முடியாமல் போய்க் கொண்டிருந்தது. அவரும் உலகளந்தானும் பேசியபடி நடந்து கொண்டிருந்தார்கள். சுரேஷ் வேறொரு பக்கம் நடந்து கொண்டிருந்தார். அதனால்

நானும் ஃபோன் உரையாடலைத் தொடர்ந்தேன். எப்படியும் எல்லோரும் ஒன்றாகத்தானே சாப்பிடப் போகிறோம்? ஏழே முக்காலுக்குப் போனால் எல்லோருமாக உணவகம் செல்ல வசதியாக இருக்கும். ஆனால் ஐந்து பத்து நிமிடத்திலேயே கண்ணனும் உலகளந்தானும் பார்க்குக்கு வெளியே வந்தார்கள். நான் பார்க்குக்கு வெளியே நடந்து கொண்டிருந்தேன். கண்ணன் சற்று பரபரப்பாகக் காணப்பட்டார். உடனேயே எனக்குப் புரிந்து விட்டது. அவர் எங்கோ கிளம்புகிறார். ஃபோனை நிறுத்தி விட்டு அவர்கள் அருகில் போனேன். இன்று பாண்டிச்சேரி போகிறேன், அதை சொல்லத்தான் வந்தேன் என்றார் கண்ணன். இதற்காக ஏன் அநாவசியமாக திருவல்லிக்கேணியிலிருந்து வர வேண்டும், ஃபோனில் சொல்லியிருக்கலாமே என்றேன். சில பல வாரங்களாக இப்படியே சந்திக்க முடியாமல் போய் விடுவதால் நேரில் வந்து சொல்லி விடலாம் என்று வந்திருக்கிறார். அவரை அனுப்பி விட்டு ஒரு ஐந்து நிமிடம் சுரேஷின் கேள்விகளுக்கு பதில் சொன்னேன். வித்தியாசமான கேள்விகள்தான். மனதை சுத்திகரிப்பது எப்படி? அதீதமான கோபம், அதீதமான காமம் போன்ற அதீதங்களைக் களைவது எப்படி? இன்ன பிற. ஆன்மீகவாதிகள்தான் இம்மாதிரி கேள்விகளுக்கு நல்ல பதில் வைத்திருப்பார்கள். எனக்கு என்ன தெரியும்? ஏதோ மனதில் பட்டதை உளறி வைத்தேன். சுரேஷும் கேட்டுக் கொண்டார். இன்னொரு கேள்வியும் கேட்டார். சுதந்திரமாக வாழ என்ன செய்ய வேண்டும்? அந்தக் கேள்விக்கு மட்டும் எனக்கு உடனடியாக பதில் தெரிந்திருந்தது. சுலபமான கேள்வி. வாசகர்கள் இப்படியே சுலபமான கேள்வி கேட்டால் வாழ்க்கையும் எவ்வளவு சுலபமாக இருக்கும். சுரேஷின் கேள்விக்கு, பணம் சம்பாதிக்க வேண்டும் என்றேன். சுதந்திரத்தை பணத்தின் மூலம் வாங்கி விட முடியும். ஆனால் பணம் சம்பாதிக்க நினைத்து அதிலேயே மூழ்கி விடக் கூடாது. கத்தி மேல் நடப்பது மாதிரியான விவகாரம். பணம் கிடைத்தால் சுதந்திரம் கிடைக்கும். ஆனால் அதே சமயம் பணம் உங்களை வசீகரித்து அதன் உள்ளே இழுத்துக் கொள்ளக் கூடிய தன்மையும் கொண்டது. ஒரு

கட்டத்தில் விளையாட்டை நிறுத்தி விடக் கூடிய மனோபலம் இல்லாமல் அதில் இறங்க முடியாது. ஆனால் இறங்காமல் சுதந்திரமும் சாத்தியம் இல்லை.

பேசி முடித்து விட்டு சுரேஷ், உலகளந்தான், நான் மூவரும் சங்கீதா போனோம். ஆஹா, எடுத்த எடுப்பில் கதையின் முடிவுக்கு வருகிறேனே. ஆரம்பத்திலிருந்து சொல்ல வேண்டும். இன்று வீட்டில் காலை உணவுக்கான இட்லி மாவு இல்லை. அதனால் நான் சப்பாத்தி போட்டுக் கொடுத்து விடுகிறேன் என்றாள் வைதேகி. அப்படியானால் பதினொன்றரைக்குத்தான் காலை உணவு. இதற்கு மேலும் என் உடம்பு பட்டினி தாங்காது என்பதால் சங்கீதாவிலேயே லேசாக ரெண்டு இட்லியைப் போட்டுக் கொள்ளலாம் என்று நேற்றே முடிவு பண்ணி விட்டேன். கண்ணனும் வருகிறார் என்பதால் சாப்பாட்டுக் கவலை விட்டது. கண்ணனிடம் அது ஒரு பழக்கம். அவர் செலவில் சாப்பாடு வாங்கிக் கொடுத்து விடுவார். வேறு யாரையும் அந்தச் செலவை ஏற்க விட மாட்டார். அது எத்தனை பேராக இருந்தாலும் சரி. யாரும் சாப்பாட்டுப் பணம் கொடுக்கக் கூடாது. என் கையில் சுத்தமாகக் காசு இல்லை. ஏடிஎம் போய் ஒரு வருடம் ஆகிறது. எதற்கும் இருக்கட்டும் என்று கையோடு கார்டையும் எடுத்து வந்தேன். நேற்றும் காஃபி குடிக்க உலகளந்தான்தான் காசு கொடுத்தார். உலகளந்தானை நான் ஒருபோதும் காசு கொடுக்க அனுமதிப்பதில்லை. அவர் எனக்கு ஞானதானம் செய்பவர். அப்படிப்பட்டவர்களுக்குப் பணச் செலவும் வைக்கக் கூடாது. சங்கீதா பக்கத்திலேயே ஏடிஎம் இருந்தது. மோடிக்கு முன்பெல்லாம் அம்பது ரூபாய் கூட ஏடிஎம்மில் எடுக்கலாம். இப்போது மோடி செய்த பொருளாதாரப் புரட்சிக்குப் பிறகு ஐநூறு கூட எடுக்க முடியுமா அல்லது குறைந்த பட்சமே ரெண்டாயிரம்தானா என்று சந்தேகமாக இருந்தது. ரெண்டாயிரம்தான் வரும் என்றால் டிஃபன் செலவு போக மீதத்தை வீட்டில் ஏதாவது புத்தகத்துக்குள் ஒளித்துத்தான் வைக்க வேண்டும். நான் போய் ஏடிஎம்மில் பணம் எடுத்தேன் என்றால் கொரோனா தொற்றி விடும் என்பது வைதேகியின் நம்பிக்கை. அதனால் கையில்

உறை, முகத்தில் மாஸ்க், கூடவே ஸானிடைஸர் திரவம் என்று சகல பாதுகாப்பு ஏற்பாடுகளுடன் அவள்தான் கடந்த ஒரு வருடமாக ஏடிஎம் போய் வந்து கொண்டிருந்தாள். பணத்தை எடுத்து வந்து சோப்புப் போட்டுக் கழுவி கொடியில் க்ளிப் போட்டு வெய்யிலில் காய வைத்து எடுப்பாள். இப்படியெல்லாம் உன்னை நான் காப்பாற்றிக் கொண்டிருக்கிறேன், நீ என்னடா என்றால் இப்படி லூட்டி அடித்துக் கொண்டிருக்கிறாய் என்று அவள் சொல்லக் கூடும்.

நல்லவேளையாக ஏடிஎம்மில் ஐநூறு ரூபாய் நோட்டே வந்தது. ஆனால் என்ன துரதிர்ஷ்டம்! என் கார்ட் அந்த மெஷினிலேயே மாட்டிக் கொண்டு விட்டது. என்ன ஒரு பயங்கரம் பாருங்கள். வங்கியின் மீட்புக் குழுவினர் வந்து கார்டை எடுத்துக் கொடுக்கும் வரை நான் ஏடிஎம்மை விட்டு வெளியிலேயே போக முடியாது. நாம் பாட்டுக்குப் போய் விட்டால் வேறு யாராவது வந்து போடும்போது கார்ட் அவர்கள் கைக்குப் போனாலும் போய் விடும். அஞ்சு நிமிடம் தாமதம் ஆனாலும் வைதேகியிடமிருந்து ஃபோன் வரும். விஷயத்தைச் சொல்ல வேண்டும். என்னடா இது பிரச்சினை என்று எனக்கு வேர்த்து விறுவிறுத்து விட்டது. உலகளந்தானும் சுரேஷும் சங்கீதா வாசலில் நின்று கொண்டிருந்தார்கள். தெய்வத்தின் கருணை என்றுதான் சொல்ல வேண்டும், கொஞ்ச நேரத்தில் கார்டு கைக்கு வந்தது.

என்னைப் பார்த்ததும் உலகளந்தான் என்ன இப்படி வேர்த்து விறுவிறுத்துப் போய்... என்று கேட்டார். பயந்து விட்டேன் என்று சொல்லி காரணத்தையும் சொன்னேன். சாப்பிட்டோம். எங்களுடைய இன்னொரு நண்பர் வந்து பில்லுக்குப் பணமே கொடுக்காமல் பரப்பிரம்மம் மாதிரி உட்கார்ந்திருப்பார். அப்படி இனிமேல் நடந்தால் அதை சமாளிக்க நான் ஒரு திட்டம் வகுத்திருக்கிறேன். என்னுடைய பில்லை மட்டும் என்னிடம் கொடுத்து விடுங்கள் என்று ஓட்டல் சிப்பந்தியிடம் சொல்லி விடுவது.

மூவரும் ஒவ்வொரு பிளேட் இட்லி சாப்பிட்டோம். ஏடிஎம்மில் நடந்த குழப்பத்தால் ஒரு பிழை செய்து விட்டேன். இட்லி, காஃபி எல்லாம் சொல்லும் போது படு கவனமாக இருக்க வேண்டும். சூடான இட்லி வேண்டும், இல்லாவிட்டால் திருப்பிக் கொடுத்து விடுவேன் என்று மிரட்ட வேண்டும். மிரட்டாவிட்டால் சூடான இட்லி இருந்தாலும் அதற்கு முன் வந்த ஈட்டிலிருந்து எடுத்துக் கொடுத்து விடுவார்கள். இன்று நான் எதுவும் சொல்லாததால் ரொம்பவே ஆறிப் போன இட்லி வந்தது. (கொரோனா காரணத்தால் ஏற்பட்ட) ஒரு வருட இடைவெளி. கொஞ்சம் ஏமாந்து விட்டேன். இனி உஷாராக இருக்க வேண்டும்.

பில்லுக்குப் பணம் கொடுத்து விடவா என்று கேட்டார் சுரேஷ். அப்படிக் கேட்டது எனக்குப் பிடித்திருந்தது. என்னுடைய அந்த பரப்பிரம்ம நண்பர் மாதிரி எதுவுமே தெரியாதது போல் அமர்ந்திருக்காமல் வாய் திறந்து கேட்டாரே. அதெல்லாம் வேண்டாம் தம்பி என்று சொல்லி விட்டு பணத்தைக் கொடுத்தேன். 180 ரூ. ஆகியிருந்தது. மாணவர்களை செலவு செய்ய வைக்கக் கூடாது. இதுவே அவர் ஒரு சம்பளக்காரர் என்றால் நிச்சயம் அவர்தான் கொடுக்க வேண்டும்.

சுரேஷுக்கு என்ன வயது இருக்கும்? இருபத்து மூன்று இருக்கலாம். வித்தியாசமான பையன். ஒரு எழுத்தாளனை வந்து சந்தித்து, சந்தித்தது மட்டும் அல்லாமல் மனதை சுத்திகரிப்பது எப்படி என்ற கேள்வியையும் கேட்கிறானே.

இதுவரை இளைஞர்களோடு எனக்கு ஏற்பட்ட அனுபவங்கள் அனைத்தும் பரிதாபத்துக்குரியதாகவே இருந்தன. இளைஞர்களுக்குப் பணம் ஒன்று மட்டுமே தெரிந்திருக்கிறது. பணம்தான் அவர்களுடைய ஒட்டு மொத்த வாழ்க்கையையே நடத்திச் செல்கிறது. எனக்கு நேர்ந்த ஒரு அனுபவத்தைச் சொல்கிறேன். தமிழில் ஒரு வார்த்தையும் தெரியாத ஒரு வடக்கத்திப் பெண். இந்தி தாய்மொழி. என் தமிழ்ப் புத்தகம் ஒன்றுக்கு அட்டை போடலாம் என்று அழைத்தேன். அவளுடைய ஓவியங்கள் எனக்குப் பிடித்திருந்தன. புத்தகம் பற்றிக்

கேட்டுக் கொண்டாள். ஒரு ஸ்கெட்ச் போட்டுக் கொடுத்தாள். நன்றாக இருந்தது. அடுத்த க்ஷணமே, எவ்வளவு கொடுப்பீர்கள் என்றாள். ஓவியத்துக்கான கட்டணம். ஓ, எடுத்த எடுப்பில் பணமா? இப்போதே கொடுத்து விடுங்கள் என்றாள். கல்லூரி மாணவி. ஓவியத்தை முடியுங்கள், கொடுக்கிறேன் என்றேன். எவ்வளவு என்றாள். ரெண்டாயிரம் என்றேன். இல்லை, பத்தாயிரம் என்றாள். முடியாது என்றேன். அப்படியானால் என்னாலும் முடியாது என்றாள். சரி என்றேன். அப்படியானால் நான் வரைந்ததற்குக் காசு கொடுங்கள் என்றாள். எவ்வளவு என்றேன். ஐயாயிரம் என்றாள். பதிலே பேசாமல் சும்மா இருந்து விட்டேன். நூற்றுக்கணக்கான முறை ஃபோன் செய்தாள். நூற்றுக்கணக்கான மெஸேஜ்கள் அனுப்பினாள். எதற்குமே பதில் சொல்லவில்லை. எப்போதடா வீட்டுக் கதவை போலீஸ் தட்டும் என்றே பயந்து கொண்டிருந்தேன். என் கையைப் பிடித்து இழுத்தான், காலைப் பிடித்து இழுத்தான் என்று ரேப் புகார் கொடுத்தால் எடுத்த எடுப்பில் ரெண்டு வருஷம் ஜெயிலில் இருந்து பிறகு பதினைந்து வருடம் கோர்ட்டுக்கும் வீட்டுக்கும் நாயாய் பேயாய் அலைய வேண்டும். ஜெயிலில் மூன்று வயதுக் குழந்தையை ரேப் பண்ணின கொடூரன்களோடெல்லாம் அறைவாசியாக இருக்க வேண்டும். அதையெல்லாம் விடப் பெருங்கொடுமை என்னவென்றால், சக எழுத்தாளன்கள் நான் ரேப் பண்ணினதைப் பார்த்ததாக எழுதுவான்கள். ஆதாரத்துக்கு என் கதைகளிலிருந்து மேற்கோள்களை வெட்டிக் கொடுப்பான்கள். இதுவரை சம்பாதித்த மானம் மரியாதை எல்லாம் தரை மட்டம். இது ஒருத்தனைக் கண்ட துண்டமாக வெட்டிக் கொல்வதை விட பயங்கரம். எத்தனையோ போராளிகளை சிறையில் அடைத்து ஜனன உறுப்புகளில் மின்சாரம் பாய்ச்சி சித்ரவதை செய்வார்கள். அதெல்லாம் சரீரத்துக்கு உண்டாகும் வாதை. ஆனால் ஒரு அப்பாவியின் மீது ரேப் குற்றம் விழுவதற்கு ஈடான சித்ரவதை உலகத்திலேயே வேறேதும் கிடையாது. அதனால் வாயையும் சுத்தையும் மூடிக் கொண்டு கம்மென்று இருந்தேன்.

பிறகு ஆந்திரப் பிரதேசத்தைச் சேர்ந்த ஒரு மாணவனை அணுகினேன். இவர்களெல்லாம் என் பார்வையில் எப்படி வருகிறார்கள் என்றால், என்னுடைய வேற்றுமொழி வாசகர்கள் மூலம் அறிமுகம் ஆகிறவர்கள். அந்த மாணவனோடு ஏற்பட்ட அனுபவம் தனிக் கதை. அவனுக்கு இங்கே தமிழில் நிறைய நண்பர்கள் உண்டு. அதனால் அவன் காதுக்குப் போய் விடும். இப்போது வேண்டாம். அந்த இந்திப் பெண் பற்றிய சம்பவத்தைக் கூட ஏன் எழுதினேன் என்றால், எப்படியும் அவள் காதுக்கு இது செல்லும் வாய்ப்பு இல்லை என்பதால்தான்.

கதையை எங்கே விட்டோம். சங்கீதா ஓட்டல். இட்லி சாப்பிட்டு பில்லும் கொடுத்தாயிற்று. மூவரும் வெளியே வந்தோம். உலகளந்தான் கிளம்பினார். நானும் கிளம்ப எத்தனிக்கையில் புத்தகத்தில் ஒரு கையெழுத்து என்றார் சுரேஷ். அடக் கடவுளே, பார்க்கில் நன்றாக நிழலில் உட்கார்ந்து நிதானமாகக் கையெழுத்துப் போட்டிருப்பேனே. கையெழுத்துப் போட்டு முடித்து விட்டுக் கிளம்பும்போது உங்களுக்காக ஒன்று வாங்கிக் கொண்டு வந்திருக்கிறேன் என்று சொல்லி அரை கிலோ தம்ரூட்டை நீட்டினார். பாஷா ஹல்வா தம்ரூட்.

கிட்டத்தட்ட கதையின் தலைப்பை நெருங்கி விட்டோம். எத்தனையோ முறை எழுதி விட்டேன். ஆனாலும் யாருக்கும் புரிவதில்லை. என்ன வாங்கி வர வேண்டும் என்று கேட்டிருந்தால் ஒரு கிலோ பூனை உணவு வாங்கி வாருங்கள் என்று சொல்லியிருப்பேன். பூனை உணவுதான் எவ்வளவு இருந்தாலும் இன்னும் வேண்டியிருக்கிறது. தம்ரூட் ஏற்கனவே கண்ணன் வாங்கிக் கொடுத்து விட்டார். அதற்கும் முன்னால் முரளி வாங்கிக் கொடுத்ததைத்தான் நானும் வைதேகியும் சாப்பிட்டுக் கொண்டிருந்தோம். கண்ணன் கொடுத்ததை வைதேகி எங்கள் அடுக்ககக் குடியிருப்பு மேனேஜரிடம் தூக்கிக் கொடுத்து விட்டாள். இந்த தம்ரூட்டை என்ன செய்வாள்? பவுலிடம்தான் கொடுப்பாள். ஏழைகளுக்குக் கொடுப்பதில் எனக்கு ஒன்றும் பிரச்சினை இல்லை. ஆனால் பவுல் அந்த உதவிகளுக்குத் தகுதி இல்லாதவர். சென்ற வாரம் ஒருநாள்

வைதேகி கீழே தரைத்தளத்தில் பூனைகளுக்கு உணவு கொடுத்துக் கொண்டிருந்தாள். குடியிருப்புக்கு வெளியே துப்புரவுத் தொழிலாளி விசில் அடித்து குப்பைப் பைகளைக் கேட்கிறார். வாட்ச்மேன் பவுல்தான் பைகளை எடுத்துக் கொண்டு போய் துப்புரவுத் தொழிலாளியிடம் கொடுக்க வேண்டும். பவுலோ விசில் சத்தம் காதிலேயே விழாதது போல் பராக்குப் பார்த்துக் கொண்டு நிற்கிறார். நான் இது எல்லாவற்றையும் மாடியிலிருந்து பார்த்துக் கொண்டிருக்கிறேன். வெளியில் நிற்பவர் எத்தனை மணி நேரம் நின்று கொண்டே இருப்பார்? விசிலை விடாமல் அடிக்க விசில் சப்தத்தில் பூனைகள் தெறித்து ஓடின. கொண்டு போயிருந்த உணவெல்லாம் வீணாகி விடும். அவித்த சிக்கனும் பூனை உணவும். வைதேகியே பவுலைக் கூப்பிட்டு குப்பைக்காரர் குப்பை கேட்கிறார் பவுல், கொஞ்சம் கொண்டு போய்க் கொடுங்கள் என்றாள். பவுல் அதுவும் காதில் விழாதது போல் எங்கோ பார்த்துக் கொண்டு நிற்கிறார். குப்பைக்காரரும் ஒரு கட்டத்தில் போய் விட்டார்.

இதே மாதிரிதான் எப்போதும் செய்வார் பவுல். ஒரு அவசர வேலையாக அழைப்பாள் வைதேகி. கார் துடைச்சுக்கிட்டிருக்கேன் மேடம் என்று மறுத்து விடுவார் பவுல். ஆனால் இருக்கின்ற மூன்று செக்யூரிட்டிகளில் பவுலுக்கு மட்டும்தான் என் வீட்டிலிருந்து இரவு உணவு தினமும் போகும். அவர்தான் தூரத்திலிருந்து வருவதால் இந்த உதவி.

பவுலின் மகளுக்குக் கல்யாணம். உலகளந்தான், புவனேஸ்வரி இருவரிடமும் கேட்டேன், செக்யூரிட்டிகளின் மகள் கல்யாணத்துக்கு எத்தனை பணம் கொடுப்பீர்கள் என்று. அவர்களும் என்னைப் போலவே அடுக்ககக் குடியிருப்புவாசிகள். உலகளந்தான் சொன்னது 500; புவனேஸ்வரி 1000. அதுதான் நான் நினைத்ததும். வைதேகி கொடுத்தது 5000. இது அந்தக் குடியிருப்பில் உள்ள மற்ற குடும்பத்தினருக்குப் பெரும் பிரச்சினையை உண்டாக்கியது. அவர்களெல்லாம் ஐநூறு கொடுப்பவர்கள் போல. இப்போது இந்த ஐந்தாயிரம் ஈகோ பிரச்சினையைக் கிளப்பி விட்டு விட்டது. வைதேகியிடம்

சிலர் நேரடியாகவே கேட்டார்கள். இது அதிகம் இல்லையா மேடம்? "எனக்கு வசதியிருந்தால் கல்யாணத்தையே பண்ணி வைத்திருப்பேன். அத்தனை வசதி இல்லாததால் அஞ்சாயிரம் கொடுத்தேன்." இது தவிர தன்னுடைய மூன்று பட்டுப் புடவைகளையும் பவுலின் மகளுக்குக் கொடுத்தாள் வைதேகி.

இப்போது நம்முடைய மெய்ன் மேட்டருக்கு வருவோம். நம்முடைய வாசகர் தம்பி சுரேஷ் என் மீதான அன்பு மிகுதியால் வாங்கி வந்திருந்த தம்ரூட் இன்று பவுலுக்குத்தான் போகும். உலகளந்தானைக் கேட்டேன். அவர் ஒருநாள் சாப்பிட்டுப் பார்த்திருக்கிறார். பிடிக்கவில்லை. என்ன செய்வது. ரசனையும் ருசியும் எல்லாருக்கும் ஒன்று போலவா இருக்கிறது. சுரேஷ் இந்த தம்ரூட்டை 250 ரூ. கொடுத்து வாங்காமல் காசை கையில் வைத்திருந்தால் நாங்கள் மூவரும் சாப்பிட்ட இட்லி பில்லாவது கொடுத்திருக்கலாம் என்று நினைத்தபடி வீட்டை நோக்கி நடக்க ஆரம்பித்தேன்.

பின்குறிப்பு: வீட்டுக்கு வந்து முதல் வேலையாக சுரேஷுக்கு ஒரு மின்னஞ்சல் எழுதினேன். தம்பி சுரேஷ், நீ இன்னும் வளர வேண்டியவன். அம்மா, அப்பா, மனைவி, பிள்ளைகள் என்று எத்தனையோ பேருக்கு நீ வாங்கிக் கொடுக்க வேண்டியிருக்கும். அதனால் அவர்களுக்கு என்ன தேவை என்று கேட்டு வாங்கு. அதுதான் அவர்களுக்கு நல்லது.

★

கனவு, வைன், யோகா

ஒருநாள் சௌந்தர் ஃபோனில் அழைத்து "யோகா செய்வதற்கு நேரம் இருக்கிறதா? செய்கிறீர்களா?" என்று விசாரித்தார். அதற்கான பதிலையும் இங்கே இந்த நாவலில் சேர்க்க வேண்டியிருக்கிறது. படியுங்கள்.

கொக்கரக்கோ தன்னுடைய ஒரு பிரச்சினையைப் பற்றி என்னிடம் சொல்லியிருக்கிறான். இல்லை, அது அவனுக்குப் பிரச்சினை இல்லை. எனக்குத்தான் பிரச்சினை. அவனுடைய நித்திரை நேரம் காலை நான்கிலிருந்து மதியம் பன்னிரண்டு. என் வீட்டில் அவனோடு பேசுவதற்குத் தடை நிலவுவதால் வெளியே நடைப் பயிற்சிக்குப் போகும்போதுதான் பேச முடியும். அப்போது அவன் கடும் நித்திரையில் இருப்பான்.

எல்லோரும் இரவில்தான் தூங்க வேண்டும் என்று ஏதாவது விதி இருக்கிறதா என்ன? ஏதோ ஒரு நேரத்தில் ஆறு ஏழு மணி நேரம் தூங்க வேண்டியதுதான். இதெல்லாம் ஒரு பிரச்சினையா? பிரச்சினைதான். என்னதான் லௌகீக விஷயம் என்றாலும் அவன் இல்லாவிட்டால் எனக்குக் கை ஒடிந்த மாதிரிதான் இருக்கிறது. ஏதாவது ஒரு ஊருக்கு டிக்கட் போடச் சொல்வேன். சென்னையில் நல்ல நான்வெஜ் சாப்பாடு எங்கே கிடைக்கும் என்று கேட்பேன். கம்ப்யூட்டரில் ஏற்பட்டுள்ள பிரச்சினைக்குத் தீர்வு கேட்பேன். இதையெல்லாம் மற்றவர்களால் சரிவர செய்ய முடியவில்லை என்பது என் அனுபவம்.

இரண்டு சம்பவங்களைச் சொல்ல வேண்டும். மோகனுக்கு கௌதம் பிறந்த நேரத்தில் வைதேகி இரண்டு தடவையாக மொத்தம் மூன்று மாத காலம் மும்பை சென்றிருந்தாள். அப்போது ஓரிரு தினங்கள் கொக்கரக்கோ என்னோடு வந்து தங்கினான். ஒருநாள் மாலை காஃபி போட பால் இல்லை. தீர்ந்து விட்டது. கீழே போய் வாட்ச்மேன் விக்டரிடம் சொல்லி வாங்கி வரச் சொன்னேன். நான் ஒரு ஆள்தான் சார் இருக்கிறேன், இப்போது போவது சாத்தியமில்லை என்றதும் குழப்பத்துடன் திரும்பி விட்டேன். ஏனென்றால், பல சமயங்களில் அரை மணி நேரம் கூட யாரும் செக்யூரிட்டிகள் இல்லாமல் வாசல் திறந்து கிடக்கும். கொக்கரக்கோவிடம் சொன்னேன். இதோ நான் வாங்கி வருகிறேன் என்று கிளம்பிப் போனவன் ஒன்றரை நிமிடத்தில் பால் பாக்கெட்டோடு வந்து நின்றான். என்னய்யா இது மேஜிக் என்றேன்.

உன் வீட்டுக்குப் பக்கத்தில் ஒரு கடை இருக்கிறது, தெரியுமா?

ஆமாம், தெரியும். ஒரு சின்ன மளிகைக்கடை இருக்கிறது.

அங்கேதான் வாங்கினேன்.

ஆ, அந்த மளிகைக் கடையில் பால் கிடைக்குமா? இத்தனைக் காலம் தெரியாமல் போயிற்றே?

நாங்கள் இந்த அடுக்ககக் குடியிருப்புக்கு வந்து ஆறு ஆண்டுகள் ஆகின்றன. இதுவரை இந்த விஷயம் எனக்குத் தெரியாது. ஏதோ இந்த செக்யூரிட்டிகள் ரொம்ப தூரம் போய் வாங்கி வருகிறார்கள் என்று நினைத்துக் கொண்டிருந்தேன்.

பாலைக் காய்ச்சுவதையும் விட்டு விட்டு கீழே இறங்கிப் போய் விக்டரிடம் கேட்டேன்.

"ஏங்க விக்டர், ஒன்றரை நிமிட வேலைக்கு என்னால் போக முடியாது என்று சொல்லி விட்டீரே?"

ஒரு விஷயத்தை மறந்து விட்டேன். விக்டருக்கு முழுமையாகவே காது கேட்காது. உதட்டு அசைவை வைத்துத்தான் புரிந்து கொள்வார். நான் பால் என்றதை அவர் மாவு என்று புரிந்து

கொண்டாராராம். உண்மைதான். மாவு வாங்கப் போனால் போய் வர அரை மணி நேரம் ஆகும்தான்.

எத்தனை தினங்கள் பால் இல்லாமல் செக்யூரிட்டியும் இல்லாமல் நான் காஃபிக்காக சிரமப்பட்டிருக்கிறேன். கல்லெறி தூரத்தில் பக்கத்திலேயே ஒரு பெட்டிக்கடை மாதிரி உள்ள மளிகைக்கடையில் பால் கிடைக்கும் என்பதை எனக்குச் சொல்ல என் வீட்டுக்கு கொக்கரக்கோ வர வேண்டியிருக்கிறது.

இன்னொரு நாள். நானும் கொக்கரக்கோவும் வினித்தும் என் வீட்டில் ஒரு மாலையில் சந்தித்தோம். நான் சிறிது வைனும் கொக்கரக்கோ பியரும் வினித் காஃபியும் சாப்பிட்டுக் கொண்டிருந்தோம். அப்போது நான் சுடச் சுட வறுத்த மீன் இருந்தால் நன்றாக இருக்கும், ஆனால் இப்போது ஸ்விக்கியில் போட்டால் வந்து சேர்வதற்குள் ஆறிப் போய் விடுமே என்று அலுத்த குரலில் சொன்னேன்.

என்ன பெருமாள் இது, வீட்டுக்குப் பக்கத்திலேயே கடலையும், கடலுக்குப் பக்கத்திலேயே விதம் விதமான வறுத்த மீனையும் வைத்துக் கொண்டு இப்படி அலுத்துக் கொள்கிறாய் என்றான்.

வீட்டுக்குப் பின்னால் இருக்கும் பட்டினப்பாக்கத்தில் நிறைய தெருவோரத்துக் கடைகள் இருக்கிறதாம். வாருங்கள் செல்வோம் என்றான்.

போய்ப் பார்த்தால் ஒரு பெரிய மீன் சாம்ராஜ்ஜியமே நடந்து கொண்டிருந்தது. விதவிதமான புதூ மீன்களை வறுத்துக் கொடுத்துக் கொண்டிருந்தார்கள். அதிலும் அக்காக் கடை என்ற போர்டு போட்டிருந்த கடையில் கூட்டம் அள்ளியது. கொஞ்சம் காத்திருந்து கணவாயும், வவ்வாலும் வாங்கிக் கொண்டு வந்தோம். வைதேகி போல் யாரும் மீன் செய்ய முடியாது என்று நினைத்துக் கொண்டிருந்தேன். அக்கா அதைச் செய்து காட்டியிருந்தார். ருசி உலகத் தரம். இதைச் சொல்லவும் கூட கொக்கரக்கோதான் என் வீட்டுக்கு வர வேண்டியிருக்கிறது. வைதேகி மும்பை செல்லாமல், கொக்கரக்கோ என் வீட்டுக்கு வராமல் இருந்திருந்தால் இந்த ரெண்டும் எனக்குத் தெரியாமலே போயிருக்கும்.

இது தவிர, எனக்கு ஏற்படும் கம்ப்யூட்டர் மற்றும் மேக்புக் பிரச்சினைகள் இன்னொரு பக்கம். சமீபத்தில் மேக்புக்கில் டவுன்லோடு ஆகியிருந்த சில புகைப்படங்களை என் ப்ளாகில் பதிவேற்ற வேண்டுமாக இருந்தது. அதைச் செய்ய முடியவில்லை. அப்போது முன்மதியம் பதினொன்று. எதற்கும் இருக்கட்டும் என்று கொக்கரக்கோவுக்கு ஃபோன் போட்டேன். ம்ஹூம், சத்தமே இல்லை. மனோ என்னைப் போல் அதிகாலையிலேயே எழுந்து விடுவார். அழைத்தேன். பிரச்சினையைச் சொன்னேன். அதற்கு அவர் சொன்ன பதில், பௌதிகத்தில் நோபல் பரிசு பெற்ற ஒரு பௌதிக விஞ்ஞானி தன்னுடைய புதிய ஆய்வை மற்ற பௌதிக விஞ்ஞானிகள் மத்தியில் விவாதிப்பது போல் இருந்தது. நானும் ஒரு விஞ்ஞானியாக இருந்தால் பிரச்சினையே இல்லை. இன்னொன்று, நானும் விஞ்ஞானியாக இருந்தால் ஏன் மனோவுக்கு ஃபோன் போடப் போகிறேன்? மொத்தத்தில் மனோ பேசியது கிரீன்லாந்து பனிப் பிரதேசவாசிகள் பேசும் மொழி போல் இருந்தது. அந்த மொழிதான் உலகிலேயே மிகவும் கடினமான மொழி என்கிறார்கள். புரிகிறதுதானே பெருமாள் என்று வேறு கடைசியாகக் கேட்டார் மனோ. மனசுக்குள் ஒரு கெட்ட வார்த்தை சொல்லி என்னைத் திட்டிக் கொண்டே, “சே, இதில் புரிவதற்கு என்ன இருக்கிறது மனோ, பக்கா” என்று சொல்லி ஃபோனை வைத்து விட்டேன். இனிமேல் மனோவிடம் எந்த சந்தேகமும் கேட்கக் கூடாது என்றும் முடிவு செய்து கொண்டேன்.

இரண்டு மணிக்கு கொக்கரக்கோவிடமிருந்து ஃபோன். விஷயத்தைச் சொன்னேன். *Wetransfer* என்ற ஒன்றை அறிமுகப்படுத்தினான். அவன் சொன்னபடியே செய்தேன். புகைப்படங்கள் என் மின்னஞ்சலுக்கு மாறின. மின்னஞ்சலிலிருந்து டவுன்லோடு செய்தேன். ஆனால் டவுன்லோட் செய்ததை ப்ளாகில் கொண்டு வர முடியவில்லை. ஏதோ ஒன்றை நான் செய்தாக வேண்டும் என்று அறிவிப்பு வந்தது. அது என்ன என்றும் புரிந்து கொள்ள முடியவில்லை. புரிந்தால்தானே அதன்படி செய்ய முடியும்? அதற்கும் ஏதோ ஒன்றை செய்யச் சொன்னான் கொக்கரக்கோ. இன்னொரு நாள் டீம்வ்யூவர்

மூலம் செய்து கொள்ளலாம் என்று ஒத்தி வைத்து விட்டேன். என் மூளை ரொம்பவும் களைத்து விட்டது. அப்போதைக்கு என் மின்னஞ்சலில் உள்ள புகைப்படங்களை ராஜா வெங்கடேஷுக்கு அனுப்பி அவர் மூலம் பதிவேற்றம் செய்தாகி விட்டது. விஷயம் அது பற்றி அல்ல. நானும் கொக்கரக்கோவும் வீட்ரான்ஸ்ஃபர் வேலையைச் செய்து கொண்டிருந்த போது நான் உபயோகித்துக் கொண்டிருந்தது மேக்புக். ஏனென்றால், அதில்தான் புகைப்படங்கள் டவுன்லோட் ஆகியிருந்தன. ஆனால் வீட்ரான்ஸ்ஃபரை டவுன்லோட் செய்யும் வேலையை நான் என் கைபேசியில் செய்து கொண்டிருந்தேன். ஏன் திகைக்கிறீர்கள்? புரியாத ஆளாக இருக்கிறீர்களே? கொஞ்சமாவது யோசிக்க வேண்டாமா? நான் கொக்கரக்கோவிடம் கைபேசியில்தானே பேசிக் கொண்டிருக்கிறேன்? அப்படியானால் மூளையுள்ள எவனும் வீட்ரான்ஸ்ஃபரை எதில் டவுன்லோட் செய்வான்? மேக்புக்கிலா? பைத்தியக்காரனா நான்? ரொம்ப நேரம் கழித்துத்தான் கொக்கரக்கோவுக்கு வீட்ரான்ஸ்ஃபரை நான் கைபேசியில் இறக்கியிருக்கிறேன் என்பதே புரிந்தது. அடப்பாவி, இப்படி ஒரு மனிதர் செய்யக் கூடும் என்றே நான் கற்பனை செய்யவில்லையே? உன்னைப் பற்றி அணு அணுவாகத் தெரிந்து வைத்திருக்கும் என்னையே ஏமாற்றி விட்டாயே என்றான். அப்போதுதான் அவன் சொல்வதிலும் லாஜிக் இருக்கிறது என்பதைப் புரிந்து கொண்டேன். அதாவது, நானும் அவனும் கைபேசி மூலம் பேசிக் கொண்டிருந்தாலும், மேக்புக்கில் உள்ள புகைப்படங்களை நான் டெஸ்க்டாப்புக்கு ட்ரான்ஸ்ஃபர் செய்ய வேண்டும் என்றால், நாங்கள் இருவரும் கைபேசியில் பேசிக் கொண்டிருந்தாலும் வீட்ரான்ஸ்ஃபரை கைபேசியில் டவுன்லோட் செய்யலாகாது, மேக்புக்கில்தான் செய்ய வேண்டும்.

ஆ, எத்தனை பெரிய மகத்தான உண்மை!

சே, எழுதுவதற்கே இத்தனை பெருமூச்சு வருகிறதே, இதை அனுபவம் கொண்ட நான் எவ்வளவு சிரமப்பட்டிருக்க வேண்டும்!

ஆனால் இப்போதைய பிரச்சினை என் மூளைத் திறன் பற்றியது அல்ல, கொக்கரக்கோவின் நித்திரை பற்றியது இல்லையா? அவன் நித்திரை கொள்ளும் நேரம் அசாதாரணமானதாக இருந்ததால் மற்றவர்கள் அவனைத் தொடர்பு கொள்ள சிரமப்படுவதைக் கண்டு தன் நித்திரை நேரத்தை மாற்ற முயற்சி எடுத்தான்.

அவனுடைய இந்த அசாதாரணமான நித்திரை நேரம் அவன் புனேயில் ஒரு நிறுவனத்தில் செய்த வேலையால்தான் வந்ததாம். அந்த வேலை இரவு இரண்டு மணிக்குத்தான் முடியுமாம். அதற்கு மேல் அவன் தங்கியிருக்கும் அறைக்கு வந்து நித்திரை கொள்வதற்குள் நான்கு ஆகிவிடும். அதனால்தான் அதற்குப் பிறகு நான்கிலிருந்து பன்னிரண்டு அவனுடைய நிரந்தரமான நித்திரை நேரமாக ஆகிப் போனது.

ஆனானப்பட்ட ஆயுர்வேதத்தினால் கூட அவனுடைய நித்திரை நேரத்தை மாற்ற முடியவில்லை. முதலில் அஸ்வகந்தாவைக் கொடுத்தார் மருத்துவர். அப்புறம் மானஸ மித்ரா. எதுவும் உதவவில்லை. ஒருநாள் நான் மானஸ மித்ராவைப் போட்டுப் பார்த்தேன். செம தூக்கம்.

இங்கே என்னுடைய நித்திரை பற்றிச் சொல்ல வேண்டும். நான் என்றைக்குமே ஒரு மனிதனுக்குத் தேவையான அளவு நித்திரை கொண்டதில்லை என்று தோன்றுகிறது. அதே சமயம், நித்திரையின் அளவு ஒவ்வொரு மனிதருக்கும் வேறுபடும் என்றும் நினைக்கிறேன். சாதாரண மனிதர்கள் எட்டு மணி நேரம் தூங்குகிறார்கள். ஏன், எனக்குத் தெரிந்த இளவட்டப் பசங்கள் எல்லோருமே பத்து மணி நேரம் தூங்குகிறார்கள். சரி, ரமணர் எட்டு மணி நேரம் தூங்கினாரா? வேண்டாம், துறவிகளின் கணக்கே தனி. அவர்களை நம்மைப் போன்றவர்களோடு சேர்க்கலாகாது. என் வாழ்க்கையை இருபத்தைந்து வயதுக்கு முன், இருபத்தைந்து வயதுக்குப் பின் என இரண்டு பகுதியாகப் பிரிக்கலாம். இருபத்தைந்து வயது வரை அம்மாவின் சேவையில் ஒரு பாதுஷாவைப் போல், ஒரு பேரரசனைப் போல் வாழ்ந்தேன். அப்போதும் இரவு

பன்னிரண்டு மணிக்குப் படுத்து நான்கு மணிக்கு எழுந்து விடுவேன். பகலில் உறங்கிப் பழக்கமே இல்லை. இந்த எழுபது வயது வரை பகலில் ஒருநாளும் நித்திரை கொண்டதில்லை. எங்கேயாவது வெளியூருக்குப் போய் வைன் குடித்தால் காலையில் ஐந்து மணிக்கு உறங்கப் போய் ஒன்பது மணிக்கு எழுவேன். அந்த நான்கு மணி நேரமும் அடித்துப் போட்டது போல் தூங்குவேன்.

இல்லை என்கிறார் மனோ. பொதுவாக வெளியூர் செல்லும் போது கொக்கரக்கோதான் என் அறைவாசி. ஆனால் காலையில் எட்டு மணிக்கு எழுந்ததும் எனக்கு ஏற்படும் கொலைப்பசி பற்றி ஏற்கனவே சொல்லி விட்டேன். கொக்கரக்கோ மதியம் எழுந்து கொள்ளும் வரை கொலைப்பசியிலேயே கிடக்க வேண்டும் என்பதால் இந்த முறை தாய்லாந்து சென்ற போது என் அறைவாசியாக மனோ வந்தார்.

மனோ குடிக்காதவர் என்பதால் சீக்கிரமே எழுந்து கொள்வார். ஆனால் குடிக்காதவர்களோடும் இனிமேல் சேரக் கூடாது என்று ஒருநாள் முடிவு செய்தேன். காலையில் ஐந்து மணிக்குப் படுத்தோம். எட்டு மணிக்கு எழுப்பிய மனோ சாப்பிடப் போகலாமா என்றார்.

வேண்டாம் மனோ என்று சொல்லி விட்டு உள்ளுக்குள் ரத்தக் கண்ணீர் விட்டபடி அப்படியே பத்து மணி வரை புரண்டு கொண்டிருந்தேன். ஏன் ரத்தக் கண்ணீர்? இதுவரை என்னை யாருமே நித்திரையிலிருந்து எழுப்பியதில்லை. காலை நான்கு மணிக்கும் ஐந்து மணிக்கும் எழுந்து கொள்ளும் ஆளை யார் எழுப்ப முடியும்? என்ன பிரச்சினை என்றால், நான் எழுந்து விட்டால் அப்புறம் தூக்கம் வராது. மனோ என்னை எட்டு மணிக்கு எழுப்பி விட்ட போது கண்களெல்லாம் திகுதிகு என்று எரிந்தன. ஆனால் உறக்கம் மறுபடியும் வரவில்லை.

அப்புறமாக அந்த விஷயத்தை நாங்கள் அனைவரும் போஸ்ட்மார்ட்டம் செய்த போது என்னுடைய காலை கொலைப்பசி அந்த அளவுக்கு மற்றவர்களைக் கலவரப்படுத்தியிருக்கிறது என்பதைத் தெரிந்து கொண்டேன்.

என்னய்யா இது, எழுப்பினாலும் திட்டுகிறார், எழுப்பவில்லை என்றாலும் திட்டுகிறார் என்றார் மனோ.

சேச்சே, எழுப்பவில்லை என்பதற்காக என்றுமே திட்டியதில்லை, காலை உணவுக்கு வழியே இல்லை என்றால்தான் புலம்புவேன் என்றேன். மற்றும், என்னை ஒருபோதும் யாரும் எழுப்பாதீர்கள் என்றும் ஒரு வேண்டுகோளையும் போட்டு வைத்தேன்.

பலருக்கும் படுத்தவுடன் நித்திரை வராது. புரண்டு புரண்டு படுப்பார்கள். காலை வரை புரண்டு கொண்டிருக்கும் கிராக்கிகளும் உண்டு. பத்து மணி நேரம் படுக்கையில் புரண்டு விட்டு 'சே, சரியாவே தூங்கலப்பா' என்று புலம்பும் பல பெண்டிரைப் பார்த்திருக்கிறேன். எனக்கு அப்படி அல்ல. படுத்த அடுத்த நொடி நித்திரைதான். ஆனாலும் நான் என் வாழ்நாளில் ஒரு நாள் கூட முழுமையாக நித்திரை கொண்டதில்லை.

இருபத்தைந்து வயது வரை இரவில் ஒருமுறை எழுந்து சிறுநீர் கழிக்கப் போவது வழக்கமாக இருந்தது. வீட்டுத் திண்ணையில்தான் படுத்துக் கொள்வோம். நானும் தம்பி சுந்தரும். திண்ணையிலிருந்து எழுந்து கீழே போய் தெருவிலேயே சிறுநீர் கழித்து விட்டு வந்து விடுவோம். வீட்டில் கழிப்பறை கிடையாது. இதற்கு ஏன் தம்பியும் என்றால், எங்கள் ஊரில் பேய் பிசாசுகள் ஜாஸ்தி. ஒரு ஆள் கூட இருந்தால் பேய் அண்டாது என்று ஒரு மூட நம்பிக்கை.

இருபத்தைந்து வயதுக்கு மேல் நகர வாழ்க்கை. நகரங்களில் பேய்கள் வசிப்பதில்லை. ஆனால் சிறுநீர் கழிப்பதற்கு இரண்டு முறை எழுந்து கொள்ள நேர்ந்தது. இதுவே அறுபது வயதுக்கு மேல் மூன்று முறை என்று ஆனது. ஆனால் பகலில் இப்படிப் போவதில்லை. நண்பர்களோடு காரில் போகும்போது வழியில் காஃபி கடையில் நிறுத்தி நண்பர்கள் கழிப்பறை செல்வார்கள். எனக்குத் தேவையிருக்காது. ஆனால் இரவில் மூன்று முறை. அந்த மூன்று முறையும் நித்திரை கெடும்தானே? அதனால் கண்களை மூடியபடியே சென்று விட்டு கண்களை மூடியபடியே வந்து படுத்துக் கொள்வேன். நித்திரை கலையாது.

சில மாதங்களுக்கு முன் இதயப் பரிசோதனைக்காக மருத்துவரிடம் சென்ற போது உங்கள் சிறுநீரகத்தையும் சோதிக்க வேண்டும் என்றார். அதற்கு ஒரு ஸ்பெஷலிஸ்ட். போனேன். படுங்கள் என்றார். கழற்றுங்கள் என்றார். ஐயோ. இப்படியென்று தெரிந்திருந்தால் நன்கு சவரம் செய்து கொண்டு வந்திருப்பேனே? இப்போதெல்லாம் பெண் சகவாசம் இல்லை என்பதால் அப்படியே விட்டு விட்டேன். தப்பாகப் போயிற்று. பெண் சகவாசம் இருக்கிறதோ இல்லையோ, நாம் சுத்தமாக இருக்க வேண்டாமா என்று மனதுக்குள் திட்டிக் கொண்டேன். ஆனால் மருத்துவருக்கு இதெல்லாம் சகஜம் போல. கண்டு கொள்ளவே இல்லை. எப்படியெப்படியோ சோதித்து விட்டு இன்னொரு சோதனைக்கு எழுதிக் கொடுத்தார். அதுதான் பயங்கரம். அவர் ஒரு பெண் மருத்துவர். அடி வயிற்றில் கை வைத்து கையில் உறை போட்டிருந்தார்தான் ஏதோ பண்ணினார். எனக்கு விரைப்பு ஏற்பட்டு விட்டது. என்ன ஒரு விபரீதம். ஆண் மருத்துவர் 'அந்த' இடத்தையே தொட்டார். ஒன்றும் ஆகவில்லை. பெண் மருத்துவர் வயிற்றைத் தொட்டதுமே இப்படி ஆகி விட்டதே என்று வருந்தினேன். ஆனால் அந்த மருத்துவர் அதைக் கண்டு கொள்ளவில்லை என்பதால் தப்பினேன். அடுத்த சோதனைதான் எல்லாவற்றையும் விடக் கொடுமை. சிறுநீர் கழியுங்கள் என்று சொல்லி விட்டு பரிசோதகர் பக்கத்திலேயே நின்றார். யோவ், இவ்வளவு பக்கத்தில் நின்றால் எப்படி ஐயா சிறுநீர் கழிக்க முடியும் என்று மனதுக்குள் நினைத்துக் கொண்டு, அப்பால் செல்லுங்கள் என்றேன். சென்றால் சோதிக்க முடியாதே என்றார். பிறகு உனக்கும் இல்லை, எனக்கும் இல்லை என்று நடுவாந்திரமாக சமரசம் செய்து கொண்டு காரியத்தை முடித்தோம். எவ்வளவு நேரம் சிறுநீர் விடுகிறேன், எவ்வளவு வேகமாக சிறுநீர் விடுகிறேன் என்பதையெல்லாம் கணக்குப் பார்க்க வேண்டுமாம். ங்கொய்யால.

மீண்டும் சிறுநீரக மருத்துவரிடமே வந்தேன். இரவில்தான் மூன்று முறை சிறுநீர் போகிறேன், பகலில் நன்றாகத்தானே இருக்கிறேன் என்றேன். ம்ஹூம். இரவிலும் பகலைப் போலவேதான் இருக்க வேண்டும், இல்லாவிட்டால் அது

அசாதாரணம், அதை சரி பண்ண வேண்டும் என்றார் மருத்துவர். அவர் சொன்னபடியே அதற்கான மாத்திரை *Urimax D*ஐயும் சாப்பிட்டுக் கொண்டிருக்கிறேன்.

சிகரெட் அட்டைகளில் மண்டையோடு போட்டிருக்கும், பார்த்திருக்கிறீர்களா? அந்த மாதிரி மண்டை ஓடு எல்லாம் இல்லை. என்றாலும் அந்த மாத்திரையில் ஒரு எச்சரிக்கை வாசகம் போட்டிருந்தது. இந்த மாத்திரை முழுமையான நபும்சகத்தன்மைக்கு இட்டுச் செல்லும். ஆகா, ஒரு மாத்திரை ஐம்பது ரூபாய் என்றதுமே பெரும் வீரியமான மாத்திரையாக இருக்கும் போலிருக்கிறதே என்று யோசித்தேன். பார்த்தால் வீரியத்தையே காலி பண்ணி விடும் போலிருக்கிறதே?

மற்ற சமயமாக இருந்திருந்தால் அதை அந்தக் கணமே தூக்கி எறிந்திருப்பேன். ஆனால் இப்போது பெண் சகவாசம் எதுவும் இல்லை. அதனால் நபும்சகத்தன்மை பற்றியும் கவலையில்லாமல் ஆயிற்று.

வேண்டுமென்றேதான் அப்படி ஆக்கிக் கொண்டேன். பின்னே என்ன? பெண்களோடு பழகுவதை விட பேய் பிசாசுகளோடு பழகுவது சுலபம் நண்பர்களே! முதலில் *Your happiness is my happiness* என்று ஆரம்பிப்பார்கள். ஆனால் கொஞ்ச காலத்திலேயே அந்த முதல் எழுத்து ஒய்யை அடித்து விட்டு *Our happiness is my happiness* என்று தகிடுதத்தம் செய்வார்கள். அந்த அளவோடு நிறுத்தினாலும் பரவாயில்லை. இன்னும் கொஞ்ச நாள் போனால், *My happiness is your happiness* என்று முழுப் பிசாசாக மாறி விடுவார்கள். அதை சொல்லத்தானே இந்த நாவலையே எழுதிக் கொண்டிருக்கிறேன்?

இன்னொரு பிரச்சினை என்னவென்றால், பல சமயங்களில் பெண்களோடு பழகுவது ஏதோ செவ்வாய் கிரக ஜீவிகளோடு பழகுவது போல் உள்ளது. உதாரணம்:

ஒரு தோழி (கேர்ள் ஃப்ரெண்ட்தான்) "எனக்குத் தற்கொலை செய்து கொள்ள வேண்டும்ப்பா" என்றாள்.

உடனே அது எத்தனை பாவ காரியம் என்று விளக்கினேன்.

ஒரு மாதம் கழித்து மீண்டும் அதே பேச்சை எடுத்தாள். அதற்கான நியாயங்களையும் விளக்கினாள்.

நான் மீண்டும் வேறு வேறு தர்க்கங்களைக் கூறி தற்கொலை மிகப் பெரிய தீங்கை விளைவிக்கும் என்றேன்.

"நான்தான் செத்து விடுவேனே, அப்புறம் என்ன தீங்கு?" என்றாள்.

"அட, உனக்கு இல்லடீ... உன்னைச் சுற்றியுள்ளவர்களுக்கு... எனக்கு... எல்லாரும் என்ன சொல்வான்? இவனோடு பழகினாள் அல்லவா, செத்தாள் என்று என்னைத்தான் உன் சாவுக்குக் காரணமாகச் சொல்வான்... வேண்டாம்..."

"அப்படியானால் நான் செத்தால் உங்களுக்குப் பரவாயில்லை. உங்கள் பெயர் கெட்டு விடும். அதுதான் பிரச்சினை?"

"சேச்சே... அப்படியில்லை..."

அதற்குப் பிறகும் ஒரு மாதம் கழித்து மீண்டும் தற்கொலைப் பேச்சு. நானும் மறுப்பு உரை. இப்படியே ஆறு ஏழு முறை நடந்ததும் ஒருநாள் கடுப்பான நான் "செய்து தொலை" என்று சொல்லி விட்டேன்.

அவளும் மாத்திரைகளை முழுங்கி விட்டாள். ஆனால் மாத்திரை அளவு போதவில்லை போல. பிழைத்துக் கொண்டாள். விசாரணை வந்தது. "இன்னார்தான் சொன்னார் செத்துத் தொலை என்று. அதனால் போட்டுக் கொண்டேன்."

எப்படியிருக்கிறது கதை?

அப்புறம் நானே போய் அவள் காலில் கையில் விழுந்து அரற்றி ஓராயிரம் மன்னிப்புக் கேட்டு அவள் ஸ்டேட்மெண்ட்டை மாற்றிக் கொடுத்தாள். நானும் பிழைத்தேன்.

நீங்களே சொல்லுங்கள், இனிமேலும் ஒருத்தன் ஒரு பெண்ணுடன் பழகுவான்?

Urimax D என்ன, அதை விட பயங்கரமான மாத்திரை என்றாலும் பரவாயில்லை, கொடுங்கள் டாக்டர், போட்டுக் கொள்கிறேன்.

ஆனால் இதெல்லாம் கூட சின்ன விஷயம்தான். சொப்பனம்தான் பெரிய பிரச்சினை. ஏனென்றால், சில சொப்பனங்கள் என் உயிர்க்கொல்லியாகக் கூட இருந்து விடக் கூடிய சாத்தியங்களைக் கொண்டிருந்தன. கடந்த முப்பது ஆண்டுகளாக நான் ஒருநாள் கூட நிம்மதியாகத் தூங்கியதில்லை. சொப்பனம். சொப்பனம். சொப்பனம். பல தினங்களில் உயிர் கொல்லும் சொப்பனம். சில சமயங்களில் ரம்மிய சொப்பனம்.

சும்மா வார்த்தைக்காக சொல்லவில்லை. உண்மையிலேயே உயிர் கொல்லும் சொப்பனம்தான்.

ஒரு பெரிய கூட்டம் என்னைக் கொல்வதற்காக கையில் ஆயுதங்களுடன் நின்று கொண்டிருக்கும். நான் அவர்களின் காலில் விழுந்து உயிர்ப் பிச்சை கேட்டுக் கொண்டிருப்பேன். கதறிக் கதறி அழுவேன். “நான் உயிருக்காக அஞ்சவில்லை. இப்போதே சாகத் தயார். பாதிப் பாதி முடித்து வைத்திருக்கும் தியாகராஜா நாவலையும், அசோகா நாவலையும் முடித்த பிறகு நீங்கள் என்னை என்ன வேண்டுமானாலும் செய்து கொள்ளுங்கள்” என்று கதறுவேன். இந்த நாடகம் ஒரு மணி நேரம் ஓடிக் கொண்டிருக்கும். கடைசியில் விழித்து எழும்போது என் தேகமெல்லாம் வியர்வையில் நனைந்து கிடக்கும். இத்தனைக்கும் ஏசி அறை. சொப்பனம் சொப்பனமாகத் தெரியாது. தத்ரூபமாக இருக்கும்.

எங்கோ ஒரு பேர் தெரியாத தேசத்தில் பாஸ்போர்ட், கைபேசி எல்லாவற்றையும் தொலைத்து விட்டு தெருத் தெருவாக அலைந்து கொண்டிருப்பேன். அப்போது பயத்தில் என் நெஞ்சு விம்மி விம்மி எழுவதைக் காண்பேன். இப்படித்தான் பலரும் உறக்கத்திலேயே மாரடைப்பு வந்து சாகிறார்கள் என்று கூட சொப்பனத்திலேயே தெரியும்.

சில சமயம் இல்லை, பல சமயம் பேய்கள் என்னைத் துரத்துவது போல் சொப்பனம் வரும். அப்போது நானே ஒரு பேய் போல் கத்துவேன். நான் கத்துவது எனக்கே தெரியும். கத்திக் கத்தி விழித்து விடுவேன். நான் பல காலமாக தனியறையில் தூங்குவதால் வைதேகிக்கு இது எதுவும் தெரியாது. எனக்கு

ஏசி வேண்டும். அவளுக்கு ஏசி போட்டால் ஜுரம் வந்து விடும். அதனால்தான் தனியறை.

சமீபத்தில் தாய்லாந்து சென்றிருந்த போது மனோதான் என் அறைவாசியா? என் பேய் சத்தத்தைக் கேட்டு மிரண்டு போய் எழுந்திருந்திருக்கிறார். அப்புறம் ஒரு மணி நேரம் தூங்கவே இல்லையாம். எனக்குமே காலையில் அவர் சொன்னபோது நான் அப்படி பேய் போல் கத்தியது ஞாபகம் இருந்தது. நான் ஏன் பேய் போல் கத்துகிறேன் என்றால், பேய்கள் என்னைத் துரத்துவதால்தான். சொன்னால் நம்ப மாட்டார்கள் என்று நினைத்து, நான் கத்துவதைப் பதிவு செய்து வைத்திருந்தார் மனோ. அச்சு அசல் பேய் கத்துவது போலவே இருந்தது. என்ன மொழி என்று தெரியாத ஒரு அமானுஷ்யமான சப்தம். அது சப்தம் கூட இல்லை. ஏதோ ஒரு பேய் மொழியில் அரற்றுகிறேன். கத்துகிறேன்.

இப்படியே கடந்த முப்பது ஆண்டுகளாக சொப்பனங்கள் துரத்தத் துரத்தத்தான் நித்திரை கொண்டிருக்கிறேன்.

ஆனாலும், சொப்பனங்களிலிருந்து தப்பிக்க இரண்டு உபாயங்கள் உள்ளன. ஒன்று, வைன். இரண்டு, மானஸ மித்ரா. இந்த இரண்டில் எது ஒன்றை எடுத்துக் கொண்டாலும் சொப்பனமில்லாத நித்திரை உத்தரவாதம். இருந்தாலும் இரண்டையுமே நான் பின்பற்றவில்லை. வைன் என் வீட்டில் தடை செய்யப்பட்டிருக்கிறது. அப்படியே தடை செய்யப்படவில்லை என்றாலும் நான் எடுத்துக் கொள்ள முடியாது. ஏனென்றால், எல்லா விஷயத்திலும் நான் ஒரு ஐரோப்பியனைப் போல் வாழ்ந்தாலும் குடி விஷயத்தில் மட்டும் அரை ஐரோப்பியன் அரை இந்தியனாக இருக்கிறேன். இந்தியர்கள் வன்மதுப் பிரியர்கள். ரம், விஸ்கி, பிராந்தி, வோட்கா இப்படித்தான் குடிப்பார்கள். எந்த இந்தியரும் விருப்பத்துடன் வைன் அருந்தி நான் கண்டதில்லை. எல்லாம் வைன் ஷாப் என்ற பெயரோடு சரி. நான் வைன் விஷயத்தில் ஐரோப்பியன். வைன்தான் எனக்குப் பிடித்தமானது. ஆனால் அரை இந்தியனும் வரும் இடம் எதுவென்றால், ஒரு கிளாஸ்

ரெண்டு கிளாஸ் அருந்தினால் நலம். நானோ ஒரு பாட்டில் ரெண்டு பாட்டில் என்று குடிப்பேன்.

சரி, பாதுகாப்பாக மானஸ மித்ராவை எடுக்கலாமே என்று கேட்டால், என் சொப்பனக் கதையின் இன்னொரு பக்கத்தை நான் உங்களிடம் சொல்ல வேண்டும்.

எனக்கு வருவது கொடுங்கனா மட்டும் இல்லை. நாலு கொடுங்கனா என்றால் ஒரு இனிய சொப்பனமும் வரும். இனிய சொப்பனம் என்றால்? என்னுடைய நாவல் ஒன்றில் கால் பாகம் கவிதையாகவே இருக்கும். அந்தக் கவிதைகள் எல்லாமே எனக்கு சொப்பனத்தில் வந்தவைதான். தூங்கும் போது பக்கத்திலேயே பேப்பரும் பென்சிலும் இருக்கும். இருட்டிலேயே அமர்ந்து கிறுக்கி விட்டுப் படுப்பேன். லைட்டையெல்லாம் போட்டால் தூக்கம் போய் விடும். காலையில் எழுந்து பார்த்தால் கிறுக்கலிலிருந்து கவிதையை எடுத்து விட முடியும். சமயங்களில் கிறுக்கல் புரியாத அளவுக்கு இருந்தால் விட்டு விடுவேன். என் கையெழுத்து நேர்த்தியாக இருக்கும் என்பதால் அநேகமாக கிறுக்கல்கள் புரிந்து விடும்.

சமயங்களில் எனக்குத் துப்பறியும் கதைகள், பேய்க் கதைகள் எல்லாம் கூட சொப்பனத்தில் வரும். கதை சீராக இருக்கும். ரொம்பப் பாங்காக இருக்கும். நனவில் நான் எழுதும் நான் - லீனியர் கதைகள் போல் இருக்காது. காலையில் கூட ஞாபகத்தில் நிற்கும்.

டிசம்பர் முதல் வாரம் (2012) எனக்கு வந்த சொப்பனத்தில், டிசம்பர் பதினெட்டாம் தேதி நடக்க இருக்கும் ஒரு விழாவில் உரையாற்றுகிறேன். ஆஹா, என்ன மாதிரி உரை. இதுவரையிலான என் பேச்சுக்களிலேயே ஆகச் சிறந்த பேச்சு அது. காலையில் எழுந்தும் கூட வார்த்தை வார்த்தையாக ஞாபகம் இருந்தது. குறித்து வைத்துக் கொள்ள விரும்பினேன். ஆனாலும் எனக்கே தெரியாத ஏதோ காரணத்தால் விட்டு விட்டேன்.

ஒரு சொப்பனத்தில் எங்கள் அமைப்பைச் சேர்ந்த ஒரு மாஸ்டர் புல்லாங்குழல் வாசித்தார். அதை நான் மட்டுமே கேட்டுக்

கொண்டிருக்கிறேன். கிட்டத்தட்ட ஒரு மணி நேரம். எத்தனை ஜென்ம்ம் எடுத்தாலும் மறக்க முடியாத ஒரு வாசிப்பு. இசை பற்றி வார்த்தைகளில் என்னவென்று வர்ணிக்க? தேவ கானம் என்றால் தேவ கானம்.

இந்த நாவலைத் தட்டச்சு செய்து கொண்டிருந்த ஏழு நாட்களில் ஒருநாள் ஒரு சொப்பனம் வந்த்து. காம்பியா என்ற நாட்டில் நானும் ஒரு நண்பனும் சுற்றிக் கொண்டிருக்கிறோம். கிராம்ம் கிராம்மாகச் சுற்றுகிறோம். அது பற்றி இங்கே விவரிக்க ஆரம்பித்தால் இது ஒரு பயண நூலாக மாறி விடும் சாத்தியம் உண்டு. இரண்டு காட்சிகளை மட்டும் சொல்கிறேன். ஒன்றில், கிராமவாசிகள் சிலர் அமர்ந்து பாடிக் கொண்டிருக்கிறார்கள். கூடவே தோல்கருவிகளின் இசை. இன்னொன்றில், ஒரு பிச்சைக்காரக் கூட்டம் எங்களைத் துரத்துகிறது. இந்த சொப்பனமும் கிட்டத்தட்ட ஒரு மணி நேரம் ஓடியிருக்கும். என்ன ஆச்சரியம் என்றால், எப்போதாவது நான் காம்பியா போனால் நான் இப்போது சொப்பனத்தில் அனுபவித்த காட்சிகளை அங்கே காண்பேன். உங்களால் நம்ப முடியாது. ஆனால் முன்பு இப்படி நடந்திருக்கிறது.

இப்படிப்பட்ட அபூர்வமான சொப்பனங்களுக்காகத்தான் சொப்பனமில்லாத நித்திரையைத் தேர்ந்தெடுக்கவில்லை. இப்போது ஒரு நான்கு நாட்களாக சொப்பனமே இல்லை. அடித்துப் போட்டாற்போல் தூங்குகிறேன். இரண்டு மூன்று முறை சிறுநீர் கழிக்க எழுந்து கொள்கிறேன். ஆனால் சொப்பனம் இல்லை. அறவே இல்லை. காரணம், சௌந்தர் கற்பித்த யோகா.

★

சமூக சேவை குறித்து மேலும் சில குறிப்புகள்

இந்த அடுக்ககக் குடியிருப்பில் விக்டர் என்று ஒரு செக்யூரிட்டி உண்டு. அவர்தான் கீழ்த்தளத்தில் தரையில் வசிக்கும் பத்து பூனைகளுக்கும் உணவு கொடுப்பது. அதற்காக அவருக்குத் தனியாக மாத ஊதியம் கொடுத்து விடுகிறோம். இந்தக் குடியிருப்பில் ஒரு வீட்டில் ஒரு இருபத்தைந்து வயது பணிப்பெண்ணும் இருக்கிறாள். வீட்டிலேயே தங்கிப் பணி புரிபவள். எந்நேரம் பார்த்தாலும் அவளும் விக்டருமாகப் பேசிக் கொண்டிருப்பார்கள். நானெல்லாம் சுயநலத்தை மட்டுமே யோசிப்பவன். சமூகம் எக்கேடு கெட்டால் எனக்கென்ன? அதனால் விக்டர் பற்றியும் அந்தப் பணிப்பெண் பற்றியும் எனக்குக் கவலையே இல்லை. ஆனால் சமூக சேவையை மட்டுமே தங்கள் வாழ்க்கை லட்சியமாகக் கொண்ட வைதேகி போன்றவர்கள் அப்படி இருக்க முடியாது இல்லையா? அடுக்ககக் குடியிருப்பில் இருந்த சிலரிடம் இது பற்றித் தன்னுடைய ஆட்சேபணையை அவள் தெரிவித்தாள். ஒருநாள் விக்டர் வைதேகியிடம் "பூனைக்கு இனிமேல் என்னால் சாப்பாடு கொடுக்க முடியாது, எல்லோரும் திட்டுகிறார்கள், நீங்களே பார்த்துக் கொள்ளுங்கள் மேடம்" என்று சொல்லி விட்டார்.

இப்போது காலையில் எனக்கு பூனைகளுக்கு உணவு கொடுக்க அரை மணி நேரம் ஆகிறது. இரவில் வைதேகி வேறு வேலையில் இருந்தால் நான் தான் போய்க் கொடுக்க வேண்டும், அதில் ஒரு அரை மணி நேரம் போகிறது. ஆக மொத்தம் என் வாழ்வில் ஒரு மணி நேரம் காலி. என் வீட்டுப் பூனைகளுக்கு இரண்டு மணி நேரம். இந்த ஒரு மணி நேரத்தையும் சேர்த்தால் மூன்று மணி நேரம். கோடி ரூபாய் கொடுத்தாலும் கிடைக்காத நேரம். ஏன் இப்படி ஆனது? அடுத்தவன் சூத்தை நோண்டியதால். அதற்குப் பெயர்தான் சமூக சேவை. நானெல்லாம் சுயநலக்காரன்.

இன்னொரு செக்யூரிட்டியோடு இன்னொரு காரணத்தால் தகராறு. அவர்தான் பால் வாங்கிக் கொடுப்பது, காய்கறி வாங்கிக் கொடுப்பது, மாவு வாங்கிக் கொடுப்பது எல்லாம். இப்போது அவர் சூத்தை நோண்டி ஒரே பிரச்சினை. அவர் சமாதானமாகி விட்டார். வேலை செய்யவெல்லாம் தயாராகத்தான் இருக்கிறார். ஆனால் அவர் உதவி செய்தால் நான் வீட்டை விட்டு வெளியேறி விடுவேன் என்று அறிவித்து விட்டாள் வைதேகி. இதைத் தட்டச்சு செய்து கொண்டிருந்த போது காஃபிக்குப் பால் தேவைப்பட்ட்து. அந்த செக்யூரிட்டியை அழைத்துப் பால் வாங்கி வரச் சொன்னேன். வாங்கி வந்தார். முப்பது ரூபாய் பக்ஷீஸ் கொடுத்தேன். கோபத்தினாலோ வருத்தத்தினாலோ அல்லது வேறு ஏதேனும் காரணத்தினாலோ பணத்தை வாங்க மறுத்து விட்டார்.

என் அறைக்கு வந்த வைதேகி “இனிமேல் அந்த ஆள் ஏதாவது வாங்கி வந்தால் நான் வீட்டை விட்டு வெளியேறி விடுவேன்” என்றாள். சரி, இனிமேல் நானே போய்க் கொள்கிறேன் என்றேன். மீண்டும் இது குறித்து ஐந்து நிமிடம் பேசினாள்.

“இதோ பார், இனிமேல் நானே போகிறேன் என்று சொல்லி விட்டேன். திரும்பத் திரும்ப நீ சவுக்கால் அடிப்பதாக இருந்தால் நான் உன்னைக் கொன்று விட்டு ஜெயிலுக்குப் போவேன்” என்றேன். போய் விட்டாள். இனிமேல் இங்கே உள்ள செக்யூரிட்டிகள் யாரையும் நான் வேலை வாங்க முடியாது. மாதம் ஐந்தாயிரம் நான் செக்யூரிட்டிகளுக்குக்

கொடுக்கும் தொகை. ஒவ்வொரு வீட்டுக்கும் ஐந்தாயிரம். இனிமேல் எல்லா வெளி வேலைக்கும் நானேதான் போக வேண்டும். இதையேதான் கொக்கரக்கோ விஷயத்திலும் செய்கிறாள் வைதேகி. என்னுடைய இரண்டு கால்களையும் வெட்டி விட்டு, நட, ஓடு என்கிறாள்.

★

அமைப்பு

கடுமையான மறதி பிடித்தவன் நான். ஆனாலும் எழுத்து என்று வருகிறபோது மறதி பறந்து விடும். கூர்மையாக வேலை செய்யும் மூளை. எங்கள் அமைப்பு பற்றி பிறகு சொல்கிறேன் என்றேன் அல்லவா? ஞாபகம் இருக்கிறதா?

அந்த அமைப்பு பற்றி நான் வெளிப்படையாகச் சொல்ல முடியாது. யாரும் என் தலையைச் சீவி விட மாட்டார்கள். மாறாக, வைதேகியைப் போட்டுப் புரட்டி எடுத்து விடுவார்கள். ஏற்கனவே ஆணாதிக்கமும், போட்டி, பொறாமை, அஹங்காரம், ஆணவம், திமிர், வன்மம், பழிக்குப் பழி, மேட்டிமைத்தனம், மௌடீகம், சராசரித்தனம் என்று எல்லா கீழ்மைகளும் நிரம்பியவர்களால் நிரம்பியிருக்கும் அந்த ஆன்மீக அமைப்பில் வைதேகி செய்த ஒரு பிழையால் அவளை இரண்டு வருட காலம் மனநோயாளியாகவே ஆக்கி விட்டார்கள் அமைப்பைச் சேர்ந்தவர்கள். இந்த நிலையில் நான் அமைப்பு பற்றி வெளிப்படையாக எழுதினால் வைதேகியைத்தான் கொடூரமாகப் பழி வாங்குவார்கள். அதைத் தாங்கக் கூடிய மனோபலம் அவளுக்குக் கிடையாது. நானாக இருந்தால் போடா சுன்னி என்று போய் விடுவேன். ஆனால் வைதேகி அந்த அமைப்பைத் தன் உயிராக நினைத்தாள். அமைப்பின் மாஸ்டரைத் தன் அனைத்துமாக நினைத்தாள். அவளுக்கு என்னால் எந்தப் பிரச்சினையும் வந்து விடக் கூடாது. அது

பெரும் பாவம். ஏனென்றால், இரண்டு வருட காலம் அவள் எப்படி இருந்தாள் என்பதை நான் அறிவேன்.

அதன் திருஷ்டாங்கம் என்னவென்றால், அடிப்படைப் பிழை வைதேகியினுடையதுதான். என்னைக் கடைத்தேற்றுகிறேன் பேர்வழி என்று என் சூத்தை நோண்டினாள். மோகனைக் கடைத்தேற்றுகிறேன் என்று அவன் சூத்தை நோண்டினாள். நான் இலக்கியம் என்ற சர்வரோக நிவாரணியைக் கையில் வைத்திருப்பதால் என்னை எதுவுமே பாதிக்காது. மேலும், பணம் என்ற வஸ்துவை எப்படி ஒரு வெற்றுக் காகிதத்தைப் போல் கையாளுகிறேனோ அதைப் போலவேதான் மனித குலமே அஞ்சி நடுங்குகின்ற பொய் என்ற விஷயத்தையும் கையாளுகிறேன். எனக்குக் காரியம்தான் வீரியம். அதற்காகப் பொய் சொல்ல வேண்டுமா? இந்தா பிடி பொய். எத்தனை பொய் வேண்டும், கேள், தருகிறேன் என்று பிட் நோட்டீஸ் கொடுப்பது போல் கொடுத்துக் கொண்டே இருப்பேன். இல்லாவிட்டால் நீங்களே பாருங்களேன், கடந்த முப்பது ஆண்டுகளாக நான் வைதேகியிடம் உண்மையே பேசியதில்லை. உண்மை பேசின இரண்டொரு தருணங்களிலும் நன்றாக செருப்படி வாங்கினேன். அதற்குப் பிறகு பேசுவேனா? என்ன விஷயம் என்றால், நீங்கள் அமெரிக்கா போனால் டாலரைத்தான் கொடுக்க வேண்டும். அங்கே போய் ருப்யாவை நீட்டுவீர்களா? அப்படித்தான் இதுவும். எது செல்லுபடி ஆகிறதோ அதைக் கொண்டுதான் பரிவர்த்தனை செய்ய வேண்டும். மோகன் அப்படி அல்ல. என்னைப் போலவே மற்றவன் சூத்தை நோண்ட மாட்டான் என்றாலும் நேர்மையானவன். அவனுடைய நேர்மையின் காரணமாகத்தான் வைதேகிக்கு இரண்டு வருடம் பைத்தியம் பிடித்தது. பைத்தியம் பிடித்திருந்த விஷயம் கூட மோகனுக்குத் தெரியாது. சொல்ல வேண்டாம் என்று சொல்லி விட்டாள். அப்படிப் பைத்தியம் பிடித்திருந்த காலத்தில் வைதேகி யார் சூத்தையும் நோண்டியதில்லை. அவள் பாட்டுக்கு பன்னிரண்டு மணி நேரம் சீரியல் பார்ப்பாள். பூனைக்கு உணவு கொடுப்பாள். யாரிடமும் பேச மாட்டாள். ஒரு நாளில் ஒரு வேளை சாப்பிடுவாள்.

அந்த இரண்டு வருட காலமும் தினந்தோறும் நான் காலையில் கண் விழித்து என் அறைக் கதவைத் திறந்து வெளியே வரும்போது வலப்பக்கம் இருக்கும் வைதேகியின் அறையின் மின்விசிறியைத்தான் பார்ப்பது வழக்கம். எந்த மாற்றமும் இல்லாமல் வழக்கமாக ஓடிக் கொண்டிருந்தால் ஒரு நிம்மதி. அந்த அளவு அவள் விரக்தியடைந்திருந்தாள்.

பிரச்சினையைப் புரிந்து கொள்ள வேண்டுமானால் முதலில் அமைப்பு பற்றித் தெரிய வேண்டும். இது ஒரு ரகசிய *cult*. இப்படிச் சொன்னவுடன் நீங்கள் விதவிதமான விபரீதக் கற்பனைகளைச் சிதற விடாதீர்கள். இந்த அமைப்பு பற்றி அனாவசியமாக மற்றவர்களிடம் சொல்லக் கூடாது. இன்னமும் தெளிவாகச் சொல்ல வேண்டுமானால், பிரச்சார நடவடிக்கைகளில் ஈடுபடக் கூடாது. எல்லா ஆன்மீக அமைப்புகளும் தங்கள் மார்க்கத்தை விரிவு படுத்தவே விரும்பும். ஆனால் இந்த அமைப்பு அப்படி நினைப்பதில்லை. மானுட குலம் மொத்தமுமே தங்கள் அமைப்பை ஏற்றுக் கொள்ள வேண்டும் என்றுதான் இந்த அமைப்பும் கருதுகிறது என்றாலும், பிரச்சாரம் கூடாது. மக்களுக்குத் தாமாகவே தெரிந்து, அமைப்பின் தத்துவங்களைப் புரிந்து ஏற்றுக் கொள்ள வேண்டும். ஆனால் ஒரு குடும்பத்தில் ஒரு உறுப்பினர் அமைப்பில் சேர்ந்தால் அந்தக் குடும்பத்தின் மற்ற உறுப்பினர்களும் அமைப்பில் சேரலாம். வைதேகி தான் சேரும் போது என்னையும் மோகனையும் அமைப்பில் சேர்த்தாள். இது பற்றி பெருமாளிடம் பேசுவது, மோகனிடம் பேசுவது, அவர்களின் விருப்பு வெறுப்பைக் கேட்பது போன்ற கேள்விகளுக்கே வைதேகியின் உலகில் இடம் கிடையாது. உங்களுக்கு விளங்குகிறாற்போல் நான் சொல்லி விட்டேனா? சந்தேகமாக இருக்கிறது. அதாவது, வைதேகிக்கு இந்த வாழ்வின் ரகசியம் புரிந்து விட்டது. ஞானம் என்றால் என்ன தெரிந்து விட்டது. அதை அனுபவ ரீதியாக உணர வேண்டும், அவ்வளவுதான். மகாவீரருக்கும் ததாகதருக்கும் கிடைக்காத ஞானம் இது, யேசுவுக்குக் கிடைக்காத ஞானம் இது, ஆதி சங்கரர் மற்றும் இன்னொரன்ன ஞானிகளுக்கும் கிடைக்காத ஞானம். இது நம்முடைய பூர்வ ஜென்ம புண்ணியத்தினால்

வைதேகிக்கும் அவள் வாயிலாக பெருமாளுக்கும் மோகனுக்கும் கிடைத்திருக்கிறது. இதை வாங்கிக் கொள்கிறாயா என்று உன்னைக் கேட்க வேறு வேண்டுமா? ம்ஹூம். நான் சரியாகச் சொல்லவில்லை. இப்படியெல்லாம் வைதேகி நினைத்திருக்கவே வாய்ப்பில்லை. அவளைப் பொருத்தவரை அவள், நான், மோகன் மூவருமே மூன்று உடல், ஒரு உயிர். நீ வேறு, நான் வேறு கிடையாது. மூவருமே ஒன்றுதான். அந்த ஒன்றின் அடையாளம் என்ன? வைதேகி. இது ஃபாஸிஸம் என்று சொல்பவர்கள் விலகிச் செல்லுங்கள்.

மூவருமே அமைப்பில் சேர்ந்தோம். ம்ஹூம். தப்பு. வைதேகி சேர்ந்தாள். நாங்கள் சேர்க்கப்பட்டோம். உறுப்பினர் படிவத்தில் கையெழுத்திட்டோம். அமைப்பில் சேர்ந்த பிறகு தினமும் ஆன்மீகப் பயிற்சிகள் செய்ய வேண்டும். வாராவாரம் நாம் தினமும் செய்த பயிற்சிகள் பற்றி அறிக்கை எழுதித் தர வேண்டும். (இப்போது புரிகிறதா, ஏன் யாரிடமும் அமைப்பு பற்றிப் பிரச்சாரம் செய்வதை அமைப்பு ஊக்குவிப்பது இல்லை என்று?) அமைப்பு வெளியிடும் நூல்களைத் தொடர்ந்து படிக்க வேண்டும். அவற்றில் ஒருசில நூல்களை வைதேகியின் கட்டாயத்தினால் படித்திருக்கிறேன். ரூமியின் மஸ்னவி தோற்றுப் போகும், அப்படி இருக்கும். ஆனால் எனக்கு சந்தேகமாகவே இருக்கும், உலகிலுள்ள எல்லா கீழ்மைகளையும் வரித்துக் கொண்டிருக்கும் அமைப்பின் உறுப்பினர்கள் எப்படி மஸ்னவியையும் தோற்கடிக்கக் கூடிய ஆன்மீக உண்மைகளைத் தன்னுள் பொதிந்து வைத்திருக்கும் அமைப்பின் நூல்களைப் படிக்கிறார்கள் என்று. ஆனாலும் நான் அமைப்பிலோ அமைப்பின் அந்த அபூர்வமான நூல்களிலோ எந்த ஈடுபாடும் காட்ட மாட்டேன். காரணம், அமைப்பைச் சார்ந்தவர்கள் அத்தனை பேருமே வைதேகி உட்பட தமிழ்நாட்டின் அரசியல் கட்சிகளைச் சேர்ந்த கடைநிலை கட்சிக்காரனைப் போல்தான் சிந்தித்தார்கள், செயல்பட்டார்கள்.

நூறு உதாரணங்கள் உண்டு. எழுதினால் இது பாரதம் போல் ஆகி விடும். ஒன்றே ஒன்றைத் தருகிறேன். அமைப்பில் நிறைய மொழிபெயர்ப்புப் பணிகள் உள்ளன. மாஸ்டரின்

வார்த்தைகளை உறுப்பினர்களுக்குச் சொல்ல வேண்டும். மாஸ்டரின் தாய் மொழி ஆங்கிலம். அதுவும் பெரும் கவிஞர்களின் சிருஷ்டிகளைப் போல் இருக்கும் மாஸ்டரின் ஆங்கில உரைகள். இந்த லோக்கல் லும்பன்களுக்கு இதெல்லாம் என்னவென்று புரியும்? ஒருநாள் இவர்களுக்கிடையே என்னை உரையாற்ற அழைத்தார்கள்.

கடவுளின் செய்தியை நீங்கள் எப்படி அறிகிறீர்கள்? மொழியற்ற ரகசிய சமிக்ஞைகளின் வாயிலாகவா என்று அவர்களைக் கேட்டேன். அவர்களுக்கு நான் கேட்டது புரியவில்லை. கேள்வியை லும்பன் மொழியில் கேட்டேன். புரிந்தது. பதில் இல்லை என்று வந்தது. பத்து நிமிடம் கேள்விகளைத் திருப்பித் திருப்பிப் போட்டு கடைசியில் நான் அவர்களிடமிருந்து வரவழைத்த பதில், மாஸ்டரின் செய்தியை அவர்கள் அவரது பேச்சின் வாயிலாகவும் எழுத்தின் வாயிலாகவும் பெறுகிறார்கள். இரண்டுமே மொழி. ஆங்கில மொழி. மாஸ்டரின் மொழி பல கதைகளைக் கொண்டிருந்தாலும், அந்தக் கதைகளின் மொழி உருவகங்களாலும் குறியீடுகளாலும் படிமங்களாலும் நிரம்பியிருந்தது. ஆக, உங்களுக்கு மொழியில் வலு இல்லையெனில் நீங்கள் மாஸ்டரின் செய்தியை எப்படிப் புரிந்து கொள்வீர்கள்?

காரணம், அமைப்பைச் சேர்ந்தவர்கள் கல்லூரிப் படிப்பை முடித்து நல்லபடியாக சம்பாதிக்கிறார்கள் என்றாலும் அவர்கள் ஆங்கிலத்திலோ தமிழிலோ எந்த நூலையும் படித்ததில்லை. ஆங்கிலம் அரைகுறை. தமிழில் அவர்களுக்கு அதிக பட்சம் நூறு வார்த்தைகள் மட்டுமே தெரிந்திருந்தன. சாப்பிடப் போலாமா, நாளைக்கு உன் வீட்டுக்கு வர்றேன், துணிவு சூப்பரா இருக்கு. இதில் இருக்கும் துணிவு என்ற வார்த்தைக்குக் கூட அவர்களுக்கு அர்த்தம் தெரியுமா என்று தெரியாது.

இதன் காரணமாக, மாஸ்டரின் செய்திகளை ஆங்கிலத்திலிருந்து தமிழில் மொழி பெயர்க்க முயன்றார்கள். இது எப்படி இருந்தது என்றால், ஒரு நூறு பன்றிகள் சேர்ந்து மதுரை மீனாட்சி அம்மன் கோவிலைக் கட்ட முனைந்தது போல் இருந்தது. இலக்கியத்தில்

ஒரு வார்த்தை கூடத் தெரியாமல், ஒரு புத்தகத்தைக் கூட படிக்காமல் எப்படி ஐயா ஒரு தீர்க்கதரிசியின் புனித வார்த்தைகளைத் தமிழ்ப் படுத்த முனைந்தீர்? இங்கே அவர்கள் புத்திசாலித்தனமாக ஒன்றைச் செய்தார்கள். வைதேகியை மொழிபெயர்ப்புக்குப் பயன்படுத்தினார்கள். அவளுமே ஒரு புத்தகமும் படித்ததில்லை என்றாலும் பிரமாதமாக மொழிபெயர்த்தாள். நானும் அவ்வப்போது உதவி செய்தேன்.

கடைசியில் சில நூல்கள் தமிழில் வெளிவந்தன. அதில் மொழிபெயர்ப்பு என்று அமைப்பின் சென்னை நிர்வாகியின் பெயர் போட்டிருந்தது. வைதேகியின் பெயரே புத்தகத்தில் இல்லை. எப்பேர்ப்பட்ட போக்கிரித்தனம் பார்த்தீர்களா? வைதேகி கவலைப்படவில்லை. மாஸ்டருக்குச் செய்வதாக நினைத்து விட்டு விட்டாள்.

அமைப்பில் சேர்ந்து முதல் இனிஷியேஷன் கிடைத்த பிறகு ஒரு குறிப்பிட்ட காலகட்டம் கடந்து இரண்டாவது இனிஷியேஷன் தரப்படும். குடும்பத்தில் ஒருவர் தொடர்ந்து ஆன்மீகப் பயிற்சிகள் செய்திருந்தால் போதும். இரண்டாவது இனிஷியேஷன் கிடைக்கும். இப்படியே நாங்கள் மூவரும் பத்து ஆண்டுகளில் மூன்று இனிஷியேஷனைக் கடந்தோம். நான்காவது இனிஷியேஷன் எனக்கு வேண்டாம் என்று மோகன் ஒதுங்கி விட்டான். கெட்டிக்காரப் பயல். அவன் வேண்டாம் என்று ஒதுங்கி விட்டதால் வைதேகிக்கும் எனக்கும் நான்காவது இனிஷியேஷன் கிடைக்கவில்லை. என்னைப் பொருத்தவரை இது மயிருக்கு சமானம். ஆனால் வைதேகிக்கு அமைப்பு உயிரை விட மேலானது. தன்னுடைய வாழ்வின் பத்து ஆண்டுகளை அவள் அமைப்புக்காக மட்டுமே செலவிட்டிருக்கிறாள். இனிஷியேஷன் வரவில்லை. ஒரு மாதம் இரண்டு மாதம் மூன்று மாதம் நான்கு மாதம்... அவளுக்குப் பைத்தியம் பிடித்து விட்டது. அவள் உயிரினும் மேலாக நம்பிய அமைப்பே அவளைக் கைவிட்டு விட்ட போது அவள் என்ன செய்வாள்?

உண்மையில் அமைப்பு கைவிடவில்லை. இங்கே உள்ள லோக்கல் லும்பன் நிர்வாகி ஒருத்தர் விளையாடி விட்டார்.

கடைசியில் அமெரிக்காவுக்கு எழுதிப் போட்டு அவளுக்கும் எனக்கும் நான்காவது இனிஷியேஷன் கிடைத்தது. அதற்கான விண்ணப்பப் படிவத்தில் ஏகப்பட்ட ஷரத்துகள் இருந்தன. அவற்றில் என்னை ஆச்சரியம் அடையச் செய்த இரண்டு ஷரத்துகள்:

1.அமைப்பு பற்றி வெளியே ஒரு சொல் கூட சொல்லக் கூடாது. எழுதவும் கூடாது.

2. மாமிசம், மது, புகை மூன்றிலிருந்தும் முற்றிலுமாக விலகியிருக்க வேண்டும்.

இதை மீறினால் பெருந்துன்பம் உங்கள் வாழ்வில் சம்பவிக்கும்.

ரொம்ப ஜாலியாகக் கையெழுத்துப் போட்டேன். டேய் லும்பன்களா, யாமார்க்கும் குடியல்லோம், நமனை அஞ்சோம் என்று பாடினவன்டா என் பாட்டன். நான் எழுத்தாளன். நான் யாருக்கும் பிரஜை அல்ல. யாருக்கும் அடிமைப்பட்டவன் அல்ல. எந்த அமைப்பும் என்னிடமிருந்து கையெழுத்து வாங்க முடியாது. என் எழுத்தின் அடிப்படையே இது போன்ற *cult*களில் சேரக் கூடாது என்பதுதான். உங்களுக்கே தெரியாமல் ஒரு சைத்தானைப் போய் உங்களோடு சேர்த்துக் கொண்டு விட்டீர்களே? மது அருந்தக் கூடாது என்று எனக்குச் சொல்கிறார்கள். மாஸ்டரோ வார்த்தைக்கு வார்த்தை ஸூஃபி கவிஞர்களை மேற்கோள் காட்டுகிறார். அவர் மேற்கோள் காட்டும் ஸூஃபி கவிஞர்கள் அத்தனை பேரும் பெரும் குடிகாரர்கள்.

இப்போது ஐந்தாவது இனிஷியேஷனிலிருந்து நான் விலகுகிறேன் என்று சொன்னால் வைதேகியைப் பழி வாங்குவார்கள். அவளுக்குப் பைத்தியம் பிடிக்கும். என்ன செய்யலாம் என்று யோசித்துக் கொண்டிருக்கிறேன். இதுதான் அமைப்பின் கதை.

ஷரத்துகளை மீறினால் பெருந்துன்பம் சம்பவிக்குமாம். கொஞ்ச நாள் எனக்கு விரைப்புத்தன்மை இல்லாமல் இருந்ததே, அதுவா பெருந்துன்பம்?

★

மானுட விடுதலை

இந்த நாவலை வைதேகி படிக்க நேர்ந்தால் இறை சக்தி அப்படிப்பட்ட துரதிர்ஷ்டத்தை அவளுக்குக் கொடுக்க வேண்டாம், ஏற்கனவே மிகத் துயரமான ஒரு வாழ்க்கையில் உழன்று கொண்டிருக்கும் அவளுக்கு அப்படி ஒரு துன்பம் நேர வேண்டாம் என்று இந்த நாளின் (ஜனவரி 13, 2023) இளம் காலை நேரத்தில் பிரார்த்தனை செய்து கொள்கிறேன் - அவள் நினைக்கலாம், அமைப்பு பற்றி எழுத இவனுக்கு என்ன உரிமை இருக்கிறது என்று. "எனக்கென்று ஒரு அந்தரங்கம் இல்லையா? என் அந்தரங்கம் பற்றி எழுதுவது அத்துமீறல் இல்லையா? மனித சுதந்திரம் பற்றிப் பேசும் இவன் என் மீது அன்பு கொண்டிருப்பதாகச் சொல்லிக் கொள்ளும் இவன் - அமைப்பு பற்றிய உள்விவரங்களை எப்படி எழுதலாம்? ஒரு எழுத்தாளனைக் கல்யாணம் பண்ணிக் கொண்டது என் குற்றமா?" என்று கேட்கலாம்.

நல்ல கேள்வி அம்மணி. அப்படி நான் எழுதாமல் இருந்திருக்க வேண்டும் என்றால் நீ என் சூத்தை நோண்டாமல் இருந்திருக்க வேண்டும். அதாவது, எனக்கும் ஞானம் கிட்டட்டும் என எனக்காகக் கவலைப்பட்டு நீ என்னை அமைப்பில் சேர்த்திருக்கக் கூடாது. கேளுங்கள், வைதேகியின் ஒரு டஜன் தோழிகள் எல்லோரும் அமைப்பைச் சேர்ந்தவர்கள். அவர்கள் யாருக்கும் வைதேகிக்கு வந்த பிரச்சினை வரவில்லை. ஒரு தோழியின்

கணவர் ஊரறிந்த அமைச்சர். அமைச்சர் மக்கள் பணியைச் செய்வாரா, ஆன்மீக வேலைகளில் ஈடுபடுவாரா? வீட்டுப் பக்கம் எட்டிப் பார்ப்பதே பெரிய விஷயம். இன்னொரு தோழியின் கணவர் ஊரறிந்த செஸ் ஆட்டக்காரர். அவர் எப்போதும் வெளிநாடுகளிலேயேதான் சுற்றிக் கொண்டிருப்பார். நான் வைதேகியிடம் கேட்டேன், உன்னுடைய தோழிகளின் கணவர்கள், அவர்களின் பிள்ளைகளெல்லாம் அமைப்பில் உறுப்பினர்களா? அதற்கு வைதேகி சொன்ன பதில்: அந்த ஒரு டஜன் தோழிகள் மற்றும் மற்ற பெண்கள் யாரும் தங்கள் குடும்ப உறுப்பினர் யாரையும் அமைப்பில் சேர்க்கவில்லை. ஒரு பெண்ணின் கணவன் கூட அமைப்பில் இல்லை. எப்படி?

வைதேகி மட்டும்தான் தன் கணவன் சூத்தையும் மகன் சூத்தையும் நோண்டியிருக்கிறாள். அதன் விளைவாகவே இரண்டு ஆண்டுகளாக அடுத்த இனிஷியேஷன் இல்லை. ஆன்மீகப் பணிகளிலும் பயிற்சியிலும் வைதேகியை விட மிகக் கீழான நிலையில் இருந்த அந்தப் பெண்கள் வெகு சுலபமாக நான்காவது இனிஷியேஷனைப் பெற்றுக் கொண்டு போய்க் கொண்டே இருந்தார்கள்.

அந்த நிலையிலும் வைதேகிக்குத் தன்னுடைய போக்கு பற்றிய விமர்சனம் இல்லை. பழியைத் தூக்கி மோகன் தலையில் போட்டாள். பெற்ற அம்மாவுக்காக இந்தச் சின்ன விஷயத்தைக் கூட செய்யாமல் போய் விட்டான். அந்த இரண்டு ஆண்டுகளில் கிட்டத்தட்ட ஆயிரம் முறையாவது இந்த வார்த்தையைச் சொல்லியிருப்பாள். ஆனால் நான் மோகனிடம் இது பற்றி வாய் திறக்கவில்லை. என்னிடம் இல்லாத துணிச்சல் அவனிடம் இருந்ததே என மெச்சத்தான் செய்தேன்.

மட்டும் இல்லாமல், பத்து ஆண்டுகளுக்கு முன்பு பெங்களூர் ஃப்ராடு சாமியாரின் அமைப்பில் இருந்தாள் வைதேகி. ஆரம்பத்திலேயே அவர் ஒரு ஃப்ராடு என்று சொல்லி எச்சரித்தார் மணி என்ற நண்பர். எனக்குத்தான் நண்பர். வைதேகிக்கு அவர் கண்கண்ட கடவுள். உடன்பிறவா சகோதரன். இன்றைய தினம் வரைக்கும் வைதேகியின் மதிப்புக்கு உரிய ஒரே மனித ஜீவன். அவர் பேச்சையும் கேட்கவில்லை. ஒரு

கட்டடத்தில் வைதேகியை அமைப்பில் சேர்த்து துறவியாக்க முடிவு செய்தார் சாமியார். வைதேகிக்கும் பெரும் மகிழ்ச்சி. நான் இரண்டு பெரிய நாய்களை வைத்துக் கொண்டு என்ன செய்வேன்? அவைகளை எங்கேயும் விட முடியாது. விட்டால் உண்ணா விரதம் இருந்து செத்து விடும். எனக்கு அப்போது நண்பர்களும் யாரும் கிடையாது. வாசகர் வட்டமும் கிடையாது.

கடைசியில் சாமியார் பற்றித் தெரிந்ததும் அமைப்பை விட்டு வெளியே வந்தாள் வைதேகி. அது ஒரு ஹாலிவுட் சாகசக் கதை. சும்மா கதைக்காக ஹாலிவுட் சாகசக் கதை என்று சொல்லவில்லை. நிஜமாகவே அப்படித்தான் நடந்தது. சாமியாரின் ஆசிரமம் பொதுமக்களால் கொளுத்தப்பட்ட அன்றுதான் என் நண்பர்களின் முயற்சியால் ஆசிரமத்திலிருந்து காப்பாற்றப்பட்டாள் வைதேகி.

இதை நான் எழுதியாக வேண்டும் இல்லையா? பத்திரிகையில் தொடராக எழுதினேன். “இரண்டு கோடி தருகிறோம், எழுதுவதை நிறுத்தக் கூட வேண்டாம், கொஞ்சம் காரத்தைக் குறையுங்கள்” என்று தூது வந்தது. வாங்கிக் கொண்டு வாழ்க்கையில் செட்டில் ஆகி விடலாம் என்று முதலில் நினைத்தேன். இரண்டு கோடி பணத்தை எங்கே பதுக்குவது என்று கூட யோசிக்க ஆரம்பித்து விட்டேன்.

ஆனால் தன் சொத்தையெல்லாம் சாமியாரிடம் பறி கொடுத்து விட்டு வீடு கூட இல்லாமல் நடுத்தெருவில் நின்று கொண்டிருந்த ஒரு பெண்ணின் கண்ணீர் எனக்கு நினைவு வந்தது. அந்தப் பெண் ஒரு சினிமா பிரபலத்தின் குடும்பத்தைச் சேர்ந்தவர். பெண்களின் கண்ணீர்க் கறை படிந்த பணம் வேண்டாம் என்று முடிவு செய்தேன். மேலும், சார்வாகனின் முடிவற்ற பாதை படித்து வளர்ந்தவன் நான். சாமியார் பற்றிய அடுத்த அத்தியாயத்தில் இரண்டு கோடி விஷயத்தையும் சேர்த்தே எழுதினேன்.

சாமியார் சிறையிலிருந்து வெளியே வந்த பிறகுதான் அவருடைய உண்மை சொரூபம் தெரிந்தது. என் மீதும் பத்திரிகை ஆசிரியர் மீதும் மூன்று கிரிமினல் வழக்குகளை பெங்களூரில்

நீதிமன்றங்களில் தொடுத்தார் சாமியார். பத்திரிகையும் சம்பந்தப்பட்டிருந்ததால் ஏழு ஆண்டுகள் நடந்த வழக்குகளில் செலவான பல லட்சம் ரூபாய் பணத்தை பத்திரிகையே ஏற்றுக் கொண்டது. இல்லாவிட்டால் நான் வழக்கு நடத்த முடியாமல் சிறைக்குப் போயிருப்பேன். மூன்று வழக்கில் ஒன்றை சாமியாரின் சிஷ்யை தொடுத்திருந்தார். நான் அவரிடம் பாலியல் அத்துமீறல் செய்தேன், பாலியல் குறுஞ்செய்திகள் அனுப்பினேன் என்பது குற்றம். இறை சக்திதான் என் கூட இருந்தது. ஜாமீன் கிடைப்பதற்காகக் காலை பத்து மணியிலிருந்து மாலை நாலே முக்கால் வரை நீதிமன்றத்திலேயே நீதிபதி முன் கையில் (இருதயம் தொடர்பான) மாத்திரை டப்பாவுடன் நின்று கொண்டிருப்பேன். வெள்ளிக்கிழமையாக இருக்கும். ஜாமீன் மறுக்கப்பட்டு உள்ளே போனால் அடுத்து ஜாமீன் கிடைக்கும் வரை உள்ளே இருக்க வேண்டும். மாத்திரை தேவைப்படும்.

வளர்த்திக் கொண்டு போக விரும்பவில்லை. அந்த சாமியார், அந்த வழக்கு எல்லாம் வேறொரு நாவலுக்கான விஷயங்கள். ஏழு ஆண்டுகள் மாதாமாதம் பெங்களூர் சென்று கொண்டிருந்தேன். ஒரு மாதம் தவறாது. மூன்று வழக்கு என்பதால் மாற்றி மாற்றி போய்க் கொண்டே இருக்க வேண்டும். கிரிமினல் வழக்கு என்பதால் போகாமல் இருக்க முடியாது. போகாவிட்டால் கைது வாரண்ட் வந்து விடும். ஒருமுறை நீதிமன்றத்திலிருந்து வந்த தாக்கீது எனக்கு வரவில்லை போல. நீதிமன்ற அழைப்பைப் புறக்கணித்து விட்டேன் என்று பெங்களூர் போலீஸ் கைது வாரண்டுடன் என் வீட்டுக்கே வந்து விட்டது. ரெண்டு பேர். அவர்களிடம் "நான் பெருமாளின் சித்தப்பா, பெருமாள் கொஞ்சம் வெளியே போயிருக்கிறார், அரை மணி நேரத்தில் வந்து விடுவார்" என்று சொன்னேன். போலீஸும் அதை நம்பி, "டீ குடித்து விட்டு வருகிறோம்" என்று சொல்லி விட்டுப் போனார்கள். அந்த நேரத்தில் நான் வீட்டிலிருந்து வெளியேறி மணியின் உதவியுடன் பாண்டிச்சேரி போய் பதுங்கி விட்டேன். (வீட்டுக்குக் கொல்லைப்புறம் கிடையாது. ஒரே வழிதான். நல்லவேளை, டீ குடிக்கப் போனார்கள் என்று நினைத்துக் கொண்டேன்.) இரண்டு மூன்று தினங்களில் எங்கள் வக்கீல் வாய்தா வாங்கிய பிறகுதான் சென்னை திரும்பினேன்.

ஆரம்பத்தில் நானும் பத்திரிகை ஆசிரியரும் பெங்களூர் போய் வழக்கறிஞரைத் தேடிய போது பெங்களூர் நகரம் பூராவும் ஒரு வக்கீல் கூட எங்களுக்காக வாதாட முன்வரவில்லை. எல்லோருமே மறுத்து விட்டார்கள். காரணம், எல்லா வக்கீல்களையும் முன்கூட்டியே பணம் கொடுத்து 'புக்' பண்ணி வைத்திருந்தார் சாமியார். ஒரே ஒரு இளம் வழக்கறிஞர் மட்டும் காசுக்குப் படியவில்லை. "நான் உங்களுக்காக வாதாடுகிறேன்" என்று முன்வந்தார்.

திரும்பவும் சொல்கிறேன். ஏழு ஆண்டுகள். மாதாமாதம் பெங்களூர் நீதிமன்றம் போனேன்.

வைதேகிக்கு புத்தி வந்திருக்க வேண்டுமா வேண்டாமா? மறுபடியும் என்னை ஒரு ஆன்மீக அமைப்பில் சேர்க்கலாமா? மறுபடியும் என் சூத்தை நோண்டலாமா? என் சூத்தில் நோண்டிக் கொண்டே இருப்பதால்தானே அந்த வலியை நான் எழுத நேர்கிறது? அப்படி இல்லாமல் அந்த அமைச்சரின் மனைவியைப் போல, அந்த செஸ் வீரரின் மனைவியைப் போல நீ உன்னுடைய ஆன்மீகத் தேடலை உன்னோடு வைத்துக் கொண்டிருந்தாயானால் நான் ஏன் அமைப்பு பற்றி எழுதப் போகிறேன்?

ஒரு விஷயம் கேள் அம்மு. உன்னுடைய மாஸ்டர் பல ஸூஃபி ஞானிகளை மேற்கோள் காட்டுகிறார். அந்த ஞானிகள் குடியில் புரண்டவர்கள். நான் அப்படியெல்லாம் குடி அடிமை கிடையாது. தேவைப்படும் போது குடிப்பேன். என்னிடம் வந்து "நீ குடிக்கக் கூடாது" என்று சொல்லி கையெழுத்து வாங்குவது என்பது என் எழுத்து பூராவையும் நெருப்பிலிட்டுக் கொளுத்துவதற்குச் சமம். அவ்வளவு ஏன், என்னையே உயிரோடு கொளுத்துவதற்குச் சமம். ஏனென்றால், மானுட விடுதலை பற்றிப் பேசுவதே என் எழுத்தின் அடியோட்டம். நீயும் உன் அமைப்பும் என்னை அடிமைப்படுத்த முனைந்தீர்கள். அதனால்தான் எழுதினேன். பீரியட்.

★

சமரசம்

என் பொருளாதாரத் தேவைகளை நீங்கள்தான் கவனித்துக் கொள்கிறீர்கள் என்று வைத்துக் கொள்வோம். நீங்கள் ஒரு நாவல் எழுதியிருக்கிறீர்கள்; அல்லது, ஒரு படம் எடுத்திருக்கிறீர்கள். இரண்டுமே மகா குப்பை என்னும் பட்சத்தில் நீங்கள் எனக்கு செய்யும் மிகப் பெரிய உதவியைக் கூட ஒரு பக்கம் ஒதுக்கி வைத்து விட்டு, என் மனதில் பட்டதை மட்டுமே சொல்வேன். என் வாழ்நாள் முழுவதும் இப்படித்தான் இருந்திருப்பதாகக் கருதுகிறேன். ஆனால் ஹோம் ஃப்ரண்ட்டில் மிகக் கேவலமான, மிக அருவருப்பான முறையில் சமரசம் செய்து வாழ்ந்து கொண்டிருக்கிறேன். நாவலை முடித்து நேற்று ஸீரோ டிகிரி பதிப்பகத்தின் லே அவ்ட் ஆர்ட்டிஸ்ட் விஜயனுக்கு அனுப்பி விட்டேன். எல்லாம் முடிந்தது. இனி நாவலில் ஒரு வரி சேர்க்க மாட்டேன் என்று உறுதியளித்து விட்டேன்.

இன்று காலையில் வைதேகி சொன்னாள், இனி நீ வெளியிலிருந்து அசைவ உணவு வாங்கினால் அதை கோகிலாவுக்குக் கொடுக்காதே.

அசைவம் என்றால் மீன் குழம்பு. நானூறு ரூபாய்க்கு வாங்கினால் மூன்று பேர் சாப்பிடுகிறாற்போல் இருக்கும். அதில்

கால் பங்குதான் எனக்கு செலவாகும். மீதி முக்கால்வாசியை என்னம்மா பண்ணட்டும் என்றேன்.

குப்பையில் கொட்டு.

விஷயம் இதோடு முடியவில்லை. கிட்டத்தட்ட ஒரு மாதமாக இந்தப் பஞ்சாயத்து ஓடிக் கொண்டிருக்கிறது. நேற்று ராதா அவளுக்கு அசைவம் ஆர்டர் செய்த போது எனக்கும் சேர்த்து பிரியாணி ஆர்டர் பண்ணினாள். நான் என்ன ஒரு கரண்டி சாப்பிடுவேன். மீதியை இரண்டு பேர் சாப்பிடலாம். அவ்வளவையும் குப்பையில் போடுவதா? பிரியாணி வாங்கியது, சாப்பிட்டது எல்லாம் கோகிலாவுக்கும் தெரியும். கோகிலா ஒன்றும் பாத்திரம் தேய்க்கும் வேலை செய்யவில்லை. கோபம் வந்தால் பாத்திரத்தை உடைக்கலாம். அவள் ஐந்து மாத சிசுவைப் பார்த்துக் கொள்கிறாள். அசைவம் எதையும் தனக்குக் கொடுக்காமல் குப்பையில் போடுகிறார்கள் என்றால் அவள் என்ன நினைப்பாள்? என்ன செய்வாள்? வைதேகி போன்ற ஆட்களெல்லாம் விமானக் கட்டுப்பாட்டு அறையில் பணியாற்றினால் ஐந்து நிமிடத்துக்கு ஒரு முறை ஆகாயத்தில் விமானங்கள் ஒன்றுடன் ஒன்று மோதி நொறுங்கி விழும்.

ஏனென்றால், அவ்வளவு பிரியாணியையும் என் அருகில் உள்ள ஒரு மனித ஜீவிக்குக் கொடுக்காமல் குப்பையில் கொட்ட வேண்டும் என்றால், நான் இந்த வீட்டையே கொளுத்தி விடுவேன். அத்தனை ரௌத்திரம் பொங்குகிறது. அதனால் வைதேகியின் உத்தரவை மீறி ராதாவுக்கும் எதிரில் "இத்தனை பிரியாணியையும் குப்பையில் போட வேண்டுமாம்மா? ம்? கோகிலாவிடம் கொடுத்து விடலாமா?" என்று வைதேகியிடம் கேட்டு விட்டேன். ஒன்றும் திட்டமிட்டுக் கேட்கவில்லை. ராதாவுக்கும் தமிழ் தெரியாது. வைதேகியும் சரி என்று சொல்லி விட்டாள்.

அந்தப் பஞ்சாயத்து இன்று காலையில் ஏழு மணிக்கு எடுக்கப்பட்டது. நேற்று இன்ன மாதிரி ராதா எதிரில் கேட்டு விட்டாய். இல்லாவிட்டால் குப்பையில் போடு என்றுதான் சொல்லியிருப்பேன். இனிமேல் நீ என்ன அசைவ உணவு

வாங்கினாலும் கோகிலாவுக்குக் கொடுக்காதே. குப்பையிலே போடு.

சுரணையுள்ள மனிதனாக இருந்தால் இதற்கு என்ன செய்ய வேண்டும்? காலில் உள்ளதைக் கழற்றி அடிக்க வேண்டும். நான் ஒரு வார்த்தை பேசாமல் மௌனம் காத்தேன்.

வைதேகி ஒன்றும் கொடூர மனம் படைத்தவள் அல்ல. கோகிலா சோம்பேறி, வைதேகியையே எல்லா வேலையையும் செய்ய வைக்கிறாள், இத்யாதிப் பிரச்சினைகள். அதனால்தான் நான் அசைவ உணவை கோகிலாவுக்குக் கொடுக்காமல் குப்பையிலே போட வேண்டும். புரிகிறதா?

இதோடு நாவலை விஜயனிடம் முடிவாகக் கொடுத்து விட வேண்டியதுதான். அசைவத்தைக் குப்பையில் போடுவேனா, கோகிலாவிடம் கொடுப்பேனா என்று இப்போதைக்கு யூகிக்க முடியவில்லை.

நான் எழுத்தை மட்டுமே முக்கியமாகக் கருதுகிறேன். வீட்டின் லயம் கெட்டால் எழுத முடியாது. அநேகமாகக் குப்பையில்தான் போடுவேன் என்று நினைக்கிறேன். இல்லாவிட்டால் மோகனிடம், நீங்கள் பழையபடி மும்பைக்கே கிளம்புங்கள் என்று வேண்டுமானால் சொல்லலாம்.

மன்னியுங்கள் விஜயன். இனிமேல் நாவலில் புதிதாக எதையும் சேர்க்க மாட்டேன்.

★

போன ஜென்மத்தில் சேவலாகப் பிறந்தவனின் கதை

என்ன பைத்தியக்காரத்தனம், கொக்கரக்கோவினால்தான் நான் குடிக்கிறேனாம். கொக்கரக்கோ இருந்தாலும் குடிப்பேன். இல்லாவிட்டாலும் குடிப்பேன்; குடிக்காமலும் இருப்பேன். என் வாழ்வின் எந்த முடிவுகளையும் எடுப்பதற்கு கொக்கரக்கோவோ அல்லது வேறு யாருமோ இதுவரை காரணமாக இருந்தது இல்லை. ஏனென்றால், ஐந்து ஆண்டுகள் நான் குடிக்காமலும் இருந்திருக்கிறேன். அதுவும் சமீபத்தில்.

வன்மம். வன்மம் மட்டுமே காரணம். யார் மீதாவது வெறுப்பை வளர்த்துக் கொண்டால்தான் சுவாசிக்கவே முடியும் என்பதான வன்மம்.

நானா அதற்குப் பழி?

சரி, இந்த அளவுக்கு ஹோம் ஃப்ரண்ட்டில் ஆபத்தை வரவழைத்துக் கொண்டு நான் ஏன் கொக்கரக்கோவுடன் பழக வேண்டும்?

அப்பட்டமான சுயநலம்தான் காரணம்.

சமீபத்தில் ஒரு நாவலை எழுதிக் கொண்டிருந்தபோது எனக்குப் பல இடங்களில் பல சந்தேகங்கள் ஏற்பட்டன. கற்பனையில்.

கதையில். அதையெல்லாம் தீர்க்கக் கூடியவனாக இருந்த ஒரே ஆள் கொக்கரக்கோதான்.

இதை நான் வைதேகியிடம் சொன்னேன். அவள் அதற்கு சொன்ன பதில்: *உனக்கு வெட்கமாக இல்லை? உன் கற்பனை என்ன வறண்டா போய் விட்டது? இந்த மாதிரி பொடிப் பயல்களை நம்பியா நீ எழுதிக் கொண்டிருக்கிறாய்?*

எனக்கு இந்த வசையெல்லாம் தேவையில்லை. காரியம் நடக்க வேண்டும். அது ஒன்றே குறி. மனதில் நினைத்துக் கொண்டேன். சொல்லவில்லை.

ஆனால் பாருங்கள், பிரச்சினை இலக்கியத்தோடு நின்று விடவில்லை. லௌகீக வாழ்வில் கொக்கரக்கோதான் என் கால்களாகச் செயல்படுபவன். அவன் இல்லாவிட்டால் எனக்கு சக்கர நாற்காலிதான்.

சரி, அந்த அயோக்கியனை உனக்கு எத்தனை வருடமாகத் தெரியும்? அதற்கு முன்னால் என்ன செய்து கொண்டிருந்தாய்?

கால்கள் இல்லாமல் சக்கர நாற்காலியில்தான் இயங்கிக் கொண்டிருந்தேன்.

எதிர்த் தரப்பில் பதில் இல்லை.

எப்படி என்று நான் உங்களுக்குச் சொல்ல வேண்டும்.

மோகன் இருக்கிறானே, அவன் நல்ல ஸ்ட்ரீட் ஸ்மார்ட் என்று நண்பர்களிடையே பேர் எடுத்தவன். அவனிடம் சீலேவுக்கு எத்தனை சல்லிசாக டிக்கட் கிடைக்கும் என்று கேட்டேன். நன்றாகத் தேடிப் பார்த்து விட்டு ஒரு லட்சத்துத் தொண்ணூறாயிரம் என்றான்.

எதற்கும் இருக்கட்டும் என்று கொக்கரக்கோவிடம் கேட்டேன். ஒரு முழுநாள் தேடி விட்டு, ஒரு லட்சத்து முப்பதாயிரம் என்றான்.

புத்திரனிடம் சொன்னேன். அவன் நம்பவில்லை. இருக்காதே, நான் நன்றாகத் தேடி விட்டேனே, அந்த லிங்கை அனுப்பி வையுங்கள் என்றான்.

கொக்கரக்கோவிடம் கேட்டு லிங்கை அனுப்பினேன். மோகனிடமிருந்து பதில் இல்லை.

தாய்லாந்து செல்ல இருந்த போது நடந்த ஒரு விஷயம். தாய்லாந்து செல்வதற்கு இண்டர்நேஷனல் இன்ஷூரன்ஸ் எடுக்க வேண்டும். கொக்கரக்கோவிடம் சொன்னால் வேலை விக்கினம் இல்லாமல் நடக்கும். ஆனால் இல்லத்தில் கடந்த சில தினங்களாக கொக்கரக்கோவின் மேல் மிகத் தீவிரமான தாக்குதல் நடந்து கொண்டிருந்தது. அதற்குக் காரணம், வினித். அதைச் சொல்லி விட்டு இன்ஷூரன்ஸ் விஷயத்துக்கு வருகிறேன்.

இன்ஷூரன்ஸ் சம்பவம் நடப்பதற்கு சில தினங்கள் முன்பு இங்கே மயிலாப்பூரில் உள்ள ஆர்.ஆர். சபாவில், என் நண்பனின் தாயார் நடத்திக் கொண்டிருக்கும் நாட்டியப் பள்ளி மாணவிகளின் பரத நாட்டிய நிகழ்ச்சி இருந்தது. நான்தான் தலைமை தாங்கிப் பேச வேண்டும். என் வீட்டிலிருந்து ஆர். ஆர்.சபா அரை கிலோமீட்டர் தூரத்தில்தான் இருந்ததால் வைதேகியை வருகிறாயா எனக் கேட்டேன். ஆ, தாராளமாக என்றாள். வந்தாள்.

சபா வாசலிலேயே உலகளந்தானையும் வினித்தையும் பார்த்தேன். நான் பேசுகிறேன் என்பதால் வேளச்சேரியிலிருந்து வந்திருக்கிறான் வினித். உலகளந்தான் மயிலாப்பூர்தான். கை காண்பித்து விட்டு உள்ளே போய் விட்டேன்.

முதல் வரிசை. நிறைய இருக்கைகள் காலியாக இருந்தன. இருவரையும் என் அருகில் வந்து அமர்ந்து கொள்ள அழைத்தேன். முதல் வரிசை என்றால் பாதியில் கிளம்புவது கடினம் என்று உலகளந்தான் பின்னால் போய் விட்டார். வினித் மட்டும் என் அருகில் அமர்ந்து கொண்டான்.

நாட்டியம் முடிந்த பிறகு நான் கடைசியாகப் பேச வேண்டும் என்பது ஏற்பாடு. ஆறு பாடல்களுக்கு மாணவிகள் ஆடினார்கள்.

நான் குறிப்புகள் எடுக்கத் தயாரானேன். பெரிதாக ஒன்றும் இல்லை. எந்தெந்த கீர்த்தனை, யார் யார் பாடினது.

அவ்வளவுதான். சமயங்களில் யார் பாடினது என்பதைத் தெரிந்து கொள்ள முடியாத போது என் ஃபோனில் தேடினேன். தேடிக் கொண்டிருந்தால் நாட்டியத்தைப் பார்க்க முடியாது. வினித்திடம் ஃபோனைக் கொடுத்து பார்க்கச் சொன்னேன். அவன் பார்த்துப் பார்த்துக் கொடுக்க நான் பெயர்களைக் குறித்துக் கொண்டேன்.

வீட்டுக்குப் போனதும் நிச்சயம் ஒரு நீதி விசாரணை இருக்கிறது என்று புரிந்தது. உன் ஃபோனை அவன் ஏன் உபயோகிக்கிறான்? ஆனால் அதற்குத் தகுந்த பதில் என்னிடம் இருந்தது. இப்போது நிகழ்ச்சி முடிந்து மேடையில் நான் சரியானபடி பேசியாக வேண்டும். அது மட்டுமே முக்கியம். இங்கே வந்திருப்பவர்களில் ஒருத்தருக்குக் கூட என் பெயர் தெரிந்திருக்காது. நானோ பரத நாட்டியத்துக்கு வெளியே இருப்பவன். என்றாலும் பரதம் பற்றி நிறைய பேச முடியும். அதற்கான குறிப்புகளை எடுத்துக் கொண்டிருக்கும்போது வீட்டில் நடக்கப்போகும் நீதி விசாரணை பற்றியெல்லாம் கவலைப்பட்டுக் கொண்டிருக்க முடியாது.

அதையும் மீறி உள்ளுக்குள் திக் திக் என்ற பயம் இருந்து கொண்டே இருந்தது. ஏதோ தவறு செய்கிறோம். என்ன தவறு என்று நீதி விசாரணையின் போதுதான் தெரியும். நேரம் ஆக ஆக பயம் அதிகரித்துக் கொண்டே போனது. வினித்தை வேறு இப்போதெல்லாம் வைதேகிக்குப் பிடிக்காமல் போய்க் கொண்டிருந்தது. காரணம், ஒரு சம்பவம். நானும் வினித்தும் ஆரோவில் செல்ல வேண்டும். கொக்கரக்கோவும் உண்டு. வாடகைக் காரில் வினித் வேளச்சேரியிலிருந்து மயிலாப்பூர் வந்து என்னை அழைத்துக் கொண்டு வளசரவாக்கத்தில் இருந்த கொக்கரக்கோ வீட்டுக்குப் போக வேண்டும். அங்கேயே ஒளிப்பதிவாளர் ஒளி முருகவேளும் வந்து விடுவார். நால்வரும் கொக்கரக்கோவின் காரில் ஆரோவில் சென்று என்னைப் பற்றிய ஆவணப்படத்துக்கான படப்பிடிப்பை நடத்த வேண்டும்.

என்னை வழியனுப்புவதற்காக வைதேகி முதல் தளத்திலிருந்து கீழே இறங்கி வந்தாள். நான் வாயை மூடிக் கொண்டு இருந்திருக்க வேண்டும்.

வினித்திடம் “முன் இருக்கையில் நீங்களா நானா?” என்று கேட்டுத் தொலைத்து விட்டேன். வினித் “முன் இருக்கையில் கொக்கரக்கோ” என்றான்.

தொலைந்தது. செத்தேன். வாழ்க்கையே காலி. வைதேகி ஒன்றும் சொல்லாமல் மேலே போய் விட்டாள். கொக்கரக்கோவின் பெயரைக் கேட்டாலே பத்ரகாளியாக மாறி விடும் வைதேகி இப்போது அவன் ஆவணப்படத்திலும் சம்பந்தப்பட்டிருக்கிறான் என்று தெரிந்தால் என் வாழ்வே நாசமாகி விடுமே?

என்னது, சம்பந்தமா? இயக்கமே அவன்தானே ஐயா?

அடப்பாவி, இந்த வினித்திடம் எத்தனை ஆயிரம் முறை சொல்லியிருக்கிறேன், கொக்கரக்கோ பேரை பத்தினியின் முன்னே சொல்லாதே சொல்லாதே என்று? இப்படி என் வாழ்வைச் சிதைத்து விட்டானே?

சரி, நடந்தது நடந்து விட்டது. இனி ஒன்றும் செய்ய முடியாது.

எப்படியும் இன்னும் ஒரு மாதத்தில் இதற்கான நீதி விசாரணை நடந்து தண்டனை வழங்கப்படும். நன்றி வினித்.

ஆனால் வினித் எங்கள் ஊரைச் சேர்ந்தவன். கீழத் தஞ்சை மாவட்டம். அந்த மண்ணுக்கே உரிய வெகுளித்தன்மை கொண்டவன்.

ஆர்.ஆர். சபாவில் இன்னும் நாட்டிய நிகழ்ச்சி தொடங்கவில்லை. “நாளை பொன்னியின் செல்வன் ரிலீஸ். பார்க்கவில்லையா?” என்று கேட்டான் வினித். வைதேகி கேட்டுக் கொண்டிருந்தாள். ஏற்கனவே நடந்த ட்ராஜடி போல் எதுவும் நடந்து விடக் கூடாதே என்ற கிலியுடன் “தியாகராஜாவில் முழு முற்றாக மூழ்கிக் கிடக்கிறேன். பொன்னியின் செல்வன் ரிலீஸ் விஷயமே எனக்குத் தெரியாதே?” என்றேன்.

“நாளைக்கு நானும் கொக்கரக்கோவும் போகலாம் என்று இருக்கிறோம். டிக்கட் கிடைத்தது. படம் மட்டும் கொக்கரக்கோவுக்குப் பிடிக்கவில்லையானால் அவ்வளவுதான், ஃபேஸ்புக் பக்கமே போக முடியாது. கலவரமாக இருக்கும்.”

ம்ம்ம் என்று கேட்டுக் கொண்டு அந்தப் பேச்சுக்கு முற்றும் போட்டேன்.

வளர்த்திக் கொண்டு போவானேன். அப்புறமும் ஏதோ பேச்சு வந்தது. மறுபடியும் கொக்கரக்கோவை இழுத்தான் வினித். இவன் என்ன போன ஜென்மத்தில் சேவலாகப் பிறந்திருப்பானோ, இப்படி மூச்சுக்கு முந்நூறு முறை கொக்கரக்கோ கொக்கரக்கோ என்கிறானே என்று நினைத்துக் கொண்டேன்.

நிகழ்ச்சி தொடங்கியது.

நன்றாகப் பேசினேன் என்றே எல்லோரும் சொன்னார்கள். வினித் இருந்திராவிட்டால் திணறிப் போயிருப்பேன். குறிப்புகள் எடுக்க வினித் உதவியதால்தான் நன்றாகப் பேச முடிந்தது. மாடியில் டின்னர் என்றார்கள்.

என்னதான் நடனத்தை ரசித்தாலும், மேடையில் ஏறிப் பேசினாலும் உள்ளுக்குள் ஒரு பயம் உதறிக்கொண்டேதான் இருந்தது. என்ன தவறு செய்கிறோம்? ஏதோ ஒரு பெரிய தவறைச் செய்கிறோம். என்ன தவறு என்று தெரியவில்லை. ஆனால் நான் தவறு செய்து கொண்டிருக்கிறேன் என்பதைத் தெரிவிக்கும் எந்த சமிக்ஞையோ குறிப்போ வைதேகியின் பேச்சிலோ நடவடிக்கையிலோ இல்லை. ரொம்ப சாதாரணமாகவே இருந்தாள். ஆனால் மான் தண்ணீர் குடிக்கும் வேளையில் நீர்ப்பரப்பு சாதாரணமாகத்தானே தெரிகிறது?

ஒன்றும் புரியவில்லையே ஐயப்பா என்று நினைத்துக் கொண்டேன்.

டின்னருக்குக் கிளம்பினோம். நீங்கள் ரெண்டு பேரும் போங்கள், நான் இங்கேயே உட்கார்ந்திருக்கிறேன் என்றாள் வைதேகி. அப்படியானால் வா, ரெண்டு பேருமே வீட்டுக்குப் போய் விடலாம் என்றேன். எனக்குக் கொலைப் பசி அப்போது. வீட்டில் வேறு சாப்பிடுவதற்கு எதுவுமே இல்லை. மணி ஒன்பது.

கொஞ்ச நேரம் யோசித்தவள் “சரி, வா” என்று மாடிக்குக் கிளம்பினாள்.

டின்னரின் போதும் கொக்கரக்கோவை இழுத்தான் வினித்.

சரி, நடப்பது நடக்கட்டும் என்று விட்டு விட்டேன். வெள்ளம் தலைக்கு மேல் போய் விட்டது. இனி செய்வதற்கு ஒன்றுமில்லை.

ஒரு வாரம் கழித்து நடந்தது நீதி விசாரணையும் கடும் சாப மழையும். என்னாங்கடா நெனச்சுக்கிட்ருக்கீங்க? கொக்கரக்கோ நெகட்டிவா சொல்லிட்டா பொன்னியின் செல்வனே ஊத்திக்குமாம்ல? அட நாயே... அவ்ளோ பெரிய பிஸ்தாவாடா அவன்? என்னை ஓரங்கட்டிப்பிட்டு எங்கெயோ அட்றஸ் இல்லாம கெடந்தவனைத் தூக்கி இவ்ளோ பெரிய எடத்துல வச்சிருக்கியே ஒன்ன சொல்லணும். வினித்துடன் இனிமேல் நீ பேசக் கூடாது. ஏன்னா அவனும் கிட்டத்தட்ட கொக்கரக்கோவா மாறிட்டான்.

கொஞ்சம் மூச்சு வாங்கி விட்டு மீண்டும் ஆரம்பித்தாள்.

ஏம்ப்பா, நீயும் நானும் ஒன்றாக வெளியே போய் ஒரு பத்து வருடம் இருக்குமா?

இருக்கும்மா.

ம்ம்ம். அப்படி ஒரு நிலமைல ஏதோ அந்த சபா நம் வீட்டுக்குப் பக்கத்தில் இருக்கிறதே என்று வந்தால் அந்தப் பயலைக் கொண்டு வந்து உன் பக்கத்தில் உட்கார்த்தி வைத்துக் கொள்கிறாய். இதெல்லாம் நியாயமா என்று நீயே சொல்.

ஆ, இதுதான் நான் செய்த தவறு என்று அவள் சொன்ன பிறகுதான் புரிந்தது. இது அப்போதே உறைத்திருந்தால் செய்திருக்க மாட்டேனே? ஆக, அந்த நிகழ்ச்சியின் போது ஏதோ தவறு நடந்து கொண்டிருக்கிறது என்று என் அடி வயிறு கலங்கியது சரிதான் போல. சரி, என் உள்ளுணர்வு இத்தனை சரியாக வேலை செய்கிற போது, அது என்ன தவறு என்றும் சுட்டிக்காட்டியிருக்கலாம் அல்லவா என நினைத்துக் கொண்டேன்.

நேற்று ஏதோ விஷயமாக வினித்தைத் தொடர்பு கொள்ள வேண்டியிருந்தது. தடை உத்தரவை மறந்து விட்டு ஃபோனில் அழைத்தேன்.

இனிமேல் அந்தப் பயலோடு பேசாதேப்பா, எனக்குப் பிடிக்கவில்லை என்று மீண்டும் அறிவுறுத்தினாள் வைதேகி.

இம்மாதிரி சூழ்நிலைகளால்தான் மனிதர்கள் மிருகங்களாக மாறுகிறார்கள் என்பதை நான் புரிந்து கொண்ட தருணம் அது.

நான் மாற மாட்டேன். மிலரப்பா கதை படித்திருக்கிறேன். அந்தக் கதை போதும், இதை விட எத்தனை சுண்ணாம்புக் காளவாய்களையும் தாங்குவதற்கான பலத்தைக் கொடுக்கும் அந்தக் கதை.

இப்படியாக அந்த நாட்டிய நிகழ்ச்சியிலிருந்து தொடங்கி கொக்கரக்கோவின் மீதான வசைப் படலம் தீவிரமாக நடந்து கொண்டிருந்தது. இந்தச் சூழ்நிலையில் கொக்கரக்கோவுக்கு ஃபோன் போட்டு இன்ஷூரன்ஸ் விஷயத்தை விசாரிக்க முடியாது. கோபுலுவை அழைத்தேன். விஷயத்தைச் சொன்னேன்.

சொல்லும் போதே எதற்கும் கொக்கரக்கோவைக் கலந்து கொள் தம்பி என்றேன்.

விஷயம் சரியாக நடந்து முடிந்தது. இடையில் எனக்குக் கிடைத்த அபூர்வமான ஒரு தனிமை வேளையில் கொக்கரக்கோவை அழைத்து இன்ஷூரன்ஸ் செய்து விட்ட விஷயத்தைச் சொன்னேன். ம்க்கும், நான்தான் சரி பண்ணினேன் என்றான்.

பெரிய தவறு நடந்து விட்டதாம். கோபுலு கொக்கரக்கோவை அழைத்து இன்ஷூரன்ஸ் எடுத்து விட்டேன் என்று சொல்லியிருக்கிறான்.

எவ்வளவு ரூபாய் ஆனது?

ஐநூறு ரூபாய்.

என்னது, ஐநூறா? இருக்கவே இருக்காது.

இல்லை, ஐநூறுதான்.

அப்படியா, டீம் வியூவரில் வா நீ.

பார்த்தால் கோபுலு ஒரு நாளைக்கு இன்ஷூர் செய்து வைத்திருக்கிறான்.

என்னடா இது?

ஆஹா, தப்பு நடந்து போச்சு கொக்கரக்கோ. ஒரு நாள் என்பதை நான் ஒரு ஆள் என்று நினைத்து விட்டேன்.

அது எப்பிர்ரா நெனப்பே? ஒரு நாள் என்பதை ஒரு ஆள் என்று எப்படிப் படிப்பே? இங்லீஷ்லேல்ல எழுதியிருக்கு? தமிழ்னா கூட நாள் ஆள்னு குழப்பிக்கலாம். இங்லீஷ்ல எப்டி?

கடைசியில் ஒரு ஆண்டுக்கு இன்ஷூர் எடுக்க பதினோராயிரம் ஆனது.

இதை கொக்கரக்கோவிடம் சொல்லாமல், நான் இன்ஷூர் செய்து விட்டேன் என்று நினைத்துக் கொண்டு ஐரோப்பா சென்று ஏதாவது ஆனால் அங்கே என்னோடு வருபவர்களின் தாலிதான் அறும். எப்பேர்ப்பட்ட கொடூரம்? நிலைமை இப்படி இருக்கும்போது நீ கொக்கரக்கோவிடம் பேசாதே என்றால் எப்படி நான் இயங்குவது? இத்தனைக்கும் கோபுலு ஒரு நிறுவனத்தில் சீனியர் ப்ராஜக்ட் மேனேஜராக வேலை செய்கிறான். மூணு லகரம் சம்பளம்.

"ஏய்யா, நீயே இதையெல்லாம் செய்து கொள்ள வேண்டியதுதானே? உனக்கு எதுக்கு ஆள் துணை?" என்று நீங்கள் கேட்கலாம்.

பிச்சாவரத்தில் நடந்ததைச் சொன்னால்தான் உங்களுக்கு நான் யார் என்று புரியும்.

பதினேழு ஆண்டுகளுக்கு முன்பு கொக்கரக்கோ இரண்டு லட்சம் ரூபாய் தன் கைக்காசைப் போட்டு ஒரு வாசகர் வட்டச் சந்திப்பை பிச்சாவரத்தில் நடத்தினான். சந்திப்பு நடப்பதற்கு மூன்று தினங்கள் முன்பே கொக்கரக்கோ பிச்சாவரம் போய் விட்டான். சந்திப்புக்கான ஏற்பாடுகள் செய்ய வேண்டும்.

நான் சென்னையிலிருந்து பிச்சாவரம். ஆம்னி பஸ்ஸில்.

"பஸ்ஸிலிருந்து எல்லோரும் இறங்கி விடுவார்கள். டிரைவர் எஞ்சினையே ஆஃப் செய்து விடுவார். அப்போது இறங்குங்கள். ஊர் வந்தவுடனே இறங்கி விடாதீர்கள்."

எத்தனை தெளிவாக இருக்கிறது இந்த விவரம்?

பஸ் சிதம்பரம் வந்ததும் பஸ்ஸிலிருந்து எல்லோரும் இறங்கவே அவர்களுடன் நானும் இறங்கி விட்டேன். இறங்கின பிறகுதான் பார்த்தால் பஸ்ஸில் இன்னமும் ஏழெட்டு பேர் அமர்ந்திருக்க, பஸ் புறப்பட்டு விட்டது. ஆகா, அப்படியானால் இது கடைசி நிறுத்தம் இல்லையா?

கொக்கரக்கோவுக்கு ஃபோன் போட்டேன். அவன் சொன்னபடி கடைசி நிறுத்தத்தில் நின்று கொண்டிருந்தான்.

உங்களிடம் எல்லோரும் எறங்கனதும்தானே எறங்கச் சொன்னேன்? ஏன் முன்னாடியே எறங்குனீங்க?

கொஞ்சம் பேரு எறங்னாங்க, அவங்க பின்னாலயே நானும் எறங்கிட்டேன்.

மத்தவங்க எல்லாம் எறங்கலையே ?

அவங்கள்ளாம் என் பின்னால எறங்கிடுவாங்கன்னு நெனைச்சேன்.

அப்போது கொக்கரக்கோ என்னிடம் சொன்ன வார்த்தை: உங்களுக்கு மூளையில் உள்ள எல்லா பகுதியும் பிரமாதமாக வேலை செய்கிறது. இல்லை என்று சொல்லவில்லை. ஆனால் அது எல்லாமே எழுத்து என்ற ஒரே ஒரு விஷயத்தில் போய் குவிந்து விடுகிறது. மற்ற துறைகளெல்லாம் டிரைவர் இல்லாத ரயிலைப் போல் அங்குமிங்கும் போய் முட்டிக் கொண்டு விடுகிறது.

இன்னொரு முறை வேறொரு பெரிய ஆபத்தில் சிக்க இருந்தேன். கொக்கரக்கோவின் பேச்சைக் கேட்காததுதான் காரணம்.

நான் சிங்கப்பூருக்கு ஒரு நிகழ்ச்சியில் கலந்து கொள்வதற்காகப் போயிருந்தேன். கொக்கரக்கோவும் கணேஷ்ூம் குமாரும் தாய்லாந்தில் உள்ள கோ சுமாய் என்ற தீவில் இருப்பார்கள். நான் சிங்கப்பூரிலிருந்து கோ சுமாய் சென்று ஏற்கனவே அங்கே போய் தங்கியிருக்கும் நண்பர்களோடு சேர்ந்து கொள்ள வேண்டும்.

மிக மிக விளக்கமாக, கிளிப்பிள்ளைக்குச் சொல்வது போல் சொல்லியிருந்தான் கொக்கரக்கோ. சிங்கப்பூரிலிருந்து பாங்காக். விமானம். பாங்காக் விமான நிலையத்திலிருந்து இன்னொரு விமானத்தை எடுத்து சூரத் தானி வர வேண்டும். சூரத் தானியில்தான் நீங்கள் இமிக்ரேஷன் எடுக்க வேண்டும். பாங்காக்கில்தான் எடுக்கப் போவீர்கள். போகக் கூடாது. போகக் கூடாது. போகவே கூடாது. சிங்கப்பூரிலிருந்து பாங்காக் சென்று விமானத்திலிருந்து இறங்கி எல்லா பயணிகளோடும் கூடவே நடந்தால் ஒரு இடத்தில் இமிக்ரேஷன் என்று போட்டிருக்கும். அது உங்களுடைய வலது பக்கமாக இருக்கும். அந்தப் பக்கமே நீங்கள் திரும்பக் கூடாது. எல்லோரும் அங்கே போய் பெரிய கியூவில் நிற்பார்கள். அவர்களெல்லாம் பாங்காக்கில் இறங்குபவர்கள். நீங்கள் அந்தப் பக்கத்தையே திரும்பிப் பார்க்காமல் நேராக நடந்து போய்க் கொண்டே இருந்தால் ஒரு இடத்தில் ரெண்டு மூணு பேர் மட்டுமே நிற்பார்கள். போலீஸும் நிற்கும். உங்களைப் பரிசோதித்து விட்டு சூரத் தானி செல்லும் விமானத்தில் உட்கார வைப்பார்கள்.

சிங்கப்பூர் விமான நிலையத்திலேயே பிரச்சினை வந்து விட்டது. அங்கே டிக்கட் போடுவதற்கோ மற்ற விஷயங்களுக்கோ சிப்பந்திகளே இல்லை. எல்லாம் எந்திர மயம். நீங்களேதான் போய் எதிலேயே எதையோ சொருகி டிக்கட்டை எடுத்துக் கொண்டு உள்ளே போக வேண்டும். எனக்கு ஒரு எழவும் புரியவில்லை. எந்திரம் சொல்கிறாற்போல் செய்தால் எடை அதிகம் என்று வந்தது. சிங்கப்பூர் எழுத்தாளர்கள் கொடுத்த புத்தகங்கள் மற்றும் மதுபானம். எல்லாவற்றையும் தூக்கிப் போட்டு விட்டுப் பார்த்தாலும் பிரச்சினை என்று வந்தது.

பிறகு ஃபோன் போட்டு என்னை வழியனுப்ப வந்த நண்பரை விசேஷ அனுமதி கேட்டு உள்ளே வரவழைத்து ஒருவழியாக விமானம் ஏறினேன்.

பாங்காக் விமான நிலையத்தில் கொக்கரக்கோ சொன்னபடியே கவனமாக வந்தேன். வலது பக்கத்தில் இமிக்ரேஷன். பெரும் க்யூ. நான் அங்கே சென்றேன். என் மனதில் ஒரு குரல். இமிக்ரேஷன்

எடுக்காமல் ஒரு தேசத்துக்குள் பயணம் செய்வது குற்றம் இல்லையா? கியூ ஆமை வேகத்தில் நகர்ந்தது. கொக்கரக்கோவை அழைத்து விவரம் கேட்கலாம் என்றால் இண்டர்நேஷனல் அழைப்புக்கு என் கைபேசியில் வசதி இல்லை. சூரத் தானி விமானம் கிளம்ப இன்னும் பத்து நிமிடங்களே இருந்தன. ஆனால் கியூவோ ரொம்பப் பெரிதாக இருந்தது. சரி, விமானத்தை விட்டு விட்டால் இங்கே பாங்காக்கிலேயே ஒரு வாரம் தங்கியிருந்து விட்டு சென்னை கிளம்பி விடலாம் என்று முடிவு செய்தேன். ஒருவழியாக கியூவின் முடிவில் இமிக்ரேஷன் அதிகாரியின் முன்னே நின்றேன். அவரோ என்னைப் பார்த்து "உங்களுக்குக் கோ சுமாய் விமான நிலையத்தில்தான் இமிக்ரேஷன்" என்று சொல்லி விட்டார்.

அப்போதுதான் கொக்கரக்கோ சொன்னதே எனக்கு முழுசாகப் புரிந்தது. சுற்றிச் சுற்றி ஒரே கியூ மயம். புதிர்வட்டப் பாதை மாதிரி. எல்லோரையும் பிடித்துத் தள்ளிக் கொண்டுதான் வெளியே வந்து விழுந்தேன். ஓடினேன். என்னைப் பார்த்ததும் சூரத் தானி செல்லும் விமான சிப்பந்திகளும் போலீஸும் என்னைப் பிடித்து இழுத்துக் கொண்டு விமானத்தை நோக்கி ஓடினார்கள். அப்போதும் ஒரு அதிகாரி "சூரத் தானிக்கு எல்லோரும் ஜாலி பண்ணத்தானே போவார்கள்? அதற்கு ஏன் இத்தனை பெரிய லக்கேஜ்?" என்று விசாரித்தார். "நான் எழுத்தாளன், எல்லாம் புத்தகங்கள்" என்றேன். சிரித்துக் கொண்டார்.

சூரத் தானியில் இறங்கியதும் முழங்கைக்கு சற்று மேலே ஒரு கெட்டியான அட்டைப் பட்டியைக் கட்டினார்கள். ஒரு வேனில் ஏறச் சொல்லி தாய்லாந்தின் கிராமங்களின் வழியே பயணம் தொடர்ந்தது. ஒரு மணி நேரம் சென்று, கடல் வந்தது. அங்கே இருந்த ஃபெர்ரியில் ஏறச் சொன்னார்கள். நான் ஏறப் போன போது "டிக்கட்?" என்று கேட்டார் ஃபெர்ரி ஓட்டுனர். இதை கொக்கரக்கோ என்னிடம் சொல்லவில்லையே என்று அவனைத் திட்டி விட்டு, டிக்கட் வாங்கினேன்.

ஃபெர்ரி ரொம்பப் பெரிதாக இருந்தது. ஐம்பது அறுபது கார்கள்

கீழ்த்தளத்தைப் பிடித்துக் கொண்டன. பயணிகள் மேல்தளம். என்னிடமிருந்த கனமான பையைத் தூக்கிக் கொண்டு மேல்தளம் செல்லும் படிக்கட்டுகளில் என்னால் ஏற முடியவில்லை. பையிலிருந்த பாதி புத்தகங்களை கடலில் விட்டெறிந்து விட்டு ஏற முயற்சித்தேன். அப்படியும் முடியவில்லை. அரை மணி நேரத்துக்குப் பிறகு கோ சுமாய் தீவின் கரையை அடைந்தோம். பையைச் சுமந்து கொண்டு கார்களின் ஊடாக ஊடாகப் புகுந்து போன போது ஃபெர்ரியின் அடுத்த முனையிலோ கரையிலோ ஒரு ஆத்மாவைக் கூட காணவில்லை. ஏனென்றால், நான் கார்களின் ஊடாகப் புகுந்து வந்ததிலேயே அரை மணி நேரம் ஆகி விட்டது.

என்ன செய்வது என்று தெரியாமல் நீண்ட நேரம் நின்று கொண்டிருந்தேன். தாய்லாந்து என்பதால் வழிப்பறி பிரச்சினை இல்லை. நான் செல்ல வேண்டிய விடுதியின் பெயர் தெரியும். ஏதாவது டாக்ஸியில் போகலாம் என்றாலும் ஈ காக்கை இல்லை.

கொஞ்ச தூரம் நடந்த போது ஒரு பயணிகள் உதவி மையம் இருந்ததைக் கண்டேன். அங்கே இருந்த ஒரு பெண்ணிடம் என் ஓட்டல் பெயரைச் சொன்னேன். அவள் ஒரு வரைபடத்தை எடுத்து வந்து காண்பித்தாள். நாங்கள் இருந்தது தீவின் ஒரு கரை. நான் செல்ல வேண்டிய விடுதி இருந்தது தீவின் நேர் எதிர்க்கரை காலை வரை ஒரு வண்டியும் கிடையாது.

அப்போதுதான் அங்கே ஒரு டாக்ஸியை அனுப்பி வைத்தார் கடவுள். ஒரு ஆண், ஒரு பெண், ஒரு கைக்குழந்தை. நாங்களும் அங்கேதான் போகிறோம். இத்தனை பாட் கொடுத்தால் கொண்டு போய் விடுகிறோம் என்றார் அந்த ஆள்.

ஏறிக் கொண்டேன். கொக்கரக்கோவின் மீது கோபம் கோபமாக வந்தது. அப்படியே பல்லக்கில் ஏந்திக் கொண்டு வந்து விடுதியில் விடுவார்கள் என்று சொன்னானே?

ஒரு மணி நேரத்துக்கும் மேலாக சென்று கொண்டிருந்தது டாக்ஸி. மணி பத்துக்கும் மேல். ஃபோனும் வேலை செய்யவில்லை. ஒரே கும்மிருட்டு. வழியில் ஒரு வெளிச்சம்

இல்லை. காட்டுப் பாதை. ஏதோ ஒரு கிரிமினல் கூட்டத்திடம் மாட்டிக் கொண்டோம் என்று நினைத்தேன். அவர்கள் கணவன் மனைவி, அது அவர்கள் குழந்தை என்று புரிந்ததால் கொஞ்சம் நம்பிக்கை துளிர்த்தது.

ஏன் இத்தனை நேரம் என்று அந்த ஆளை அடிக்கடி கேட்டுக் கொண்டிருந்தேன். அவரோ பதிலே சொல்லாமல் ம்ம் ம்ம் என்று தலையாட்டியபடி காரியத்திலேயே கண்ணாக இருந்தார்.

ஒன்றரை மணி நேரம் கழித்து பதினோரு மணி அளவில் மிகச் சரியாக நான் இறங்க வேண்டிய விடுதியில் கொண்டு வந்து விட்டார்.

நான் வரவே போவதில்லை என்றுதான் முடிவு செய்திருந்தது கோஷ்டி. காலையிலிருந்து பச்சைத் தண்ணீர் குடித்திருக்கவில்லை.

வயிறு நிரம்ப சாப்பிட்டேன்.

மறுநாள் கொக்கரக்கோ குடைந்து குடைந்து விசாரித்தான். நடந்தது அத்தனையும் ஒன்று விடாமல் சொன்னேன். ம்ஹூம். ஒரே ஒரு விஷயத்தை மறைத்து விட்டேன். சூரத் தானியில் வேனில் ஏறும் போது முழங்கைக்கு மேலே ஒரு பட்டை கட்டினார்கள் அல்லவா, அது கையை உறுத்துகிறது என்று வேனிலேயே கழற்றிப் போட்டு விட்டேன். அதுதான் அடையாளம் போலிருக்கிறது. அது கையிலேயே இருந்திருந்தால் டிக்கட் கேட்டிருக்க மாட்டார்கள். கோ சுமாயிலும் நான் வர ஒரு மணி நேரம் ஆகியிருந்தாலும் என்னை ஏற்றிக் கொள்ளாமல் வேனை எடுத்திருக்க மாட்டார்கள். ஏனென்றால், அந்தப் பட்டியில் ஒரு நம்பரும் போட்டிருந்தது.

அப்புறம் பாங்காக் விமான நிலையத்தில்தான் கொக்கரக்கோவிடம் விஷயத்தைச் சொன்னேன்.

மூளையே இல்லாத மட்டி மூதிகள் கூட எந்தக் குழப்பமும் இல்லாமல் சூரத் தானியிலிருந்து கோ சுமாய் வந்து விடும். புத்திசாலிகளுக்கோ பிரச்சினையே இல்லை. நான் ரெண்டாங்கெட்டானாக இருக்கிறேன். ஏதோ கோல்மால்

செய்து சிஸ்டத்தைக் கெடுத்து சிரமப்படுகிறேன்.

அதனால்தான் எல்லாவற்றையும் துணைக்கு ஆள் வைத்துக் கொண்டு செய்ய வேண்டியிருக்கிறது. ஆள் என்றால் அது கொக்கரக்கோ மட்டும்தான். ஏனென்றால், ஊர் உலகத்தினர் என்னை விட மக்கு உலக்கைகளாக இருக்கிறார்கள்.

ஒருநாள் பச்சையாக கோபுலுவிடம் கேட்டு விட்டேன். அவன் இனத்தின் பெயரைச் சொல்லி நீ அதுதானா தம்பி என்று கேட்டேன்.

ஆ, எப்படிக் கண்டு பிடித்தீர்கள்? யாருக்குமே தெரியாதே?

ரொம்ப சுலபம் தம்பி. நானும் உன் இனம்தான். நம் இனத்தில்தான் மக்கு உலக்கைகள் ஜாஸ்தி. அப்படித்தான் கண்டு பிடித்தேன்.

சரி, இந்தக் கதையின் முடிவுக்கு வந்து விட்டோம்.

கடந்த பத்து ஆண்டுகளில் இரண்டாவது முறையாக வெளியே கிளம்பினோம். காலையில் வழக்கமாக எட்டரைக்கு எழுந்து கொள்ளும் வைதேகி இப்போதெல்லாம் ஆறுக்கெல்லாம் எழுந்து கொள்கிறாள். ஏதோ மந்திர உச்சாடனம். ஒருநாள் நான் ஏழேகால் மணிக்கு வெளியே கிளம்பினேன். பொதுவாக ஆறே முக்காலுக்கு நடைப் பயிற்சிக்குக் கிளம்புவேன். அன்றைய தினம் ஏதோ தூறலாக இருந்து ஏழேகாலுக்குத்தான் வானம் தெளிந்தது. ஆனால் நான் நடைப் பயிற்சிக்குக் கிளம்பவில்லை. உலகளந்தானும் கண்ணனும் காலைச் சிற்றுண்டிக்காக அழைத்தார்கள்.

“ஓ, சிற்றுண்டிக்காகப் போகிறாயா? நானும் நீயும் வெளியே போய் சாப்பிடலாம் என்று நினைத்தேன். பசிக்கிறது” என்றாள் வைதேகி.

“அப்படியானால் விடு, நான் அவர்களிடம் வரவில்லை என்று சொல்லி விடுகிறேன். நாம் இருவரும் கிளம்புவோம்.”

“அப்படி வேண்டாம், அவர்கள் இருவரையும் கூட வரச் சொல். மாரிஸ் ஓட்டலில் சாப்பிடலாம்.”

ஞாயிற்றுக்கிழமை என்பதால் ஓட்டலில் அன்று கூட்டம் அதிகம். அதனால் இட்லி வருவதற்குச் சற்று நேரம் ஆனது. அப்போது வேறு கொக்கரக்கோ பற்றிய பேச்சு வந்தது. அந்தக் கொக்கரக்கோ நானும் உலகளந்தானும் கண்ணனும் ஸ்டெனோக்களாக அஞ்சல் துறையில் பணி செய்து கொண்டிருந்த போது எங்களோடு சக ஸ்டெனோவாக இருந்தவன். வயதில் இளையவன். காந்தி அளவுக்கு நல்லவன். அப்படிப்பட்டவனுக்குப் போய் யார் கொக்கரக்கோ என்று பெயர் வைத்தது? நம் கொக்கரக்கோ அய்யங்கார். இந்த ஸ்டெனோ கொக்கரக்கோ அய்யர்.

நான் சொன்னேன், எனக்கு நல்லவர்களால் பயனில்லை. என்னுடைய நண்பன் கெட்ட கொக்கரக்கோ இருக்கிறானே அவனை மாதிரி நண்பர்களே எனக்குத் தேவை என்று சொல்லி, சமீபத்தில் நடந்த இன்ஷுரன்ஸ் விஷயத்தை விளக்கினேன்.

அப்போது, தாய்லாந்துக்கு இன்ஷுரன்ஸ் தேவையில்லை என்று சொல்லி ஸேம் ஸைடு கோல் போட்டார் கண்ணன். அடப்பாவி, எங்கெங்கிருந்தோ வந்து சிக்கல் பண்ணுகிறீர்களே என்று நினைத்துக் கொண்டேன். தாய்லாந்தில் தேவையில்லை என்றால் என்ன? ஐரோப்பாவில் தேவைதானே? இன்னொரு முக்கிய விஷயம், இண்டர்நேஷனல் டிராவல் இன்ஷுரன்ஸ் எடுப்பது , அந்த நாட்டுச் சட்டத்திற்காக அல்ல; நம்முடைய சொல்லப் போனால் நம் கூட வருபவர்களின் சௌகரியத்துக்காகத்தான். உதாரணமாக, நான் ரவி என்ற நண்பருடன் தென்னமெரிக்கா சென்ற போது பெரூவின் குஸ்கோவில் உயரம் பதினோராயிரம் அடிக்கும் மேலே போய் விட்டதால் எனக்கு மூச்சு விட முடியாமல் போனது. அலுமினியப் பெட்டியில்தான் ஊர் திரும்புவோம் என்று நினைத்தேன். ரவி இளைஞன். பெரூவின் பிரசித்தி பெற்ற பிஸ்கோவை நாலைந்து ரவுண்ட் அடித்து விட்டு மட்டையாகிக் கிடக்கிறான். இன்ஷுர் செய்திருந்ததால் தப்பினான். இல்லாவிட்டால் என் சடலத்தை உலகின் அந்த மூலையிலிருந்து இந்த மூலை வரை கொண்டு வருவதற்கு எவ்வளவு செலவு ஆகும்? சரி,

அவ்வளவு தூரம் போகாவிட்டாலும் மருத்துவமனையில் அனுமதிக்கப்பட்டிருந்தால் அதற்கு வேறு லட்சக்கணக்கில் ஆகியிருக்கும். இன்ஷூரன்ஸ் இருந்தால் பிரச்சினை இல்லை அல்லவா? அது மட்டும் அல்ல, விமானம் ரத்து செய்யப்பட்டால் கூட அதற்கான நஷ்ட ஈட்டை இன்ஷூரன்ஸ் மூலம் பெற்று விடலாம். அதனால், தாய்லாந்துக்கு இன்ஷூரன்ஸ் இல்லாமல் போக முடியுமா இல்லையா என்பது அல்ல பிரச்சினை. இதற்காக கொக்கரக்கோவை அணுகாமல் வேறொரு நண்பரை அணுகியதால் எத்தனை சிக்கல்? மேலும், வைதேகிக்குப் பிடிக்கவில்லை என்பதால் நான் இன்னொருத்தனை நம்பி பாழுங்கிணற்றில் விழ வேண்டுமா? என்னடா நியாயம் இது?

வீட்டுக்கு வந்ததும் நீதி விசாரணை. மீண்டும் மிக மிக மிக மிக மிக மிக மிகக் கடுமையான வசைகள், சாபங்கள். கொக்கரக்கோவுக்கு. நான் மாரிஸ் ஓட்டலில் கொக்கரக்கோவின் பேரை எடுத்தது வைதேகிக்குப் பிடிக்கவில்லை.

ஏன் நீ நம் மோகனிடம் கேட்டிருக்கலாமே?

அடக் கடவுளே, அவன் பெரும்பாலான சமயத்தில் தன்னுடைய அலுவலக வேலையில் மூழ்கிக் கிடப்பவன். அவனைப் பிடிப்பதே குதிரைக் கொம்பு. அவனிடம் போய் யார் கேட்பது? கையில் வெண்ணையை வைத்துக் கொண்டு எவனாவது நெய்க்கு அலைவானா?

ஏன் உலகளந்தானையும் கண்ணனையும் கேட்க வேண்டியதுதானே?

கேட்டால் நான் உருப்படவே முடியாது. அது மட்டும் அல்ல, என் மனதில் ஒரு தீர்மானமான எண்ணம் இருக்கிறது. என்னவென்றால், வைதேகியின் பேச்சைக் கேட்டு நடந்தால் நான் இந்நேரம் எம்.ஜி. சுரேஷ் மாதிரிதான் ஆகியிருப்பேன். ஓ, உங்களுக்கு எம்.ஜி. சுரேஷ் என்றால் யார் என்று தெரியாது. அப்படியானால் சினிமாவிலிருந்து உதாரணம் தருகிறேன். நான் இப்போது சிவாஜி, எம்ஜியார் என்ற இரட்டையரில் ஒருவனாக இருக்கிறேன். அல்லது, கமல், ரஜினி இரட்டையரில் ஒருவன்

என்றும் வைத்துக் கொள்ளலாம். வைதேகியின் பேச்சைக் கேட்டு நடந்தால் நான் பாண்டியன் மாதிரிதான் ஆகியிருப்பேன். அந்தப் பெயரில் ஒரு நடிகர் இருந்தார் தெரியும்தானே? ம்… யோசித்தால்தான் ஞாபகம் வரும். மண்ணுக்கேத்த பொண்ணு, நவகிரஹ நாயகி போன்ற காவியங்களில் நடித்தவர்.

நீங்கள் பெண்ணுரிமை பேசுபவராக இருந்தால் நான் இப்போது நம்முடைய பட்டிமன்றப் பேச்சாளர்கள் தத்தம் மனைவியர் பற்றி கிண்டலும் நக்கலுமாகப் பேசி கைதட்டல் பெறுகிறார்களே, அதுபோலவே நானும் என் பத்தினியை மட்டம் தட்டுகிறேன் என்று எண்ணலாம். இல்லை. சமீபத்தில் நடந்த ஒரு சம்பவத்தை உங்களுக்குச் சொல்கிறேன்.

என்னைப் பற்றிய ஆவணப் படத்துக்காக எங்கள் குழு தாய்லாந்து செல்கிறது. மேகாங் நதி இல்லாமல் என் வாழ்க்கை எப்படி பதிவு செய்யப்படலாம் என்று சொன்னேன் ஒருநாள். ரஷ்ய இலக்கியத்திலேயே வளர்ந்த ஒரு தமிழ் எழுத்தாளருக்கு செய்ண்ட் பீட்டர்ஸ்பர்க் ஒரு புனித நகரம் இல்லையா, அதுபோல. எனக்கு சைக்கிள் கூட ஓட்டத் தெரியாது. அப்புறம் எங்கே பைக் ஓட்டுவது? ஆனால் மேகாங் நதித் தீரத்தில் படப்பிடிப்பு நடத்த வேண்டுமானால் பைக் ஓட்டத் தெரிந்த இரண்டு பேர் தேவை. கொக்கரக்கோவின் பைக்கில் நான் தொற்றிக் கொள்வேன். ஒளிப்பதிவாளர் ஒளி முருகவேளுக்குக் கார்தான் ஓட்டத் தெரியும். பைக் தெரியாது. அப்படியே தெரிந்தாலும் பைக் ஓட்டிக் கொண்டே எப்படி படம் பிடிப்பது? ஆக, பைக் ஓட்டத் தெரிந்த ஒரு ஆள் வேண்டும். வினித்துக்கு விடுப்பு கிடைக்கவில்லை. அதுவும் நல்லதுக்குத்தான் என்று நினைத்துக் கொண்டேன். அவன் ஓட்டினால் ஹெல்மட் போடாமல் போலீஸிடம் மாட்டுவான். அவன் பின்னால் இருப்பதால் நாமும் குற்றவாளியாக நிற்க வேண்டும். இல்லாவிட்டால் பைக்கை எதிலாவது மோதுவான், மண்ணில் சரிப்பான். எதாவது ஆகும். இத்தனைக்கும் அவன் மதுவைத் தொட்டது கூட இல்லை.

பைக் ஓட்டத் தெரிந்த வேறு யாரைப் பிடிப்பது? இப்படி வினித்திடமோ யாரிடமோ பேசிக் கொண்டிருந்தேன். நான் பேசுவது அனைத்தையும் எப்போதும் மிகத் தீவிரமாகக் கண்காணித்துக் கொண்டிருக்கும் வைதேகி வேகவேகமாக என்னிடம் வந்தாள். இருபத்து நாலு மணி நேரமும் வைதேகியின் நினைப்பு என்னைப் பற்றித்தான் என்பதை இப்போதாவது நீங்கள் புரிந்து கொள்ள வேண்டும் என்று உங்களை மன்றாடிக் கேட்டுக் கொள்கிறேன். இவனுக்கு ஒன்றும் தெரியாது, இவன் ஏமாந்து விடுவான், இவனை இவன் நண்பர்களே ஏமாற்றி விடுவார்கள், இவனை நாம்தான் காப்பாற்றியாக வேண்டும், இவன் மேல் உண்மையான அன்பும் அக்கறையும் கரிசனமும் கொண்டிருக்கும் ஒரே ஜீவன் நாம்தான், மற்றவர்களெல்லாம் இவனைப் பயன்படுத்தி மேலே போய் விடலாம் என்ற கெட்ட எண்ணத்தோடு பழகிக் கொண்டிருக்கும் அயோக்கியர்கள், ஆனால் நாமோ இவனைக் காப்பாற்றுவதற்காகவே வாழ்ந்து கொண்டிருக்கிறோம் என்றெல்லாம் நினைத்துக் கொண்டிருக்கும் வைதேகிக்கு என்னுடைய இந்த பைக் பிரச்சினையைத் தீர்க்க வேண்டுமென்று அன்றைய தினம் ஆவேசமே வந்து விட்டது.

“இதுக்குப் போய் ஏம்ப்பா இத்தனை விசனப்படுகிறாய்? நம் கதிர் இருக்கிறானே, அவனுக்கு பைக் ஓட்டத் தெரியுமே? அவனை அழைத்துக் கொண்டு போயேன்?”

சொன்னால் ரொம்பத் தற்புகழ்ச்சி அடித்துக் கொள்கிறேன் என்பீர்கள். என்னை மாதிரி ஒரு பொறுமைசாலி இந்த ஞாலத்திலேயே கிடையாது தோழர்களே! திடீரென்று நான் தோழர்களே, நண்பர்களே என்று அடிக்கடி சொல்கிறேன் என்று தோன்றுகிறது. சென்ற ஆண்டு விருது விழாவில் வண்ணதாசன் பார்வையாளர்களைப் பார்த்து நண்பர்களே, தோழர்களே என்று அடிக்கடி நாத்தழுதழுக்க விளித்தது என் மனதைத் தொட்டு விட்டது. காம்ரேடுகளால் தொட முடியாததை வண்ணதாசன் தொட்டு விட்டார்.

உங்களிடமிருந்து பெற்ற வார்த்தைகளை உங்களுக்கே தருகிறேன் தோழர்களே!

இப்படி வண்ணதாசன் சொன்னபோது நானும்தான் மனம் கனிந்து போனேன்.

அப்புறம்தான் கிளம்பினான் கடவுள். ஹே! பொறாமை, பேராசை, நயவஞ்சகம், வன்மம், கொடூரம், பொய், பித்தலாட்டம், பிள்ளைப் பாசம், ஏமாற்று வேலை, சுயநலம் போன்ற கச்சடாக்களால் நிரம்பி வழியும் இந்த அற்பப் பதர்களிடமிருந்து பெற்றதையா நான் இவர்களுக்குத் தருகிறேன்? ஏ மானிடரே, கடவுளிடமிருந்து பெற்றதை நான் உங்களுக்குத் தருகிறேன் என்பதைப் புரிந்து கொள்ளுங்கள்! அதிர்ஷ்டசாலிகள் இதைப் பெற்றுக் கொள்கிறார்கள். அதிர்ஷ்டமில்லாதவர்கள் விலகிப் போகிறார்கள்.

கடவுள் என்றதும் விநாயகர், முருகர், சிவன், பெருமாள், அம்பாள், கர்த்தர், அல்லாஹ் என்றா நினைக்கிறீர்கள்?

இல்லை.

பூனைகளின் முத்தத்திலிருந்தும், நாய்களின் ஊளையிலிருந்தும், யானைகளிடமிருந்தும் முதலைகளிடமிருந்தும் மற்றும் இன்னோரன்ன பிராணிகளிடமிருந்தும், விருட்சங்களிடமிருந்தும், மழைத் துளிகளிலிருந்தும், இடியிலிருந்தும், மின்னலிலிருந்தும், காற்றிலிருந்தும், மலைகளிலிருந்தும், கடலிலிருந்தும், நதியிலிருந்தும், தடாகங்களிலிருந்தும், நட்சத்திரங்களிடமிருந்தும், நிலவிடமிருந்தும், சூரியனிடமிருந்தும், கோள்களிடமிருந்தும், புழுக்களிலிருந்தும், வண்ணத்துப் பூச்சிகளிலிருந்தும், பட்சிகளிலிருந்தும், இருளிலிருந்தும், வெளிச்சத்திலிருந்தும், மணலிலிருந்தும், கற்களிலிருந்தும், புற்களிலிருந்தும், அக்கினியிலிருந்தும், சாம்பலிலிருந்தும் நான் என் சொற்களைப் பெறுகிறேன். பெற்று உங்களுக்குத் தருகிறேன்.

சரி, அதை விடுங்கள், வண்ணதாசன் என்றதும் கொஞ்சம் உணர்ச்சிவசப்பட்டு விட்டேன். வண்ணதாசனுக்கு உணர்ச்சிவசப்படாவிட்டால் நீங்கள் என்ன இலக்கியவாதி? போகட்டும். வைதேகி சொன்னதைக் கேட்டீர்களா? அந்தப் பேச்சைக் கேட்டு எவனாவது உருப்படுவான்? யார் தெரியுமா

அந்தக் கதிர்? என் வீட்டில் வேலை செய்யும் பணிப்பெண் பூங்கோதையின் தம்பி. எட்டாம் கிளாஸ் ஃபெயில். ஆட்டோ ஓட்டுகிறான். ங்கொய்யால... என்ன லைஃப்டா இது? அந்தக் கதிரும் நானும் கொக்கரக்கோவும் முருகவேளும் தாய்லாந்து செல்ல வேண்டும்.

ஆணாதிக்க மனோபாவத்தோடு வைதேகியை ஒரு முறை முறைத்தேன். சரி, ஏதோ தவறு நடந்திருக்கிறது என்று புரிந்து கொண்டு (என்ன தவறு என்று அவளுக்குப் புரிந்திருக்காது) "சரி, இன்னொரு ஏற்பாடு செய்கிறேன்" என்று மோகனுக்கு ஃபோன் போட்டாள். விஷயத்தைச் சொன்னாள். "நீ போகிறாயா? இல்லாவிட்டால், உன் நண்பர்கள் யாராவது போய் அப்பாவுக்கு உதவி செய்வார்களா? யோசித்து சொல்."

வைதேகியின் ஒரே நோக்கம் என்னவென்றால், பைக் ஓட்டத் தெரிந்த ஆள் வேண்டும் என்று இவன் கொக்கரக்கோவைப் பிடித்து விட்டால் என்ன ஆவது, அவன் இவனுக்கு மதுவை ஊற்றி ஊற்றிக் கொடுத்து இவனைக் கொன்று விடுவானே?

ஆக, வைதேகியின் இப்போதைய பிரச்சினை பைக் அல்ல. தன் உயிருக்கு உயிரான, இருபத்தோராம் நூற்றாண்டின் பாரதியான (இது தினந்தோறும் அவள் என்னிடம் சொல்லும் வார்த்தை) என் உயிர்தான் ஆபத்தில் இருக்கிறது. இப்போது என் உயிரைக் காப்பாற்றியாக வேண்டும். ஒன்றுமில்லை தோழர்களே, நண்பர்களே, என் பத்தினி வைதேகி என்னை பாரதியாகவும் தன்னை செல்லம்மாவாகவும் நினைத்துக் கொண்டிருக்கிறாள்.

பிறகு வைதேகி வீட்டில் இல்லாத நேரத்தில் மோகனுக்கு ஃபோன் போட்டு "டேய், ங்கொம்மா ஒளர்றதையெல்லாம் மனசுல வச்சுக்காதடா, நான் தாய்லாந்தில் பிராத்தலுக்குப் போனால் என் மகனையுமாடா அழைச்சிக்கிட்டுப் போக முடியும்?" என்றேன். அவனும் "அதை நான் அப்போதே மறந்து விட்டேனே? நீங்கள் என்ன அதை இத்தனை சீரியஸாக எடுத்துக் கொண்டு விட்டீர்கள்?" என்று சிரித்தான்.

இன்னொரு சம்பவம். நானும் வைதேகியும் ஆட்டோவில் வந்து கொண்டிருந்தோம். கண்களுக்கு அணியும் கண்ணாடி பற்றிய பேச்சு வந்தது. உன் கண்ணாடி என்ன விலை என்று கேட்டாள். ஒன்றரை லட்சம் என்றேன். உடனே ஆட்டோக்காரரிடம் "ஏங்க ஆட்டோக்கார், நீங்க போட்டிருக்கிற கண்ணாடி எவ்ளோ விலை?" என்று கேட்டாள். அவர் நூறு ரூபாய் என்றதும் என் பக்கம் திரும்பி, "பாத்துக்கோ, அப்டித்தான் எளிமையா வாழணும், என்ன இலக்கியம் படிக்கிறியோ போ" என்றாள். நான் ஒன்றும் பதில் சொல்லவில்லை.

சரி, கதைக்கு வருவோம். சமீபத்தில் இரண்டு முறை வைதேகியுடன் வெளியே சென்றேன். இரண்டுமே சில மணி நேரங்கள்தான். இரண்டுமே பேரழிவின் தினங்கள். இந்த நிலையில் இரண்டு முழு தினங்கள் நடக்கும் விருது வழங்கும் விழாவில் என்னென்ன ஆகுமோ, எத்தனை வருடங்களுக்கு நீதி விசாரணையும் சாப மழையும் தொடருமோ? நினைத்தாலே வயிறு கலங்குகிறது.

உண்மையைச் சொன்னால், அந்த இரண்டு தினங்களும் என்னால் வைதேகியைத் திரும்பிப் பார்ப்பதற்குக் கூட நேரம் இருக்காது. மட்டுமல்லாமல், இவளை வைத்துக் கொண்டு ஆவணப் படத்தை எப்படி விழா மேடையில் திரையிடுவது? என் வாழ்வே பாழாகி விடுமே? ஏற்கனவே ஆவணப்படத்துக்குப் பேட்டி கொடு என்று கேட்ட போது, படத்தைப் பார்த்து விட்டுத்தான் பேட்டி கொடுப்பேன் என்று கூறியிருந்தாள் அல்லவா? படத்தில் கொக்கரக்கோ இருக்கக் கூடாது, புவனேஸ்வரி இருக்கக் கூடாது. அட பகவானே! ஆவணப் படத்தை இயக்குபவனே கொக்கரக்கோதானே?

இந்த வினித் பயல் வேறு மூச்சுக்கு முந்நூறு முறை கொக்கரக்கோ கொக்கரக்கோ என்று நிரவிக் கொண்டிருக்கிறானா, அடுத்த முறை அவன் என் எதிரே வந்து கொக்கரக்கோ என்று சொன்னான், தீர்ந்தான்.

என்னம்மா இது?

ஆமா, அடிச்சிருவேன்.

கொக்கரக்கோவிடம் கேட்டேன், பேசாமல் நீங்கள் வரும் இடங்களையெல்லாம் நீக்கி விட்டு, இயக்கம் என்ற இடத்திலும் ஏதோ ஒரு பெயரைப் போட்டுக் காட்டி விடலாமா?

முதல் முறையாக கொக்கரக்கோ என்னிடம் கோபித்துக் கொண்டான்.

என்ன நினைத்துக் கொண்டிருக்கிறாய் பெருமாள்? தமிழ் இலக்கியத்தின் மகத்தான கலகக்காரனா இப்படிப் பேசுவது? ஐநூறு பேர் குழுமியிருக்கும் இடத்தில் ஒரே ஒருவருக்காக பயந்து கொண்டு நாம் எடுத்த படத்தைக் கூறு போட்டு கச்சடாவாக்கியா கொடுக்க முடியும்? இதற்காகவா மூன்று மாதங்கள் நாம் ஐந்தாறு பேர் கேமராவையும் தளவாடங்களையும் தூக்கிக் கொண்டு ஊர் ஊராய் அலைந்தோம்? இதுவரை இருபத்தைந்து லட்ச ரூபாய் செலவாகியிருக்கிறது. உன்னுடைய காசும் நண்பர்கள் கொடுத்த காசும்தானே அது? இப்படி ஒரு பித்துக்குளி ஆட்டம் ஆடுவதற்கா இத்தனை சிரமப்பட்டோம்? இப்போது உனக்கு முன்னே இருக்கும் ஒரே சாய்ஸ் இதுதான். ஆவணப் படத்தை அந்தப் பார்வையாளர்கள் வேறோர் சமயத்தில் பார்த்துக் கொள்ளட்டும். விழா மேடையில் போட வேண்டாம்.

இதனால் எல்லாம் வைதேகியை நீங்கள் யாரும் தவறாக நினைத்து விடக் கூடாது நண்பர்களே, தோழர்களே! அவள் எனக்குப் பால் சோறும் தேன் சோறும் கொடுப்பவள். ஆனால் என்ன, தங்கக் கூண்டில் அடைத்து வைத்துக் கொடுக்கிறாள்.

காலையில் எனக்கு அபிராமி அந்தாதி கேட்கப் பிடிக்கும் என்றேன் ஒருநாள்.

தினமும் அபிராமி அந்தாதி கேட்கத் தொடங்கியது வீட்டில்.

அம்பாளுக்கு விளக்கேற்றி புஷ்பாலங்காரம் செய்தால் எனக்குப் பிடிக்கும் என்றேன் ஒருநாள்.

தினமும் அம்பாளுக்குப் புஷ்பாலங்காரம் செய்து குத்துவிளக்கு

ஏற்றி ஊதுபத்தியும் சாம்பிராணியுமாக கற்பூரம் ஏற்றி தீபாராதனை நடக்கிறது.

எல்லாம் உனக்காகத்தான் செய்கிறேன் என்றாள்.

இதோ இன்று எனக்கு ரமேஷுடன் ஒரு சந்திப்பு இருந்தது. ஒரு முக்கியமான விஷயம் அவரோடு கலந்து ஆலோசிக்க வேண்டும். அவரிடமும் சொல்லி விட்டேன். அவருடைய எல்லா சந்திப்புகளையும் ரத்து செய்து விட்டு என்னைச் சந்திக்க இருந்தார். வைதேகி அனுமதி அளிக்கவில்லை. நீ பத்து நாள் தாய்லாந்து செல்கிறாய். நீ இல்லாமல் நான் எப்படித் தனியாக இருப்பேன்? இன்று உன்னை எங்கேயும் போக விட மாட்டேன்.

ரமேஷுக்கு ஃபோன் செய்து அனுமதி கிடைக்கவில்லை, ஸாரி என்றேன். நாளையும் சந்திக்க இயலாது. இன்றைக்கே முடியவில்லை என்கிற போது நாளை எப்படி அனுமதி கிடைக்கும்? நாளை மறுநாள் அதிகாலையிலேயே கிளம்புகிறேனே?

இத்தனை காளவாய்க் கதைக்கு இடையிலும் வைதேகி அருகில் இருந்தால்தான் என்னால் அதிகமாக எழுத முடிகிறது. இதற்கு நீங்கள் மார்க்கி தெ ஸாத்-இன் கதைக்குப் போக வேண்டும். அவன் சிறையில் அடைபட்டிருந்ததால்தான் அவ்வளவு எழுதினான். உலகில் அதிகம் எழுதிய எழுத்தாளர்களில் அவன் ஒருத்தன். அவன் எழுதி நமக்கு இப்போது கிடைப்பதை விடப் பல மடங்கு அதிகமாக அவன் எழுதிய காகிதங்கள் எரிக்கப்பட்டன. அவனை மட்டும் சிறையில் அடைக்காமல் மாளிகையிலேயே வாழ விட்டிருந்தால் அவன் இத்தனை எழுதியிருக்க மாட்டான்.

இந்த சுண்ணாம்புக் காளவாயில் வாழ்வதால்தான் என்னால் இத்தனை எழுத முடிகிறது. பத்தினி இல்லாவிட்டால் காளவாயும் இல்லை, பனிச்சுவரும் இல்லை. ஜாலியோ ஜாலி.

★★★

சாரு நிவேதிதா

18.12.1953இல் திருவாரூர் மாவட்டத்தில் திருத்துறைப்பூண்டிக்கு அருகில் உள்ள இடும்பாவனம் என்ற ஊரில் பிறந்தார். வளர்ந்ததும் பள்ளிப் படிப்பும் நாகூரில். கல்லூரிப் படிப்பு காரைக்கால், தஞ்சாவூர், திருச்சி. கல்லூரிப் படிப்பை முடிக்கவில்லை. சென்னையில் ஒரு ஆண்டு சிறைத்துறையில் எழுத்தர் பணி. 1978இலிருந்து 1990 வரை தில்லி நிர்வாகம் - சிவில் சப்ளைஸ் துறையில் ஸ்டெனோ. பின்னர் பன்னிரண்டு ஆண்டுகள் தமிழ்நாடு அஞ்சல் துறையில் பணி. 2002இலிருந்து முழுநேர எழுத்து.

இகனாமிக் டைம்ஸ் நாளிதழின் அகில இந்தியப் பதிப்பில், 2001 - 2010 என்ற பத்தாண்டுகளின் சாதனையாளர் பட்டியலில் தமிழகத்திலிருந்து இடம் பெற்ற இரண்டு பேர்களில் ஒருவர் சாரு நிவேதிதா.

இவரது நாவல் 'ஸீரோ டிகிரி' Jan Michalski சர்வதேசப் பரிசுக்குப் பரிந்துரைக்கப்பட்டது. ஹார்ப்பர் காலின்ஸ் தொகுத்த, இந்தியாவின் ஐம்பது முக்கிய புத்தகங்களில் ஒன்றாகவும் தேர்ந்தெடுக்கப்பட்டது.

ஆங்கிலப் பத்திரிகைகளில் இவர் எழுதும் கட்டுரைகள் சர்வதேச அளவில் கவனம் பெற்றவை. லண்டனிலிருந்து வெளியாகும் PS Publication-இன் Exotic Gothic தொகுதியில் இவரது Diabolically Yours என்ற பேய்க்கதை ஆங்கிலத்தில் வெளியாகி உள்ளது. தற்சமயம் லண்டனிலிருந்து வெளிவரும் ArtReview Asia என்ற பத்திரிகையில் தொடர் கட்டுரை எழுதி வருகிறார்.

இவரது எழுத்தை ஆங்கில விமர்சகர்கள் விளதிமீர் நபக்கோவ், வில்லியம் பர்ரோஸ், கேத்தி ஆக்கர் போன்ற எழுத்தாளர்களோடு ஒப்பிடுகிறார்கள். உலகின் முக்கியமான transgressive வகை எழுத்தாளர்களில் ஒருவராகக் கருதப்படுகிறார் சாரு நிவேதிதா. தற்போது சென்னையில் வசிக்கிறார்.

ஆசிரியரின் பிற நூல்கள்

நாவல்

1. எக்ஸிஸ்டென்ஷியலிஸமும் ஃபேன்சி பனியனும்
2. ஸீரோ டிகிரி
3. ராஸ லீலா
4. காமரூப கதைகள்
5. தேகம்
6. எக்ஸைல்
7. ஔரங்ஸேப்

ஆங்கிலத்தில் கிடைக்கும் நூல்கள்

1. Zero Degree - Novel
2. Marginal Man - Novel
3. Morgue Keeper - Selected Short Stories
4. Unfaithfully Yours - Collection of Articles
5. Towards a Third Cinema
6. To Byzantium: A Turkey Travelogue

சிறுகதைத் தொகுப்பு

1. கர்னாடக முரசும் நவீன தமிழ் இலக்கியத்தின் மீதான ஓர் அமைப்பியல் ஆய்வும்
2. நேநோ
3. மதுமிதா சொன்ன பாம்பு கதைகள்
4. ஷேக்ஸ்பியரின் மின்னஞ்சல் முகவரி
5. ஊரின் மிக அழகான பெண் (மொழி பெயர்ப்புச் சிறுகதைகள்)
6. முத்துக்கள் பத்து (தேர்ந்தெடுத்த சிறுகதைகள்)
7. Diabolically Yours - Exotic Gothic Vol-2 இல் வெளிவந்த சிறுகதை

நாடகம்

ரெண்டாம் ஆட்டம்

கட்டுரைத் தொகுப்பு

1. கோணல் பக்கங்கள் - பாகம் 1
2. கோணல் பக்கங்கள் - பாகம் 2
3. கோணல் பக்கங்கள் - பாகம் 3
4. கலகம் காதல் இசை
5. வாழ்வது எப்படி?
6. எனக்குக் குழந்தைகளைப் பிடிக்காது
7. தீராக் காதலி
8. கனவுகளின் மொழிபெயர்ப்பாளன்
9. கடவுளும் நானும்
10. மூடுபனிச் சாலை

11. ஆஸாதி... ஆஸாதி... ஆஸாதி...
12. தப்புத் தாளங்கள்
13. வரம்பு மீறிய பிரதிகள்
14. தாந்தேயின் சிறுத்தை
15. கடவுளும் சைத்தானும்
16. கலையும் காமமும்
17. மலாவி என்றொரு தேசம்
18. கெட்ட வார்த்தை
19. மனம் கொத்திப் பறவை
20. எங்கே உன் கடவுள்?
21. கடைசிப் பக்கங்கள்
22. பழுப்பு நிறப் பக்கங்கள் (பாகம் - 1)
23. பழுப்பு நிறப் பக்கங்கள் (பாகம் - 2)
24. பழுப்பு நிறப் பக்கங்கள் (பாகம் - 3)
25. சரசம் சல்லாபம் சாமியார்
26. வேற்றுலகவாசியின் டயரிக் குறிப்புகள்
27. நிலவு தேயாத தேசம்
28. மழையா பெய்கிறது?
29. மெதூஸாவின் மதுக்கோப்பை
30. நாடோடியின் நாட்குறிப்புகள்
31. கனவு, கேப்பச்சினோ, கொஞ்சம் சாட்டிங்... - தொகுதி - 2
32. திசை அறியும் பறவைகள்
33. வரம்

சினிமா

1. லத்தீன் அமெரிக்க சினிமா - ஓர் அறிமுகம்
2. சினிமா: அலைந்து திரிபவனின் அழகியல்
3. சினிமா சினிமா
4. நரகத்திலிருந்து ஒரு குரல்
5. கனவுகளின் நடனம்
6. ஒளியின் பெருஞ்சலனம்

கேள்வி - பதில்

1. அருகில் வராதே
2. அறம் பொருள் இன்பம்

நேர்காணல்

1. ஒழுங்கின்மையின் வெறியாட்டம்
2. இச்சைகளின் இருள்வெளி (நளினி ஜமீலாவுடன் ஒரு உரையாடல்)

இணையதளம்

www.charuonline.com
www.charunivedita.com

www.ingramcontent.com/pod-product-compliance
Ingram Content Group UK Ltd.
Pitfield, Milton Keynes, MK11 3LW, UK
UKHW042135021026
15589UKWH00003B/837

9 789390 053414